1967 தாளடி

1967

சீனிவாசன் நடராஜன்

தேநீர் பதிப்பகம்

- ¹⁹⁶⁷தாளடி
- நாவல்
- ஆசிரியர்: சீனிவாசன் நடராஜன்
- © சீனிவாசன் நடராஜன்
- முதல் பதிப்பு: ஆகஸ்ட் 2020
- வெளியீடு:

  தேநீர் பதிப்பகம்
  24/1, மசூதி பின் தெரு, சந்தைக்கோடியூர்
  ஜோலார்பேட்டை - 635851

- ¹⁹⁶⁷ Thaladi
- Novel
- by Srinivasan Natarajan
- © Srinivasan Natarajan
- First Edition: August 2020
- Pages: 208 • Prize: Rs. 230/-
- Published by

  Theneer Pathippagam,
  24/1, Mosque back street
  Santhaikodiyur,
  Jolarpettai-635851
  INDIA. +91 9080909600

- E-mail: theneerpathippagam@gmail.com
- ISBN: 978-81-944937-6-1

அட்டை எழுத்துரு & வடிவமைப்பு : சீனிவாசன் நடராஜன்
முன் அட்டையில் - ஹிந்தி திரைப்பட நடிகை மீனாகுமாரி, (1933 - 1972)
பின் அட்டை ஆசிரியர் கோட்டோவியம் : வெற்றி என்கிற D.R.K.கிரன்
புத்தக வடிவமைப்பு : கோபு ராசுவேல்
பிழைத்திருத்தம் : கமலாலயன்

ஜெயந்திக்கும், அருண்மொழிக்கும்...

My sincere thanks to

Sangam house

International writers residence program 2016 December - Session 9

and kalasuvadu publication.

Poet Sukumaran and Malan Narayanan

சீனிவாசன் நடராஜன் (ஜனவரி, 1972)

ஓவியர், நாவலாசிரியர், புகைப்படக் கலைஞர்

ராஜமன்னார்குடியில் விவசாயக் குடும்பத்தில் பிறந்தவர். தமிழ்நாடு அரசின் 2007ஆம் ஆண்டுக்கான கலைமாமணி விருது, தேசிய அளவிலான இரண்டு விருதுகள், மாநில அரசின் விருது என்று பல விருதுகளைப் பெற்றவர்.

ஆய்வு மாணவராக இவர் வெளியிட்ட ஆய்வுக் கட்டுரைக்கு தேசிய அளவிலும், சர்வதேச அளவிலும், இரண்டு விருதுகளைப் பெற்றிருக்கிறார்.

இந்திய அளவிலும் உலக அளவிலும் 30 ஆண்டுகளாக பல கண்காட்சிகளை நடத்தி வருகிறார்.

சைவ சித்தாந்தம் படித்தவர், நுண்கலைக் கல்வி வண்ணக் கலைப்பிரிவில், இளங்கலை, முதுகலைப் பட்டம், மேலாண்மையில் முதுகலைப் பட்டம், ஆய்வியல் நிறைஞர் பட்டமும் பெற்றவர்.

1991இல் சென்னை விமான நிலையத்தில் இவரின் முதல் தனிநபர் கண்காட்சி நடந்தது, அதே ஆண்டில் நோட்புக் கவிதைகள் என்ற பெயரில் முதல் கவிதைத் தொகுப்பு வெளியிடப்பட்டது.

தொடர்ந்து விடம்பனம் நாவல், அச்சப்படத் தேவையில்லை, நம்மோடுதான் பேசுகிறார்கள், புனைவு, கனவு விடியும் ஆகிய கட்டுரைத் தொகுதிகளையும் எழுதி வெளியிட்டிருக்கிறார்.

கணையாழி இலக்கிய இதழின் இணை ஆசிரியராக பணியாற்றியவர்.

தமிழ்நாடு அரசு 2018ஆம் ஆண்டில் துவங்கிய பள்ளிக்கூட மாணவர்களுக்கான புதிய பாடத்திட்டத்தின் புத்தகங்களுக்கு, வடிவமைப்புக்கான கொள்கைக் குறிப்புகளை எழுதி வடிவமைத்தவர், தலைமை வடிவமைப்பாளராகவும் செயல்பட்டு 60 நாட்களில் 35000 பக்கங்களுக்கு மேல் வடிவமைத்த குழுவின் தலைவராகச் செயல்பட்டார்.

தமிழ்நாடு அரசு விளையாட்டுப் பல்கலைக்கழகத்தின் சிண்டிகேட் உறுப்பினராகவும் செயல்பட்டவர்.

தமிழ் இலக்கியத்தில் கவிதைகளுக்கான, 1 லட்சம் ரூபாய் பரிசுத் தொகையுடன் கூடிய கவிஞர் ஆத்மாநாம் விருதை ஆண்டுதோறும் வழங்கும் ஆத்மாநாம் அறக்கட்டளையின் நிறுவனர்.

மின்னஞ்சல்: arunsriindia369@gmail.com

முன்னுரை

கதை என்ற சொல்லாடல் தமிழில் புனைவு என்பதாகவே காலங்காலமாக வழங்கப்பட்டு வருகிறது. ‘பிள்ளைக் கதைகள் பேசுகிறாய்’ என்ற பாரதியின் கவி மொழியாகட்டும், “யார் கிட்ட கதை விடுகிற” என்று காவலர்கள் மிரட்டும் அதிகார மொழியாகட்டும் கதை என்பது புனைவுதான். ‘பொருள் மரபிலாப் பொய்மொழி என்ற புறநானூற்று வாக்கியத்தின் ஒற்றைச் சொல்தான் புனைவு. வியப்பளிப்பது என்னவென்றால் சங்ககாலத்துச் சொல்லான ‘பொய்மொழி’யும் புனைவைக் குறிக்கும் ஆங்கிலச் சொல்லான Fiction என்பதும் ஒரே பொருளைக் குறிப்பது. Fictitious என்ற சொல்லுக்கு Created, Not genuine, False எனப் பல சொற்களில் அகராதிகள் பொருள் சொல்லும். இரு வேறு கலாச்சாரங்களிலும் ஒரே பொருளில் புனைவுக்கான சொற்கள் பயில்வது ஒன்றைத் துலக்கமாகச் சொல்கின்றன. உலகெங்கும் புனைவு என்பது பொய்மொழி.

இந்தத் தாளடியும் ஒரு புனைவுதான். இன்னும் சொல்லப்போனால் மரபிலாப் பொய்மொழி. அதாவது வழக்கமாக நாம் அறிந்த கதை சொல்லல் மரபிலிருந்து விலகி நிற்பது. இந்தப் புனைவின் வசீகரங்களில் அதுவுமொன்று. நான் சிறு பிள்ளையாக இருந்த போது பொழுதைக் கொல்ல நான் ஒரு கண்ணாடிக் குவளையில் நீரை எடுத்துக் கொண்டு, அதில் என் பேனாவின் கழுத்தைத் திருகி ஒரு சொட்டு, ஒரே ஒரு சொட்டு மசியை அதில் சிந்த வைப்பது. (அப்போது ஊற்றுப் பேனாக்கள் பயன்பாட்டில் இருந்தன) அந்த மசித் துளி நீரில் புகை போலத் தன்னை விசிறிக் கொண்டு இறங்கும் கோலம் ஒரு கவிதைக் கணம். வியப்பு என்னவென்றால் எல்லாத் தருணங்களிலும் ஒன்றே போல அந்தக் கோலமிராது. ஒவ்வொன்றும் கண நேர ஓவியம்.

தாளடி என்ற இந்தப் புனைவின் மொழியும் அப்படித்தான். சொற்சித்திரங்களை வரையும் கவிதை மொழி, அரசியல் உரை, திருமுறையிலிருந்து மேற்கோள், மக்களின் பேச்சு மொழி, கதாசிரியனின் விவரிப்பு மொழி எனப் பல இழைகள் இந்தப் புதினத்தில் விரவிக் கிடக்கின்றன.

எந்தப் புனைவும் நிஜங்களின் எதிரொளிதான். ராஜாஜி சுதந்திராக் கட்சியைத் தொடங்கிய போது நேரு அதை வெறும் நிழல் என்று கேலி செய்தார். நிஜம் என்ற ஒன்றில்லாமல் நிழல் என்பதில்லை (There is no shadow without substance) என அதற்கு பதிலடி கொடுத்தார் ராஜாஜி. அதுபோலப் புனைவுகள் நிஜத்திலிருந்துதான் கிளைக்கின்றன. நிஜத்தின் உக்கிரத்தை அப்படியே எதிர்கொள்ள இயலாமை, அல்லது, நீர் கொதித்து அடங்கிய பாண்டத்தைத் துணி கொண்டு பற்றுவது போல நிஜத்தை மனதிலிருந்து இறக்கி வைக்க, அந்த நிஜம் உருக் கொண்ட காரணிகள், அல்லது அதைச் செலுத்திய சக்திகள் அவற்றை நினைவு கூர, அடுத்த சந்ததிக்கு எடுத்துச் சொல்ல, அல்லது இவை ஏதுமேயில்லாமல் வரலாறு தரும் கிறக்கத்தை நாடி, ஏதோ ஒன்று நிஜத்திலிருந்து புனைவு கிளைக்கக் காரணமாகிறது.

“இந்தக் கதை கதை சொல்வதற்காக எழுதப்படவில்லை. சில தியாகங்களை நினைவூட்டி, கேள்விகளை எழுப்பி, உங்களின் பார்வைக்கு உங்கள் வாழ்வியலையே முன் வைக்கும் சிறு முயற்சிதான்” என்கிறார் சீனிவாசன்.

இந்தப் புனைவு 1968ஆம் ஆண்டு டிசம்பர் 25ஆம் நாள் கீழ் வெண்மணியில் நாற்பத்தி நான்கு பேர் உயிரோடு கொளுத்தப்பட்ட கொடூரத்தின் நினைவில் கிளைத்தது. அந்த நாற்பத்து நான்கு பேரில் 19 பேர் குழந்தைகள், 20 பேர் பெண்கள், முதியவர் ஒருவர். குழந்தைகளில் ஒரு வயதுக் குழந்தைகள், மூன்று வயது ஐந்து வயதுக் குழந்தைகள், கூட இருந்தார்கள். பெண்களில் கர்ப்பிணிப் பெண்கள் உண்டு. எதிர்த்துப் போராட வலுவற்றவர்கள் உயிரோடு கொளுத்தப்பட்டார்கள். உண்மையில் அவர்கள் வன்முறைக்கு அஞ்சி எட்டுக்கு ஐந்து இருந்த ஒரு குடிசையில் தஞ்சம் அடைந்தவர்கள்.

சுதந்திர இந்தியாவில் தமிழகத்தின் ஜாலியன் வாலா பாக் கீழ்வெண்மணி. அதற்கு முன்பும் அதற்குப் பின்னரும் இத்தனை பெரிய படுகொலை நிகழ்ந்ததில்லை. இன்னும் சொல்லப்போனால் தமிழகத்தில் நடந்த ஒரே வர்க்கப் போராட்டம் அதுதான். தமிழகத்தில் ஜாதி மோதல்கள் நடந்திருக்கின்றன. மத மோதல்கள் நடந்திருக்கின்றன. ஆனால் வர்க்க ரீதியாக மக்கள் எதிர் கொண்ட கொடூரம் கீழ்வெண்மணிதான். நிலச்சுவான்தார்களில், நாயுடுக்கள், வாண்டையார்கள், பிள்ளைமார்கள், பிராமணர்கள், செட்டியார்கள், தேவர்கள் என எல்லா ஜாதியினரும் இருந்தனர். இஸ்லாமியர்கள் கூட இருந்தனர் என இந்தப் படைப்புப் பதிவு செய்கிறது. எனவே இது சாதிய மோதல் அல்ல (காவல் துறையின் முதல் தகவல் அறிக்கை இதை சாதிய மோதல் எனப் பதிவு செய்திருந்தது).

சுதந்திரத்தோடு தோன்றிய நம்பிக்கைகள், பொற்காலக் கனவுகள் பொய்த்துப் போனதையடுத்து, நாடு முழுவதும் 1960கள் தொடங்கி 70கள் வரை அரசியல் ஒரு கொதிநிலையில் இருந்தது. தொழில்மயமாகாத, நகர்மயமாகாத இந்திய சமூகத்தில் இந்தக் கொதிப்பின் முதல் குரல் தேவை நிலச்சீர்திருத்தம் என்று எழுந்தது. 1938லிருந்தே இடதுசாரிகள் இந்தக் குரலை எழுப்பி வந்திருந்த போதிலும், விடுதலைப் போராட்ட முனைப்பில் இது பின்னால் தள்ளப்பட்டிருந்தது. சுதந்திரத்திற்குப் பின் அது வலுப்பெற்றது.

இந்தக் குரல், அன்று தமிழ்நாட்டில் பிரிக்கப்படாத தஞ்சை மாவட்டத்தில் உரத்து ஒலித்தது. அதற்கான காரணங்கள் பல. அவற்றுள் முக்கியமானது தஞ்சை மாவட்டம் என்பது ஆகப் பெரிய நிலவுடமைச் சமூகம். சோழர்கள் காலத்திலிருந்து பல தலைமுறைகளாகத் தொடர்ந்து நிலவுடமைச் சமூக அமைப்பு கெட்டி தட்டிப் போயிருந்தது. மாவட்டம் முழுவதும் காவிரி பாய்ந்ததன் காரணமாக முப்போக விளைச்சல் காணும் பகுதியாக இருந்தது. நெல் பயிரிடாத காலங்களில் உளுந்து போன்ற பணப்பயிர்கள் பயிரிடுவதும் வழக்கமாக இருந்தது. ஆனால் நூற்றுக்கணகான வேலி நிலங்கள் (வேலி: அப்போது தஞ்சையில் நடைமுறையில் இருந்த நில அளவை) சில குடும்பங்களின் கையில் இருந்தன. தனியாரிடம் இருந்ததைப் போல, சோழர்கள் காலத்தில் எழுப்பப்பட்ட பல ஆலயங்களின் வசமும் ஏராளமான நிலங்கள் இருந்தன.

பயிர்த் தொழில் காரணமாகப் பண்ணைக் கூலிகள் முறை வழக்கத்தில் இருந்தது. வேளாண் தொழிலையன்றி வேறு எதற்கும் அவர்கள் பழக்கப்படுத்தப்படவில்லை. கூலி ரொக்கமாக அல்லாமல், பெரும்பாலும் நெல்லாகவே அளிக்கப்பட்டது. அதனால் அடித்தள மக்களின் வாழ்வாதாரம் நிலம் சார்ந்தே இருந்தது. இந்த நிலையைப் பயன்படுத்தி அவர்களை அச்சுறுத்தி அடிமைகளாக வைத்திருக்கும் நிலையை நிலச்சுவான்தாரர்கள் பின்பற்றி வந்தார்கள். விசாலமான கூடங்கள் கொண்ட நிலச்சுவான்தார் வீடுகளில் காந்தி நேரு படங்களுக்கு நடுவில் இரட்டைச் சவுக்குகளையும் காணலாம்.

விடுதலைக்கு முன்பே உழவோருக்கே நிலம் என்ற முழக்கத்தை முன் வைத்து மணியம்மாளும், சீனிவாசராவும் தஞ்சைப் பகுதியில் விவசாயத் தொழிலாளர்களைத் திரட்டிக் கிராமங்களில் சங்கங்கள் அமைத்திருந்தனர். பல கிராமங்களில் செங்கொடிகள் பறந்தன.. பின்னர்,1964ல் கம்யூனிஸ்ட் கட்சி பிளவுபட்டு பலவீனமடைந்திருந்த போதும், மார்க்சிஸ்ட் கம்யூனிஸ்ட் கட்சியில் உறுப்பினர்களாக இருந்த

இளைஞர்கள் சிலர், நிலச்சுவான்தாரர்களைக் கொலை செய்து புரட்சியை முன்னெடுக்கும் அழித்தொழிப்பை ஒரு கொள்கையாகக் கொண்ட நக்ஸலைட் இயக்கத்திலும் இணைந்து கொண்டிருந்தனர். (நாகை தாலுகா கம்யூனிஸ்ட் கட்சியினரைப் பற்றி "அவர்கள் பகலில் கம்யூனிஸ்ட்கள், இரவில் நக்சல்பாரிகள்" என்று அண்ணா முதலமைச்சராக இருந்த போது ஒருமுறை சட்டமன்றத்தில் குறிப்பிட்டார்) .பெரியாரின் கடவுள் மறுப்பு இயக்கத்தால் ஈர்க்கப்பட்ட இளைஞர்கள் ஆதீனங்களின் வசம் பெருமளவு நிலம் இருந்ததால் நிலவுடமை அமைப்பை மாற்றுவதில் ஆர்வம் கொண்டார்கள். ஆனால் பெரியார் அப்போது காமராஜரையும், காமராஜரது காங்கிரஸ் நிலச்சுவான்தாரர்களையும் ஆதரித்ததால், அந்த இளைஞர்கள் கம்யூனிஸ்ட் கட்சியை நோக்கியோ, பெரியாரிடம் முரண்பட்டுத் தொடங்கப்பட்டிருந்த திமுகவை நோக்கியோ நகரத் தொடங்கியிருந்தனர். இன்னொருபுறம், வினோபாவேயால் முன்னெடுக்கப்பட்டு ஜெயப்பிரகாஷ் நாராயணனால் வழிநடத்தப்பட்ட சர்வோதய இயக்கமும் அங்கு அறிமுகமாகியிருந்தது.

சுருக்கமாகச் சொன்னால் தஞ்சைப் பகுதியில் அரசியல் நடவடிக்கைகள் 60கள் முதல் 70கள் வரை முனைப்பாகவே இருந்தன. அவற்றின் மையப்புள்ளியாகக் கீழ்தஞ்சை திகழ்ந்தது.

1961இல் தமிழகத்தில் நில உச்சவரம்புச் சட்டம் நிறைவேற்றப்பட்டது. ஆனால் அது ஏட்டிலேயே இருந்தது. சட்டத்தில் இருந்த ஓட்டைகள், அளித்திருந்த விதி விலக்குகள் இவற்றைப் பயன்படுத்தி நிலச் சுவான்தார்கள் தங்கள் உடமைகளைக் காப்பாற்றிக் கொண்டிருந்தார்கள். அறக்கட்டளைகள் துவக்கி அதன் பேரில் நிலங்களைப் பதிவு செய்து கொண்டார்கள். (இந்த முறையைப் பின்பற்றி, வலிவலம் தேசிகர் 600.5 ஏக்கர் நிலத்தைத் தக்க வைத்துக் கொண்டதாக 2003ல் வெளியிடப்பட்ட தமிழ்நாட்டில் நிலச் சீர்திருத்தம் முடிவடையாத கடமை என்ற சிவப்பிரகாசத்தின் ஆய்வு அறிக்கை கூறுகிறது.) 1967 வரை ஆட்சியிலிருந்த காங்கிரசோ, அதன் பின் ஆட்சிக்கு வந்த திமுகவோ இதனை செப்பம் செய்யவில்லை என்பது மட்டுமல்ல, அந்த நிலை தொடர அனுமதித்தன.

பல்வேறு சமூக— அரசியல் விசைகள் முறுக்கேற்றிய சூழலில் இருந்த முரண்கள் கூர்மை பெற்றதின் உச்சநிலை வெளிப்பாடுதான் கீழ்வெண்மணி. இவை யாவற்றையும் சீனிவாசன் இந்தத் 'தாளடி'யில் வெவ்வேறு பாத்திரங்கள் மூலம் காட்சிப்படுத்தி நினைவுகூர்கிறார். பல பாத்திரங்களுக்கு அவர்களது இயற்பெயர்களே பயன்படுத்தப்

பட்டிருக்கின்றன. ராமய்யா, கோபாலகிருஷ்ண நாயுடு, கோவிந்தராஜ நாயுடு, பாப்பாத்தி, வடிவேலு இவர்களெல்லாம் அந்தக் களத்தில் ரத்தமும் சதையுமாக நடமாடிய மனிதர்கள். இதன் நோக்கம் புனைவை மங்கச் செய்து நிஜத்தை முன்நிலைப்படுத்துவதாக இருக்கலாம். ஏனெனில் நாவலின் நோக்கம் நினைவு கூர்தல். நினைவு கூர்தலுக்கான அவசியத்தைக் காலம் ஏற்படுத்துகிறது. கீழ் வெண்மணிச் சம்பவம் நடந்து ஐம்பதாண்டுகளுக்கு மேலாகி விட்டன ஒரு தலைமுறை அதன் உக்கிரத்தை அறியமாட்டார்கள். சிறிய அளவில் நினைவு நாள் கொண்டாடுவதையன்றி பெரிய தொடர் நிகழ்வுகள் இல்லை என்பதால் ஊடகங்கள் அதைப் பொருட்படுத்துவதில்லை. அரசியல் கட்சிகளுக்குள்ளேயே இதைக் குறித்த விவாதங்கள் இல்லை.." கீழ்வெண்மனினா என்ன?" என்று தன்னிடம் தொழிற்சங்க இயக்கத்தில் இருக்கும் சிலரே கேட்டார்கள் என இடதுசாரிச் செயற்பாட்டாளர் தியாகு ஒரு இடத்தில் பதிவு செய்துள்ளார். ஆனால் அந்தச் சம்பவத்தை நினைவு கூர்வதுடன் நிறுத்தி விடுவதில் பயனில்லை.

கீழ்வெண்மணியை நினைவு கூர்கிறவர்கள் ஒரு முக்கியமான கேள்வியைக் கேட்டுக் கொண்டாலன்றி முன்நகர்வுகள் சாத்தியமில்லை. அந்தக் கேள்வி: கீழ்வெண்மணி இன்று எப்படியிருக்கிறது?.

எந்தக் கூலிப் பிரசினை பண்ணையாட்கள் போராட்டத்தின் முகமாக இருந்ததோ அது இன்று அனேகமாக கூர் மழுங்கி விட்டது. இயந்திரங்கள் வயலுக்குள் இறங்கி விட்டன. பண்ணையாட்கள் வெளியேறிவிட்டார்கள் இந்தப் புனைவின் தொடக்கத்தில் டிராக்டர் ஓட்டும் தொழிலாளியாக அறிமுகம் ஆகும் அன்பழகனுக்கும் அவன் மனைவி தாமரைக்கும் உறவு முறிய இயந்திரத்தின் வருகையே காரணமாக இருக்கிறது. "மக்களுக்கு எதிரா இந்த மிஷின் இருக்கு அப்படீனு சொல்றாளுவோ. அரிசி மில்லுக்கு மட்டும் தவுடள்ளப் போறாளுவளே, கேட்டா எட்டூரு நடவாளு வவுத்துல அடிக்கிற பொழைப்பை நான் பாக்குறனாம்" எனப் பொருமுகிறான் அன்பழகன்.

ஆறு வறண்டதால் முப்போகம் என்பது வரலாறாகிவிட்டது. காமதேனுவின் மடி வற்றிவிட்டதால் நிலத்தை முன்னிறுத்திய பிணக்குகள் குறைந்து விட்டன. கல்வி பெருகியிருக்கிறது. ஆனால் கல்விச்சாலைகளிலிருந்து மாணவர்கள் அரசியலில் களத்தில் குதிப்பது குறைந்திருக்கிறது. அவர்கள் கிராமங்களிலிருந்து வெளியேறி வேலை நாடி நகரங்களுக்குப் போய்விட்டார்கள். அரசியல் கடசிகள் பொய்த்துவிட்டன. சர்வோதய இயக்கம் அனேகமாகத் தடம் இன்றி மறைந்து விட்டது. அழித்தொழிக்கும் தீவிரவாதிகள் அவிந்துவிட்டனர்.

கம்யூனிஸ்ட் கட்சிகள் தேர்தல் அரசியலில் தங்களை பலி கொடுத்துக் கொண்டு விட்டார்கள். அவர்களின் கூட்டுப் பேர உரிமை என்பது கூட்டணிக் கட்சிகளிடம் பிரச்சாரத்திற்குப் பணம் வாங்கும் போது மட்டுமே செயல்பாட்டில் இருக்கிறது. சாட்டைகளும் சாணிப்பால்களும் காணாமல் போய்விட்டன. சாட்டையடி வாங்கியவர்கள் சட்டமன்ற உறுப்பினராகி தங்களுக்குச் சமமாக அமர்ந்து பேச முடியும் என்பதை ஜனநாயகம் நிரூபித்துக் காட்டியிருக்கிறது. திராவிட இயக்கங்கள் புதிய ஆண்டைகளை உருவாக்கியிருக்கின்றன. அந்த ஆண்டைகளும் பரம்பரை ஆண்டைகளாக ஆகிவிட்டார்கள். அரசியல் என்பது பங்காளிக் காய்ச்சலாகக் குறுகி இருக்கிறது. தொலைக்காட்சிகளின் பெருக்கம், படிப்பகம், பொதுக்கூட்டம் என்ற பரப்புரைச் சாதனங்களைத் தேவையற்றதாக்கியிருக்கிறது. இதனால் அரசியல் என்பது சமூகச் செயல்பாடு என்பதிலிருந்து தனிமனிதச் செயல்பாடாக மாற்றம் கண்டிருக்கிறது. என இந்தப் படைப்புப் பதிவு செய்கிறது.

ஆனால் கீழ்வெண்மணிக்குப் பிந்தைய ஐம்பதாண்டுகால இந்தத் தலைகீழ் மாற்றம் அல்லது ஏமாற்றம் வாசிப்பவனின் மனதில் அனல் மூட்டுவதாக இந்த நாவலில் வீர்யம் கொள்ளவில்லை.. புனைவின் இறுதிப்பகுதியில், கதை முடிக்கும் அவசரத்தில், ஓர் உரையாடலில் ஒரு பத்தி அளவிற்கு மட்டுமே இடம் பிடிக்கிறது. அதில் "இரண்டு முதலமைச்சர்களும் நம்ம ஆளுங்கதான்" என்று ஒரு தோழர் கருணாநிதியையும் எம்.ஜி.ஆரையும் இடதுசாரிகளாகச் சித்தரிப்பதையும், எம்.ஜி.ஆருக்குப் பிறகு அண்ணா திமுக வலதுசாரிகள் கையில் போய்விட்டது என்ற வரிகள் நகைச்சுவையாக அமைந்து அந்தப் பத்தியில் வெளிப்பட்டிருக்க வேண்டிய உக்கிரத்தைக் குறுக்குகின்றன. வாரத்திற்கு ஆடு மேய்த்துக் கொண்டிருந்த பெண்களை ஆடுகளின் சொந்தக்காரர்கள் ஆக்கியதும், சுய உதவிக் குழுகள் மூலம் பெண்கள் கையில் காசு புழங்கச் செய்தது, சைக்கிள்கள் கொடுத்து அவர்களின் நகர்வுகளை லகுவாக்கியது இவற்றின் மூலம் ஆண்களைச் சார்ந்திராது பெண்களை அதிகாரப்படுத்தியது எம்.ஜி.ஆருக்குப் பின் வந்த 'வலதுசாரி' ஆட்சிதான். ஆனால் ஆளுக்கு இலவசமாக ஒரு ஏக்கர் நிலம் என்ற திமுகவின் தேர்தல் வாக்குறுதி வெற்றுரையாக நிற்கிறது.

உண்மையில் கீழ்வெண்மணிக்குப் பிந்தைய ஐம்பதாண்டுகால மாற்றம் விரிவாகவும் கூர்மையாகவும் எழுதப்பட வேண்டிய ஒன்று. நந்தன் கோபாலகிருஷ்ண நாயுடுவைக் கொலை செய்வதிலிருந்து தொடங்கி அதை எழுதலாம். தாளடி முதல் புத்தகம் என்று சொல்கிறார் சீனிவாசன். எனவே அவர் அதையும் எழுதுவார் என்றே நம்புகிறேன். காத்திருக்கிறேன்.

1857இல் எழுதப்பட்டு 1879இல் வெளியான பிரதாப முதலியார் சரித்திரத்தைத் தமிழின் முதல் நாவல் எனக் கொண்டால் தமிழ் புதினம் நூற்றைம்பது ஆண்டுகளைக் கடந்து விட்டது. இந்த நூற்றைமபது ஆண்டுகளில் ஏராளமாக எழுதிக் குவிக்கப்பட்டிருக்கின்றன. ஆனால் தமிழ்ப் புனைவுகளில் வகைப்பாடுகள் குறைவு. அமெரிக்க இலக்கியத்தில் தொடர்ந்து பல வகைகள் முயற்சிக்கப்பட்டு வருகின்றன. அவற்றில் ஒன்று புதினமல்லாத புனைவு.(non –fiction fiction). நார்மன் மெய்லர், டாம் உல்ஃப் போன்றவர்கள் சில அந்த வகைப் படைப்புக்களைத் தந்திருக்கிறார்கள். தமிழில் அந்த முயற்சிகள் மிக அரிதாகவே நிகழ்ந்திருக்கின்றன.

சீனிவாசன் நடராஜனின் இந்த நாவல் ஒரு அரிய முன்னெடுப்பு. வடிவத்தில் ஒரு புதிய வகைப்பாட்டை வெற்றிகரமாக முயற்சித்துப் பார்த்திருக்கிறார். ஒரு வசீகரமான கதை மொழி வாய்த்திருக்கிறது. உறுத்தாத அங்கதம் ஆங்காங்கு இழையோடுகிறது. தகவல்களையும் தரவுகளையும் தேடிக் கண்டடையும் முனைப்பும் அறிந்தவற்றையெல்லாம் கொட்டிவிடாமல் அவற்றை பொருத்தமாகவும் அளவாகவும் பயன்படுத்தும் பொறுப்புணர்வும் இருக்கிறது.. இவையெல்லாம் இந்தப் படைப்பை விகசிக்கச் செய்கின்றன. நல்வாழ்த்துகள்!

— மாலன்

‘பாரதி’
சென்னை —41

என்னுரை

'மௌனம்' உலகின் சிறந்த மொழி. இதுவரை எழுதியிருக்கும் பக்கங்களை இரண்டாகப் பிரித்து வெவ்வேறு புத்தகங்களாக செய்திருக்கிறேன். முதல் புத்தகத்தில் எழுதப்படாத பக்கங்களின் மௌனங்களை இரண்டாம் புத்தகத்தின் கதையாகவும், இரண்டாம் புத்தகத்தின் கதையில் வரிகளுக்கு இடையில் இருக்கும் வெற்றிடங்களை முதல் புத்தகத்தின் கதையாகவும் சொல்ல முயற்சி செய்திருக்கிறேன்.

'தாளடி'

ஒரு புதினம் அல்லது நாவல் அல்லது ஒரு புத்தகம். மதராஸ் மாகாணத்தின் காவிரி பாயும் நிலப்பரப்பில் கழிமுகப் பட்டினமாம் புகார் நகரம், அந்நகரத்தைச் சுற்றி இருக்கும் நிலப்பகுதியையே தஞ்சை ஜில்லாவில் 'கீழத்தஞ்சை' என்று அழைக்கிறார்கள்.

கீழத்தஞ்சையில் வெண்ணாற்றுப் பாசனப் பகுதிகளான நாகப்பட்டினம், கீழ்வேளூர், வேதாரண்யம், திருத்துறைப்பூண்டி உள்ளிட்ட பழைய நாகப்பட்டினம் தாலுகா தான் கதைக்களம்.

மதராஸ் மாகாணத்தின் சட்டப் பேரவை 'தமிழ்நாடு' என்று பெயர் சூட்ட தீர்மானம் நிறைவேற்றிய 1967 ஆம் ஆண்டின் டிசம்பர் மாதத்தில் இயேசு பிறப்பதற்கு முன்னும் பின்னுமாக கதையின் காலம் நகர்கிறது.

உலகின் பல மாற்றங்களுக்கு விதையாய் இருந்த இரண்டு ஜெர்மானிய மெய்யியலாளர்களான கார்ல் மார்க்சும் ஏங்கல்சும் ஹெகலின் சிந்தனைகளால் ஈர்க்கப்பட்டு இளம் ஹெகலியர்களாக இருந்து, ஹெகலின் "எல்லாம் மாற்றத்திற்கு உட்பட்டதுதான். பிரம்மம் தவிர்த்து." என்ற கருத்தை மறுத்து, எல்லாம் மாற்றம் பெறும் என்ற புதிய சமூக அறிவியல் கோட்பாட்டை எழுதினார்கள். இங்கிருந்து துவங்கி ருஷ்யப் புரட்சிக்கு வித்திட்ட லெனின் வடிவமைத்துக் கொடுத்த மார்க்சிய தத்துவத்தை, சிந்தனா முறையை நாம் எடுத்துக் கொண்டு, 1920-23ஆம் ஆண்டுகளில் தாஷ்கண்ட் நகரில் தோற்றுவிக்கப்பட்ட இந்திய கம்யூனிச இயக்கத்தையும், அதே காலகட்டத்தில் இங்கிலாந்தில் உருவான தேசியவாத அமைப்பின் உருவாக்கத்தையும் ஒருங்கே நேர்கோட்டில் வைத்து, இவற்றுக்கான கிளைகள் உருவாகி வளர்ந்து கொண்டிருந்த கீழத்தஞ்சையை மையப்படுத்தி இந்த நாவலில் பேச முனைந்திருக்கிறேன்.

ஆயுதப் புரட்சி, இரகசிய இயக்கம், அழித்தொழிப்புக் கொள்கை, காந்தியம், பெரியாரிசம், மார்க்சியம், திராவிடம், தனித்தமிழ் இயக்கம், மொழிவாரி மாநிலம், சாதி ஒழிப்பு, தொழிலாளர் நலன் என்று எல்லாவற்றிலும் மேற்சொன்ன இரண்டு இயக்கங்களும் ஒன்றை ஒன்று ஊடுருவி, "மக்களைத் திரட்டுவது மக்களுக்காக" என்ற கொள்கையை மையப் புள்ளியாகக் கொண்டு இயங்கி வந்த முறையை கருவாக வைத்திருக்கிறேன்.

இவ்வியக்கங்களின் கட்டுமானத்தில் முதல்படி 'தியாகம்'. அதன் நடைமுறைச்செயல் உத்தியின் பிரதான கொள்கை 'அழித்தொழிப்பு'. குறிப்பாக கீழத்தஞ்சை நிலவுடைமையாளர்களுக்கும், விவசாயப் பெருங்குடி மக்களுக்கும் இடையில் இருந்த எழுச்சி அதன் அடிப்படை எந்த சித்தாந்தத்தின் தூண்டுதல் என ஆராய்ந்தால் கிடைக்கும் மையப்புள்ளி ஒன்றுதான் என்றோ அல்லது வெவ்வேறு என்றோ விடை கிடைக்கலாம்.

இதுவே பார்வை.

எல்லாவற்றையும் கேள்விக்குள்ளாக்குவது, அறிவின் துணைகொண்டு பகுத்து அறிந்து வாழ்வைக் கொண்டாடுவது, சுயமரியாதையுடன் இருப்பது இம்மூன்றையும் கடைப்பிடிக்கும் தனி மனிதர்களின் வாழ்க்கையை விவரித்து இருக்கிறேன்.

இந்தக் கதை, கதை சொல்வதற்காக மட்டும் எழுதப்படவில்லை. சில தியாகங்களை நினைவூட்டி, கேள்விகளை எழுப்பி உங்களின் பார்வைக்கு உங்கள் வாழ்வியலையே முன்வைக்கும் ஒரு சிறு முயற்சிதான்.

இதன் ஊடாக செவ்வியல் கலைகளும் அவற்றுக்குண்டான பயிற்சியும் காட்சிப்படுத்தலும் தேவைதானா என்ற கேள்வியை முன்வைத்து, மலிந்த கலைப்போக்கு என்ற ஒரு பிரிவு இருக்கிறதா? மக்கள் கலைக்கான அல்லது பிரச்சார கலைக்கான வடிவம் என்ன? போன்ற கேள்விகளை எழுப்புவது என் நோக்கம் அல்ல. இப்படியான கேள்விகள் உங்களிடம் இந்தக் கதையைப் படிக்கும் பொழுது தோன்றினால், வழக்கம் போல் அதைத் தூர எறிந்து விட்டு நழுவிப்போய் விடுங்கள் என்று சொல்வதற்காகவும்.

அன்புடன்,
சீனிவாசன் நடராஜன்
01-05-2020, மெட்ராஸ்.

முதல் புத்தகம் 'தாளடி' உங்கள் கைகளில். இரண்டாம் புத்தகம் ஓராண்டுக்குப் பிறகு.

இந்த நாவலில் வரும் பெயர்களும், சம்பவங்களும் கற்பனையே. எவரையும் குறிப்பிடுவன அல்ல.

1

'கா சிரங்கா' மிகப்பெரிய வனாந்திரம். அங்கு காட்டு நீரெருமை மாடுகள் கூட்டம் கூட்டமாக வாழ்வதை அவன் பார்த்துக் கொண்டிருந்தான். எருமைகளின் மிக நீண்ட அகலமான கொம்புகள் அவனை வசீகரித்தன. "இங்கு எப்படித்தான் இவற்றால் வாழ முடிகிறதோ?", என்று அவனுக்குத் தோன்றியது.

வீட்டில் 100 மாடுகளுக்கு மேல் இருந்தன. முர்ரா எருமை 50 லிட்டர் பால் கறக்கும். எருமைக்கிடா நான்கு ஜோடிகள் அதில் அடக்கம். சுருட்டை எருமையும் அவனுக்கு ரொம்பப் பிடிக்கும். பழைய தமிழ்த் திரைப்படம் ஒன்றில்,

"என் எருமை கன்னுகுட்டி.....",

என்ற பாடலை, இரண்டு மூன்று முறை பார்த்திருக்கிறான். மெட்ராஸ் வந்த புதிதில் 'கௌல் பஜார்' அடையாறு ஆற்றங்கரை ஓரத்தில் அமைந்த ஊர், தாத்தாவின் கிராமத்தை நினைவுபடுத்தியது. காரணம், ஒவ்வொரு வீட்டிலும் 50-க்கும் மேற்பட்ட எருமை மாடுகளை வளர்த்தார்கள். ஔவையின் பாடல் ஒன்றில்,

"எட்டேகால் லட்சணமே....

எமனேறும் பரியே...."

என்ற தொடர் பிரபலம். மாயவரம் விஜயா தியேட்டரில் 'எமனுக்கு எமன்' படம் வந்தபோது,

எருமை மாட்டுக்கு ஒரு தனி கட்டவுட் வைத்தார், விஜயா செட்டியார் என்பதெல்லாம் அவன் நினைவுக்கு வந்தது. பஞ்சாப் மாநிலம் பாட்டியாலா நகரத்திற்குச் சென்ற போது எருமை மாடுகளுக்கான சந்தையைப் பார்த்திருக்கிறான். பாகிஸ்தான் இந்தியப் பகுதிகளில் எருமை மாடுகளுக்கென தனியாகப் பண்ணைகள் உருவாக்கி இருக்கின்றார்கள் என்பதை அவன் தெரிந்து கொண்டான். அதில் ஓர் எருமை மாடு ஒன்றரை கோடிக்கு விலை போனது. எப்படி இருந்தாலும் இந்த காசிரங்காவின் நீரெருமை மாடுகளின் சுதந்திரத்திற்கு ஈடாகுமா?

"இவற்றைப் போல் இப்படி என்னால் வாழ்ந்துவிட முடியுமென்றால், எதற்காக நான் உன்னுடன் ஊர் திரும்ப வேண்டும்?"

ஒவ்வொரு முறையும் அவன் ஏதோ ஒரு பயணத்தில், எங்கோ சில காட்சிகளின் ஊடான லயிப்பில், தன் நண்பனிடத்தில் இப்படிச் சொல்லுவதுண்டு,

"ஹம்பி, விஜயநகர சாம்ராஜ்யத்தின் கலையம்சம் பொருந்திய பெரு நகரமைப்பு".

அவனுடன் இருந்தவன் கேட்டான், "இந்த சூரிய உதயத்தில் உனக்கு என்ன தோன்றுகிறது?"

"சூரியன் எல்லாத் திசைகளிலும் உதயமாவதில்லை, அல்லது உதயமாகும் திசையை நாம் கிழக்கு என்கிறோம். சூரிய உதயத்தைப் பார்க்கும்போதே நமக்கு அஸ்தமனச் சூரியனின் பிம்பம் தவிர்க்க முடியாததாகிறது. தவிர்க்க முடியாத பல நினைவுகளின் அடுக்குகளை நான் மறந்து போகவே முயற்சி செய்கிறேன்".

நண்பன் திரும்பவும் அவனிடத்தில் எதையோ கேட்பதற்கு முன்,

"நீ கேட்பதற்கெல்லாம் ஒரு பதிலை என்னால் தயார் செய்துவிட முடியும். அதுபோலவே ஒரு கேள்வியையும் நீ தயாரித்துவிட முடியும். கேள்விக்கும் பதிலுக்குமான இடைவெளியையே நான் பெரிதும் விரும்புகிறேன். இந்த

இடைவெளியானது, உதயாதி நாழிகைக்கும் அஸ்தமனத்திற்கும் இடைப்பட்ட காலத்தைச் சற்றே நீட்டிப் பார்த்தால், அது மைசூருக்கும் நாகப்பட்டினத்திற்கும் இடைப்பட்ட தூரக்கணக்கிலோ, நூறு ஆண்டு கால இடைவெளியாகவோ, கருடாழ்வாருக்கும் சிறிய திருவடிக்கும் முதுகு பக்கத்தில் ஏற்பட்டிருக்கும் இடைவெளியாகவோ கூட இருக்கலாம். கருடாழ்வார் ஒருமுறை மைசூருக்கு அருகே பறந்து கொண்டிருந்தபோதுதான், காலில் கவ்விப் பிடித்திருந்த நாகம் நழுவி கீழே விழுந்தது. விழுந்த இடத்திலிருந்த அக்ரஹாரத்தின் சுவர்களில் தீட்டப்பட்டிருந்த ஓவியங்கள் சொன்ன கதைகளை, உனக்கு நான் சொல்லாமலே கூட மௌனித்திருக்கலாம். உன் தயாரிப்பில் இல்லாத கேள்விகளுக்கு நானே ஒரு கேள்வியை முன்வைக்கிறேன்".

"அந்தக் கதைகளை எனக்குச் சொல்வாயா?"

"சொல்லாமல் போனால் என் தலை ஒன்றும் சுக்குநூறாக வெடித்துச் சிதறாது".

"சொல்லப்பட்டு விட்டதால் மீண்டும் ஒருமுறை சொல்லாமல் இருக்க எந்த அவசியமும் இல்லை. சொல்லப்பட்ட கதைகளைத் திரும்பச் சொல்வதற்கு - இடைவெளி - கதைகளில் எங்கிருந்து எதுவரை நான் மகிழ்ந்திருக்கிறேன் என்பதில் இருக்கிறது".

அழகான பட்டினம். கடற்கரை ஓரம், காந்தத் துகள்கள் கலந்து பரப்பப்பட்ட மணல்வெளி. லாஞ்சுகளை, கட்டுமரத்தைத் தன்னுள்ளே புதைத்து வைத்திருக்கிறது. கிழக்கிலிருந்து கரையேறி மேற்கு நோக்கிப் பயணித்தார்கள். சற்று தூரத்தில் பிரம்மாண்டமான மதில் சுவர் தென்படவே, அந்த மாளிகையைச் சுற்றிப் பார்க்கும் ஆர்வத்தில் வழிதேடி, மதில் சுவரைச் சுற்றிலும் தேடிப் பார்த்தார்கள். உள் நுழைவதற்கான வாசல் அடைபட்டிருந்தது. ஒருமுறை இருவரும் கண்களை மூடித்திறந்தபோது, மதில்சுவர் விலகி வழிவிட்டது.

"இத்தனை வெண்மை நிறத்தில் கட்டப்பட்ட தூண்களா?" என்று அவனிடம் கேட்டான்.

“உனக்கு அறிவே கிடையாது. என்னதான் நீ கிருஷ்ண பிரபு மகாராஜாவோட வாரிசா இருந்தாலும், நாகப்பட்டினத்தில் வந்து, கப்பக்கார செட்டியார் வீட்டப் பாத்து இப்படி ஒரு கேள்விய கேப்பியா? இடியட்.”

“கப்பக்கார செட்டியாரா இருந்தா எனக்கென்ன? காத்தான் செட்டியாரா இருந்தா எனக்கென்ன? எப்படி வெள்ளையா இருக்குன்னு கேட்டா சொல்ல வேண்டியதுதான... அத வுட்டுட்டு... குப்பையக் கௌர்றீங்க.”

“கௌர்றதுக்குதான் வந்திருக்கோம். அது குப்பையா இல்லையாங்குறது போக போகத் தெரியும்”.

கோத்திக் முறைப்படி வடிவமைக்கப்பட்டிருந்த அந்தப் பிரம்மாண்டமான வெள்ளை மாளிகைக்குள்ளே இருவரும் நுழைந்தார்கள். தெற்கு வடக்காக நீண்டு கிடந்த படிக்கட்டுகளில் ஏறி மேலே போனபோது, கிழக்கிலிருந்து வந்த கடல் காற்று கருவாட்டு வாசனையை முகத்தில் அடித்தது. படிக்கட்டுகளுக்கு அப்பால் நீண்டு கிடந்த வராண்டாவைக் கடந்து உள்ளே பார்த்தார்கள். பதினைந்து அடிகளுக்கும் குறைவில்லாத உயரத்தில், இருபது அடிக்குமேல் அகலம் கொண்ட தேக்குமரச் சட்டம் போடப்பட்ட ஓவியத்தில் பருத்த முலைகளுடன் நிர்வாணமாய் ஒரு பெண் படுத்திருந்தாள் அல்லது ஆழ்ந்த உறக்கத்தில் இருந்தாள். ஐரோப்பிய பாணி நிறக் கலவையில் தைல வண்ணத்தைக் கொண்டு தீட்டப்பட்ட அவ்வோவியம் இவ்விருவரையும் தொந்தரவு செய்தது. ஓவியத்தின் பின்புலம் பற்றித் தெரிந்துகொள்ள இருவருக்கும் ஆர்வம் ஏற்பட்டது.

ஓவியத்தின் மரச்சட்டம் ஒரு கதையைச் சொன்னது:

வடக்கு இத்தாலியில், லூசியன் ஃப்ராய்டு ஒவ்வொரு நாளும் யாரையோ தேடிக்கொண்டு திரிந்தான். ஒவ்வொரு நாளும் சோர்வோடு வீடு வந்து சேரும்போது, ஓட்கா அவனுக்காகக் காத்திருக்கும். ஆல்ப்ஸ், பேரழகின் பேருண்மை. பனி படர்ந்த மலைச்சிகரங்கள் கொடுக்கும் அழகை அவனால் ரசிக்க முடியவில்லை. அவனது வீட்டிலிருந்து தெரியும் காட்சி, நெருப்பாய் எரிந்தது. மனம், ஓ!... வென்று அரற்றிக் கொண்டே

இருந்தது. எத்தனை நாட்கள் அலைந்திருப்பான்? எத்தனை இரவுகள் உறக்கமின்றிக் கழித்திருப்பான்?

அந்த பல்பொருள் அங்காடியில் அவளைப் பார்த்த வினாடியில், அவனது கண்கள் பிரகாசித்தன. ஆங்காங்கே சதை தொங்கி, உருவமற்ற உருவமாய், மெல்லிய புன்னகையுடன் அவனை வரவேற்று, "உங்களுக்கு என்ன வேண்டும்?", என்று கேட்டாள்.

சற்றும் தயங்காத லூசியன் ஃப்ராய்டு, "உங்கள் விலாசம்", என்று கேட்டான்.

புன்முறுவல் மாறாமல், "இந்தக் கடையின் நிலவறையில்தான் நான் வசிக்கிறேன். கடை மூடிய பிறகு வாருங்கள். பேசலாம்", என்று சொன்னாள்.

அன்றைய இரவை அவளுடைய நிலவறையில் கழித்தான் லூசியன் ஃப்ராய்டு. இருவரும் காதலிக்கத் துவங்கினார்கள். பல மாதத்திற்குப் பிறகு ஒருநாள், உன்னை ஓவியமாகத் தீட்டப்போகிறேன் என்ற போது திடுக்கிட்டாள்.

மெல்ல மெல்ல ஆடைகளைக் களைந்து விட்டு, நீண்டு கிடந்த தோலால் செய்யப்பட்ட ஆசனத்தில் ஒருக்களித்துப் படுத்தாள். ஃப்ராய்டு, அவள் மேல் வெளிச்சத்தைப் பாய்ச்சினான்.

அத்தனை பிரம்மாண்டமான அரங்கத்தில், இவர்களின் பரவசத்தைத் தலைக்குமேல் ஐம்பதடிக் கூரையில் உத்திரத்தில் தலைகீழாகத் தொங்கிக் கொண்டிருந்த வௌவால் பார்த்துக் கொண்டிருந்தது. இவர்கள் எழுப்பிய அதீத ஒலியின் காரணமாக மிரண்டு போய் பரந்து விரிந்த தன் றெக்கைகளை அடித்துக்கொண்டு கீழே இறங்கியது. இறங்கிய வேகத்தில் அவன் முகத்தில் மோதிப் பறந்து வாசற்படியைத் தாண்டி, மதில் சுவருக்குப் பக்கத்திலிருந்த ஆலமரத்தில் தஞ்சம் அடைந்தது.

வௌவால் மூத்திரத்தின் நாற்றம் தாங்காமல் முகத்தைத் திருப்பியவனுக்கு நேரெதிரே ஒய்யாரமாய்க் கால்மேல் கால் போட்டு சிரித்துக் கொண்டிருந்தாள் அவள். அவளுடைய

புன்னகையும், கண்களும், உதடும் கருப்பு வெள்ளைப் புகைப்படம் என்பதைத் தாண்டி, அவனுக்கு ஒரு கவர்ச்சிக் கன்னியாய்த் தோற்றம் அளித்தாள். எதனாலோ கேள்விகளை இப்பொழுது அவர்கள் கைவிட்டிருந்தனர். தர்பார் மண்டபத்தின் மையத்தில் நிற்பது போலவும், அவள் தன்னிடம் தன்னை ஏற்றுக்கொள்ளுமாறு இறைஞ்சுவது போலவும், கனவுக்கும் நிஜத்துக்கும் இடைப்பட்ட இடைவெளியில் ஒரு நடன அசைவைக் கண்ணுற்றான்.

2

ஹம்பியின் பிளவுபட்ட இரண்டு பாறைகளுக்கு இடையில் கைகளையும் கால்களையும் வைத்துக் குதித்து இறங்கிக் கொண்டிருந்த குரங்கிடமிருந்து நான் இவளைப்பற்றிக் கேட்டறிந்த கதையொன்றை உனக்குச் சொல்லுகிறேன்.

என்னால் அவளிடம் எல்லா விதமான வாசனையையும் நுகர முடிந்தது. வாசனைத் திரவியங்களைப் பூசிக்கொண்டுதான் எப்போதுமே நீராடச் செல்வாள். தோழிகள் புடைசூழ அல்ல, தன்னந்தனியாக. வாசனை இயற்கையிலேயே அவள் உடலோடு ஊறிப் போயிருந்தது. விஜய நகரப் பேரரசின் காலகட்டத்தில் கட்டப்பட்ட கட்டிடங்களின் இடிபாடுகளுக்கு இடையே, அந்தக் குளம் மட்டும் சிதிலமடையாமல் மிக அழகாக அவளுடைய வருகைக்காகக் காத்திருந்தது.

கற்கள் குவியல் குவியலாகப் பெரும் மலை முகடுகளை உருவாக்கியிருந்த பிரதேசத்தில் நிர்மாணிக்கப்பட்ட நகரம், தற்போது கற்குவியல்களாய்க் காட்சியளித்தது. விருப்பாச்சா கோவிலுக்கு எதிரே நீண்டு நெடியதாய் கிடந்த சாலையின் மற்றொரு முனையில் பாறையில் வெட்டப்பட்டிருந்த படிகளின் மேல் ஏறினாள். அவளுக்கு நன்றாக

நீந்தத் தெரியும் என்பதை மீன்கள் அறிந்திருந்தன. நானூறு அடிக்கும் மேல் உயரமிருந்த பாறையின் முகட்டிலிருந்து குளத்தில் குதித்துச் செருகி நீச்சல் அடித்தாள். குதிக்கும்போதே பாதி வழியில் பாவாடை காற்றில் பறக்க வெற்று உடம்போடு சில்லிட்டுக் கிடந்த நீரில் செருகி, அடி ஆழத்திற்குப் போய் மீண்டும் மேலே வந்தாள். ஆரஞ்சு நிறத்தில் சூரியன் மெல்ல மெல்ல மேலே எழுந்தது. அவளுடைய உடற் சிலிர்ப்பில் தலைமுடிகள் மெல்ல ஆடியபோது விழுந்த திவலைகளை மீன்கள் அரிசிப் பொரியென உண்டு மகிழ்ந்தன. அக்கரைக்கு நீந்திப் போய் நாலுகால் மண்டபத்தில் ஏறி அமர்ந்து கொண்டாள். சூரியனுக்கு அந்த நிர்வாணம் மிகப் பிடித்தமாய் இருந்தது.

"ஏங்க... கத சொல்றன்னு சொல்லிட்டு இப்படியா கத சொல்றது?"

"இன்னும் கேளு..."

"அவ தன்னந்தனியாத்தான் போயிருக்கா."

அவளோட குடும்பத்தப் பத்தி நீங்க எதுவும் சொல்லலியே?

அந்த நரசிம்ம மூர்த்தியின் கண்கள், நேர்பார்வையில் இத்தனை ஆக்ரோஷமாக இதுவரை கனலைக் கக்கியதில்லை. நரசிம்ம மூர்த்தி கால்களைக் கட்டிக்கொண்டு அமர்ந்த நிலையில் மிகப் பிரம்மாண்டமாய் வடிக்கப் பட்டிருந்தார். நரசிம்ம மூர்த்தி அமர்ந்து பார்த்துக்கொண்டிருந்த தெருவில்தான் அவளுடைய வீடு இருந்தது. வீட்டின் அத்தனைக் கதவுகளும், வெள்ளியிலும் தங்கத்திலும் வேலைப்பாடுகள் செய்யப்பட்டிருந்தன. முற்றங்களும், தாழ்வாரங்களும், வெளிச்சத்தையும் காற்றையும் உள்ளே உமிழ்ந்து கொண்டிருந்தன.

வீட்டுக்குள்ளே ஒரு பூசை அறையும், நடனம் கற்றுக் கொள்வதற்கான அரங்கமும் அமைக்கப்பட்டிருந்தது விசேஷம். அவளுடைய அம்மாவும், அத்தையும், பாட்டியும் கூட நடனமாடுவார்கள். நடனம் சொல்லிக் கொடுப்பதற்குக் குருவும் உண்டு. சிறுவயதிலிருந்தே நடன குருவாக

அவளுடைய பாட்டிதான் இருந்து வந்திருக்கிறாள். நீச்சலும் தைரியமும் அவளுக்குப் பிறப்பிலிருந்தே இருக்கிறது.

நாலுகால் மண்டபத்தில் அமர்ந்த நிலையில் வாசனை திரவியங்களைப் பூசி குளிக்கத் தயாராகிக் கொண்டிருந்த அவளிடத்தில், நாரைகளும் கொக்குகளும் விரும்பிக் கேட்டன,

"எங்களுக்காக ஒரு நடனமாடிக் காட்டுவாயா?"

அவற்றிடத்தில் அவள் மறுமொழி சொன்னாள், தனது நடன அசைவுகளின் மூலம். ஆடத்துவங்கிய ஐந்தாவது நிமிடத்தில் நீர் மலர்களும் பறவைகளும் மீன்களும் குரங்குகளும் கூடச் சேர்ந்து ஆடத் துவங்கியிருந்தன. குளத்தைச் சுற்றிக் கட்டப்பட்டிருந்த மண்டபங்கள் அதிரத் துவங்கின. அவளின் நடனத்தின் பிரதிபலிப்பைத் தண்ணீரின் வழியாகப் பார்த்த வானம், வெட்கப்பட்டது. நேரம் செல்லச் செல்ல நடனத்தின் உக்கிரம் தாங்காமல் செடிகொடிகளும் மரங்களும் ஆடத் துவங்கின. எங்கிருந்தோ வந்த வான் மழையின் நிமித்தம் உடல் குளிர்ந்து ஆவேசம் தணிந்து காலை நீட்டிப் படிகளில் சாய்ந்து அமர்ந்தாள், ஒய்யாரமாக. அணில்கள் தங்களின் வாலால் பாதங்களை இதமாகத் துடைத்துவிட்டன. வியர்த்திருந்த உடம்பை நீர்மலர்கள் ஒற்றியெடுத்தன. மீண்டும் மீண்டும் முங்கி முங்கிக் குளித்து எதிர்க் கரையை அடைந்த அவள், தன்னை அலங்கரித்துக்கொள்ளத் துவங்கினாள்.

என்று குரங்கு சொன்ன கதையை சொன்னவன்,

"அது யாரோ, எவரோ, ராமன் தேடிய சீதை....."

பாடல் கேட்டு நிறுத்தினான்.

காற்றில் மிதந்து வந்த பாடல் வரிகள், அவ்விருவரையும் வேறொரு கதைக்கு கூட்டிப் போயின.

ராமா நாயுடு வடுகச்சேரியிலிருந்து தன்னுடைய கோச் வண்டியில் நாகப்பட்டினம் நோக்கிக் கிளம்பினார். இரண்டு குதிரைகள் பூட்டிய கோச் வண்டி நாகப்பட்டினத்தை அடைவதற்கு முன்பாக, அருண்மொழித்தேவன்பட்டினத்தில் நின்றது.

ராமா நாயுடுவின் காதலி, வைப்பாட்டி என்று ஊரால் சொல்லப்பட்டவளுமான பங்கஜத்தம்மாள் சத்திரத்தின் திண்ணையில் கோச் வண்டிக்காகக் காத்துக் கிடந்தாள். கோச் வண்டி வரும் சத்தத்தைக் கேட்ட அவள் இழுத்துப் போர்த்திக்கொண்டு, சாலைக்கு வந்து கோச்சில் ஏறுவதற்குத் தயாராய் இருந்தாள்.

ராமா நாயுடுவின் முகத்தில் தவழ்ந்த புன்னகையை ரசித்தவாறே கோச்சில் ஏறிப் பக்கத்தில் அமர்ந்துகொண்டாள்.

"அவளின் அழகை வர்ணிக்க முடியுமா?"

ராமா நாயுடு தன் வலது கையால் தலையைக் கோதி அவள் நெற்றியில் முத்தமிட்டார். கோச் வண்டியின் மணிகள் ஒலிக்கத் துவங்கின. சிறிய மணிகளின் ஓசையினூடே வண்டி நாகப்பட்டினத்தை அடைந்தது. துரைசாமி முதலியாரும், பட்டாபிராம ஐயங்காரும், கப்பக்காரச் செட்டியாரும், ராமா நாயுடுவின் வருகையை எதிர்பார்த்து கிளப்பில் காத்திருந்தார்கள்.

மணியோசையைக் கேட்ட மறுகணம் பட்டாபிராம ஐயங்கார் தன்னுடைய வாக்கிங் ஸ்டிக்கின் முனையை அழுத்தி மூடியைத் திறந்தார். அந்தச் சிறிய டப்பியின் உள்ளே ஆட்காட்டி விரலைச் சுற்ற விட்டு, சுண்ணாம்பை எடுப்பதுபோல எடுத்து, தன் நாவில் வைத்துக்கொண்டார். பங்கஜத்தம்மாள் தரும் போதைக்கு இது எவ்விதத்திலும் ஈடாக முடியாது என்று அவருக்குத் தெரிந்துதான் இருந்தது. அபின் மற்றவர்களுக்கும் கொடுக்கப்பட்டது. கோச், கிளப்பின் உள்ளே நுழைந்த மறுகணம் பங்கஜத்தம்மாளின் வாசனை, இவர்களின் போதையை உச்சத்திற்கு ஏற்றியது.

"ஏம்பா... இந்த ப்ளாக் அன் ஒயிட் ஃபோட்டோவுலயா இவ்வளோ கத இருக்கு?"

"இல்லியா பின்ன?"

"யாரோட பொண்ணு இவ? யாரோட பேத்தி இவன்னு உனக்குத் தெரியுமா?"

"ரெண்டு பேரும்தான உள்ள வந்தோம். நானும் நீயும் ஒண்ணாதான பாக்குறோம். அதுக்குள்ள எப்படிய்யா இவ்வளோ கத வந்துச்சி?!"

“இந்தப் பொம்பளய நீ பாத்ததில்லியா?”

“பார்த்திருக்கேன்... பார்த்திருக்கேன்... கபிஸ்தலத்துல பார்த்திருக்கேன். கல்யாணத்தன்னிக்கு மொத நாளு நாடகம் போட்டாங்கல்ல, அன்னிக்கி ராத்திரி, மாப்பிள்ளைக்கு நாந்தானே செட்டப்பு”

“கரும காண்டம்!”

“பின்ன தெரியாதுன்றயே!”

“ஹிஸ்டரி, ஜியாகரஃபி எல்லாம் யாருக்குய்யா தெரியும்! நமக்குத் தெரிஞ்சதெல்லாம் இது ஒரு பிட்டு பீசுன்னுதான்”

கப்பக்காரச் செட்டியார் வீட்டின் வரவேற்பறையில் மாட்டப்பட்டிருந்த கருப்புவெள்ளை புகைப்படத்தைப் பார்த்துத்தான், அவன் இந்தக் கதையை ஆரம்பித்திருந்தான். ஒருநாள் சிலோனிலிருந்து வந்த கப்பலில் சரக்குகளுக்கு மத்தியில் வந்த ஒரு பெட்டியின் உள்ளே இந்தப் புகைப்படம் செட்டியாருக்குக் கிடைத்திருக்க வேண்டும். செட்டியார் சிலோனிலிருந்து வந்த கப்பலின் சரக்குகளை விட இந்தப் புகைப்படத்தைப் பெரும் கலைப் பொக்கிஷமாகப் பாதுகாக்கிறார் போலும்.

“ஓ... அதுதான் பின்னாட்களில் அவளைத் தேடிப் பிரிட்டனுக்குப் பயணப்பட்டாரோ!”.

“ஆமாம். பயணம் அவரை ஓர் ஓவியக் கூடத்தில் கொண்டுபோய் நிறுத்தியிருக்கிறது”.

என்று கதையை ஆரம்பித்தான்

“நாயுடு சாரா? வாங்க. நானே அழைத்து வரணும்னு இருந்தேன்”, என இரு கைகளையும் நீட்டியவாறு ஆலிங்கனம் செய்துகொண்டான் லூசியன் ஃப்ராய்ட்.

நிர்வாண ஓவியங்களுக்குப் புகழ்பெற்ற ஓவியன், தன் கூடத்தில் அடுக்கி வைத்திருந்த படைப்புகளை ஒவ்வொன்றாய்க் காட்டினான்.

ஒவ்வொன்றும் ஒருவகை. அதில் அவரைப் பெரிதும் வசீகரித்தது, பெருத்த முலையை வலது கையால் தாங்கிப்

பிடித்து, ஒருக்களித்து, சோபாவில் காலை நீட்டிப் படுத்திருந்த அவளின் நிர்வாண ஓவியம், உடல் பருத்து முகமெல்லாம் வீங்கிப் போய்க் கண்கள் இடுங்கிக் காட்சியளித்தாலும், அவருக்கு அது அவலட்சணமாய்த் தோன்றவில்லை.

இத்தனை லட்சணமாய் இவ்வோவியம் இருப்பதற்கு அவளே காரணம் எனத் தனக்குள்ளே சொல்லிக்கொண்டார்.

3

"என்னைப் பற்றி உனக்கு என்ன தெரிந்திருக்கிறது", என்று அந்தக் கித்தானில் வரையப்பட்டிருந்த பிம்பம் அவளைப் பார்த்துக் கேட்டது.

"உன்னைப் பற்றி எனக்கு எதுவுமே தெரியாது. ஆனால், என்னைப் பற்றி எனக்கு எந்த மதிப்பீடுகளும் இல்லை" என்று அவள் சொல்லும் பொழுதே,

அனாயாசமாக இடது கையைக் கால் இடுக்குகளில் கொண்டுசென்று லென்சிட் ஆயிலால் துடைக்கப்பட்ட துணியை இழுத்து வெளியில் எறிந்தாள்.

"உனக்கு என்னவெல்லாம் உன்னைப் பற்றித் தெரிந்திருக்கிறதோ அதைப் பற்றியெல்லாம் எனக்கு எந்த அக்கறையுமில்லை. என்னைப் பற்றி மட்டுமே நான் சிந்திக்கக் கற்றிருக்கிறேன். அதுவே, எனக்குப் போதாமையையும் விரக்தியையும் கொடுக்கிறது."

"உன்னை வரைந்தவன் மிகப்பெரிய ஓவியனாய் இருக்கலாம். நீ அதிக விலைக்கு விற்கப்படுபவளாகவும் இருக்கலாம். நீயே கூட உன்னைப் பெருமதிப்புக்கு விற்றுக் கொள்பவளாகவும் இருக்கலாம். உனக்கு வேண்டியது கிடைத்ததா?"

சற்றுநேர ஆசுவாசத்திற்குப் பின் கித்தானில் தீட்டப்பட்டிருந்த பெண் அவனிடத்தில் பேசத் துவங்கினாள்,

“என்னுடைய பருத்த முலைகளும், தடித்த கால்களும், பிருஷ்டங்களும், வயிறும், முகத்தில் தொங்கிக் கொண்டிருக்கும் சதையும் மற்றவர்களைக் காட்டிலும் என் படைப்பாளனைக் கவர்ந்திருக்கிறது அல்லவா?”

“கலையம்சம் பொருந்திய பார்வையில் இப்பொழுதும் நீ ஜொலித்துக் கொண்டிருக்கிறாய் என்பதை உனக்கு நினைவூட்ட நான் கடமைப்பட்டிருக்கிறேன்”.

“விலைமதிப்பில்லாத படைப்பை, இலக்கியத்தை உன் போன்ற கலா ரசிகர்களால் மட்டுமே இட்டு நிரப்ப முடியும். இதை நீ உறங்கிக் கொண்டிருக்கும் லூசியன் ஃபிராய்டு விழித்துக் கொண்டிருக்கும் வேளையில், நீ கண் விழித்தால் தெரிந்து கொள்ளலாம்”.

“தெரிந்துகொள்வதற்கு என்ன இருக்கிறது? எனக்கு எல்லாமும் தெரிந்தே இருக்கிறது. அவன் என்னைப் புணர்வதற்குத்தான் அழைத்து வருகிறான் என்று நம்பி மகிழ்வுற்றிருந்தேன். பின்னாட்களில் என் ஆழ்ந்த உறக்கத்தை அவன் கோருவான் என்று நினைத்துக்கூடப் பார்த்ததில்லை. கனவுகள் இல்லா என் உறக்கம் அவனுக்குத் தேவையாய் இருப்பதில்லை. என் கனவுகளை உடல் மொழியால், முகக் குறிப்பால் திருட நினைக்கிறான். மெய்யாக முடியாத என் கனவுகளெல்லாம் கித்தானில் மெய்ப்பிக்கப்படுவது என் ஆழ்மன உணர்வுகளுக்காக அல்லது அவனுக்கும் எனக்குமான உறவு, மரக் குச்சியின் முனையில் கட்டப்பட்டிருக்கும் காட்டு அணிலின் வால்முடி வழியாகத் தைல சீசாவில் தோய்க்கப்பட்டுக் குழைக்கப்படும் வண்ணக் கலவையின் மூலம் என்பதை எவ்வாறு நாம் கனவாகக் காண முடியும்?”

“பிறரை மகிழ்வூட்டக் கூடிய செயல்பாடுகளில் நாமும் மகிழ்ந்து கிடக்கிறோம் என்பதில் உனக்கு உடன்பாடில்லாமல் போகலாம். நீ மகிழ்ந்து கிடப்பதற்கான காரணங்களால் அதன் கர்த்தாக்கள் மகிழ்வுற்றால் அதைப்பற்றிய ப்ரக்ஞை உனக்கு

இல்லாமலே போகலாம். ஒவ்வொரு மகிழ்வூட்டலின் கடைசி அத்தியாயத்திலும் உனக்கு மற்றொன்று துவங்கியிருக்கு மேயானால், அவனை நினைத்துக்கொள்வதற்கு எந்தச் சாத்தியமும் உனக்கில்லை".

இவனால் மட்டுமே என்று விதிக்கப்படவில்லை. வேண்டுமென்கிற பொழுதெல்லாம் அனுபவித்துச் சலித்துப் போயிருந்த காலம் ஒன்றுண்டு. இப்பொழுது உண்மையாகவே வேண்டும் என்கிற பொழுது, இந்த உடல் அதற்கு ஏங்கித் தவிக்கிறது. மனதிற்குத் தேவைப்படும் எல்லா இச்சைகளையும் மெய் வழியே கேட்டுக்கொள்ள வழிதேடி அலைபவளுக்கும் உடல் வழியே தீர்த்துக்கொள்ள முனைபவளுக்குமான சிக்கல்களின் வழியே வாழ்ந்து பார்க்க முனைபவளுக்குமான முரண் வழி, வந்த வெறுப்புதான் இது".

"உன் வாழ்வின் யதார்த்தம் புணர்வில் துவங்குகிறதா? அறிவில் துவங்குகிறதா? அல்லது உணர்வில் துவங்குகிறதா?"

"உணர்வின் அடிப்படையாக எனக்குப் பசி இருக்கிறது. பசி காமமாகவும் வெளிப்படுகிறது. காமமும் பசியும் இணைந்தே என் உடலை உருவாக்குகின்றன. பசியை வெளிப்படையாக என்னால் தீர்த்துக்கொள்ள முடிகிறதென்றால், காமத்தை என் அறிவின் மூலம் வென்றெடுக்கப் பயிற்றுவிக்கப்படுகிறேன். பயின்றுகொண்ட அறிவானது கலையாக வெளிப்படுத்தப்பட்டால் அவ்வெளிப் பாட்டின் வழியே என் தாபம் மனதின் முழுமையைத் தீர்த்துக்கொள்கிறது. அவ்வறிவு புணர்விலிருந்து வேறோர் உணர்வை எனக்குள்ளே பெரிதாக்குகிறது. அவ்வுணர்வெழுச்சி புணர்வை இரண்டாம் இடத்திலும் கலையை முதன்மையானதாகவும் உடலுக்குச் சொல்லிக் கொடுத்தது. அதன் பொருட்டே நான் நடனமாடத் துவங்கினேன்".

"உன் நடன அசைவுகளைக் கண்ணுற்று உயிர்கள் தங்கள் பசியை உணர்ந்ததாகக் கதைகள் உலவுகின்றனவே. உன் உடல், காமத்தை மறந்ததில் எனக்கு எந்த ஆச்சர்யமும் இல்லை. கலையின் வெளிப்பாடு அற்றுப் போய்விட்ட காலத்தில் உன் இயல்பில் காமம் விழித்துக் கொண்டதோ எனத் தோன்றுகிறது".

“உறங்கிக் கிடந்த உணர்வுகள் மட்டுமே விழித்தெழ முடியும். என்கலைகளின் வழி இவை யாவும் உறங்க வைக்கப்படவில்லை. அனுபவித்தே களித்திருக்கிறேன்”.

“உடலுக்கு அழிவென்பது உன்னைப் பொறுத்தவரை சாத்தியமே. என்னைப் பொருத்தவரை என்னவாக இருக்கும் என எண்ணிப் பார்க்கிறேன். ஒருவேளை, ஒளியின் வழியே உருவாகும் பிம்பம் மோதித் திரும்பும் வழிகளில் எல்லாம் நான் வாழ்ந்திருப்பேனோ என்னவோ!”.

“ஆழ்ந்த உறக்கத்திலிருக்கும் லூசியன் ஃப்ராய்டிடம்தான் நாம் கேட்க வேண்டும்”.

4

'மாதா கோயிலில், சிவாஜி கணேசன் வாங்கித் தந்த இரண்டு பெரிய காண்டாமணிகள் அடிக்கத் துவங்கியிருந்தன. கடற்கரையிலிருந்து அவள் கோயிலை நோக்கி வந்து கொண்டிருந்தாள். ஆரோக்கியமாதா அவள் மனதிற்கு அமைதியைக் கொடுத்திருந்தாள். கோவில் கடலிலிருந்து வெகு தூரத்திலிருந்தது. கோவிலுக்குப் போகும் வழி எங்கிலும் சிறிதும் பெரிதுமான கடைகள் நிரம்பி வழிந்தன. காணிக்கை செலுத்த இரண்டு மெழுகுத் திரிகளை வாங்கிக் கொண்டாள். கோவிலின் உள்ளே மண்டியிட்டு மாதாவிற்கு முன்பு பிரார்த்தித்துக் கொண்டாள். ராமா நாயுடு லண்டனிலிருந்து கப்பலேறி நல்ல முறையில் வந்துசேர வேண்டுமென்று.

அங்கிருந்த கோரிக்கைப் பெட்டியில் சீட்டொன்றை எழுதிப் போட்டுவிட்டு, மெழுகுத் திரியை ஏற்றி வைத்தபின், கோவில் சாமியைப் பார்க்கப் போனாள். கோவில் சாமி அவளை மிகுந்த மரியாதையுடன் வரவேற்று, ஒரு சிறிய மாதாவின் சிலையை பிரசாதமாகக் கொடுத்தார். உயர்ந்த இரண்டு கோபுரங்களைப் பார்த்து வணங்கிவிட்டு, கார் இருந்த இடத்தை நோக்கி நடக்கலானாள், பங்கஜத்தம்மாள்.

பங்கஜத்தம்மாளைப் பின் தொடர்ந்து வேதவள்ளியும், சகாயமேரியும் ஓட்டமும் நடையுமாகப் போனார்கள்.

சகாயமேரியிடம், “ஏட்டி இப்பொதான் வரியா? எங்கெல்லாம் தேடுதது? தேடித் தேடி களச்சிப் போயித்தான் இப்படி ஓடியாறியளா?”

சற்று நாணத்துடன் வேதவள்ளியும் சகாயமேரியும் “ஐசுப் பெட்டியில்ல... ஐசுப்பெட்டி... அதப் பாத்தவுடனே நின்னுடுச்சு காலு.”

“அதான் நாக்கெல்லாம் ரோசாப் பூ மாதிரி செவந்து கெடக்கா?”

“ஆமாம் பின்ன...”

“உறிஞ்சின உறிஞ்சுல குச்சியே உள்ள போயிடுச்சுன்னா பாத்துக்கோயேன்...”

“அவுக எப்ப வறாகன்னு கோவில் சாமி ஏதாவது தகவல் சொல்லுச்சா?”

“கப்பல் கௌம்பியாச்சுன்னு தகவல் வந்திருக்கு. கொடியேத்தி, தேருக்குள்ள வந்துடுவாகன்னு சொன்னாரு” மூவருமாகக் காரில் ஏறிப் புறப்பட்டுப் போனார்கள். பங்கஜத்தம்மாளின் வீட்டிற்குள் கார் நுழைந்தபோது, தூரத்தில் கட்டியிருந்த அல்சேஷன் குரைத்தது.

“அதுக்குச் சோறு வச்சாளோ? பாலு வச்சாளோ? தெரியலியே...”

“நல்ல கதய கெடுத்த போ. அதுக்கு மாட்டுக் கறியே ஆக்கிப் போட்டுருக்கு”.

தனக்குள்ளே சிரித்துக்கொண்டாள். “அதுதான் இவ்வளவு வேகமா? சரி... பொட்டையோட சேர்த்து விடுங்கடி அத”. கட்டிலில் கால்களை நீட்டிப் படுத்தாள். அவிழ்த்துப்போட்ட பதினாறு கெஜம் புடவையும் மூக்குத்தியும் புல்லாக்கும் வைர மாலையும் வங்கியும் ஒட்டியாணமும் சடைக் குஞ்சமும் கால்கொலுசும் ரவிக்கையும் உள் பாவாடையும் சிதறிக் கிடந்த அறையின் உள்ளே பங்கஜத்தம்மாளின் நிர்வாணம் அகில் புகையைப் போலக் கமகமத்தது. கால்களைப் பிடித்துவிட்டுக் கொண்டிருந்த வேதவள்ளி தலையைச் சாய்த்துக் கன்னத்தை அவள் பாதங்களில் ஒற்றியெடுத்தாள். குமிட்டி அடுப்பில் கரியைப் பற்ற வைத்துக் கனலாக்கி, சாம்பராணியைத் தூவி

தலைமாட்டில் வைத்தாள் சகாயமேரி. கடல் தண்ணீரின் உப்பு, உடம்பிலிருந்து போகத் தேய்த்துக் குளித்துச் சந்தனம் பூசியிருந்தாள். தலைக்குச் சாம்பராணி தேவைப்பட்டது. ஆலக் கரண்டியில் ஒரு தீக் கங்கை எடுத்து வைத்து, அதில் சிறிது குங்கிலியத்தையும் போட்டு எரித்துத் தொடை இடுக்குகளுக்குக் காட்டி நாற்றத்தைப் போக்கினாள், வேதவள்ளி. பங்கஜத்தம்மாளுக்குக் கண்கள் சொக்கிப் போய்க் கிடந்தன. மாலையில் மாணவர்கள் வந்துவிடக் கூடும். ஜதி சொல்லிப் பழக்கியாக வேண்டுமென்று நினைத்தது, ராமா நாயுடுவைச் சிறிது சிறிதாக மறக்கச் செய்தது.

சரோஜினி பள்ளிக்கூடம் முடிந்து வீடுவந்து சேர்ந்தபோது தீபம் ஏற்றப்பட்டிருந்தது. விளக்கெண்ணெயும் இலுப்ப எண்ணெயும் ஊற்றி ஏற்றப்பட்டிருந்த விளக்குகளின் மணம், மனதை மயக்குவதாக இருந்தது. ஓடிச் சென்று கை கால் முகங் கழுவி அலங்கரித்துக்கொண்டு பசும் பால் அருந்தி, கண்களுக்குள் பசு நெய்யிட்டு, மூடித் திறந்த மறு வினாடி ஆட்ட அரங்கினுள் நுழைந்திருந்தாள். காலில் கட்டிய சலங்கை ஜதி சொல்ல, குஞ்சரத்தம்மாளின் வாய்ப்பாட்டுக்குத் தாளம் தப்பாமல் ஆட ஆரம்பித்தாள் சரோஜினி. அவளைப் போல அங்கு ஆடிக் கொண்டிருந்த அத்தனை பேருக்கும் குருபக்தி அதிகமாகவே இருந்தது. குருவின் கண்ணசைவிற்கும் கையசைவிற்கும் காத்துக்கிடந்தார்கள். அந்த அரங்கத்திற்கு நடுவில், தெற்கு பார்த்துச் சுவரோரமாக ஒன்பதடிக்கும் மேல் உயரமான நடராஜரின் செப்புத் திருமேனி வைக்கப்பட்டிருந்தது. நடராஜப் பெருமானின் இடது பக்க மூலையில் மிருதங்கமும் வாய்ப்பாட்டும் பங்கஜத்தம்மாளின் ஜதியும் ஒலித்துக் கொண்டிருக்க, சூரியன் மறைந்து வெகுநேரமானதை எல்லாருமே மறந்து போயிருந்தார்கள். சதங்கையின் ஒலியும் ஜதியின் ஓசையும் அமைதியானது. பங்கஜத்தம்மாள் வளர்த்த கிளி, அவள் வலது கையில் வந்து அமர்ந்தபோதுதான்.

“எனக்கு காது இருக்கிறது. அதில் கேட்கும் திறன் இருக்கிறதா என தெரியாது. நீ பேசும்பொழுது, ஏன் இந்தக் காது இருக்கிறது? அதில் கேட்கும் திறன் இருக்கிறது, எனத் தோன்றுகிறது.”

"நான் உன்னிடம் பேசவில்லை ஒரு கதையைச் சொல்லிக் கொண்டிருக்கிறேன்."

"கதையா இது? எங்கிருந்து பிடித்தாய் இவர்களை? இவர்கள் பேச்சும், நடையும், பாவனையும்.."

"அங்கிருந்துதான் பிடித்து வந்தேன்; எங்கே தோணித்துறையில் வெங்காயம், மூட்டை மூட்டையாக ஏற்றப்பட்டதோ, அங்கிருந்து தான் பிடித்து வந்தேன்."

பிடித்துவந்த வெங்காய மூட்டைகளை அவிழ்த்துவிட்டால் சிதறி ஓடிப்போய்விடும். அள்ள அள்ள முட்டுக்கொடுத்து தரை பரப்பி கூம்பாகக் குவிந்துவிடும்.

நெல்லிக்காய்களைக் கட்டி வருகிறேன்; அவிழ்த்து விடுகிறேன்; சிதறி ஓடும் பளபளப்பான காட்சிகளை கதைகளாக சொல்ல உன் காது கேட்கும் திறனைக் கொண்டதற்கு இறைவனுக்கு நன்றி சொல்வாய்."

"எங்கே உன் நெல்லிக்காய் மூட்டையை அவிழ்த்து விடு. உச்சியில் தேய்த்து உடல் சூட்டைத் தணித்துக் கொள்கிறேன்."

"ஒரு கதை அல்ல ஓராயிரம் கதைகளை சொல்லுகிறேன் உனக்கு கேட்கப் பொறுமை இருந்தால் கதைகள் உன்னையும் சேர்த்துக் கொள்ளும்."

"கதைகள், என்னையும் சேர்த்துக் கொள்ளுமா? நம் இருவரையும் சேர்த்தா கதை சொல்லப் போகிறாய்?"

கதை, நம் இருவரையும் சேர்த்துத் தான் கதை சொல்லப் போகிறது. அந்த கதை நாகப்பட்டினத்து ராமாநாயுடு பங்கஜத்தம்மாள் கதை அல்ல.

"வேறு யாருடைய கதையைச் சொல்ல போகிறாய்?"

"நம்முடைய கதையை...."

"கதை, நம்மையும் சேர்த்துக் கதை சொல்லப் போகிறது. சொல்லப் போகிற கதை நம்முடைய கதை. இப்படிப் புரிந்து கொள்ளலாமா?"

"நீ எப்படியும் புரிந்துகொள்ளலாம். புரிந்து கொள்ளாமலும் கேட்கலாம். கேட்க முடியாவிட்டால் படித்துப் பார்க்கலாம். படிக்கத் தெரியாவிட்டால் படிக்கச் சொல்லிக் கேட்கலாம்."

"கதையை, கதை சொல்லப் போகும் கதையை, கேட்டுத்தான் ஆகவேண்டுமா?"

"சொல்லுகிறேன். காதுகளுக்குள் சொல்லுகிறேன். யாரிடமும் சொல்லி விடாதீர்கள்", என்று சொல்லிவிட்டு, "சொல்லுகிறேன் யாரிடமும் சொல்லிவிடாதீர்கள். வாய்விட்டு சொல்லாதீர்கள். கதை எழுந்து ஓடிவிடும். ரகசியமாகச் சொல்லுகிறேன். உங்களுக்காக மட்டும் சொல்லுகிறேன். உங்களோடு வைத்துக் கொள்ளுங்கள். ரகசியமாக வைத்துக் கொள்ளுங்கள்."

5

வேலியில் கிளுவை துளிர்த்திருந்தது. பழைய துணி ஒன்று காற்றில் அலைபாய்ந்து, படலில் இருந்த முள் பட்டு கிழிந்து பறந்து கொண்டிருந்தது, சுதந்திரமாகத் தலைக்கு மேலே வளர்ந்துவிட்ட ஒற்றை செம்பருத்திச் செடியை எட்டிப் பிடிக்க தாவிக் குதித்தாள். சின்னஞ்சிறிய கைகளுக்குள் அகப்படாமல் தப்பித்துக் கொண்டே இருந்தது. தலையில் எண்ணெய் வழிய இறுக்கிப் பின்னிய இரட்டைச் சடையை மடக்கி ரிப்பன் வைத்துக் கட்டி விட்டிருந்தாள் அம்மா. வெளிர்ந்து நைந்து போயிருந்த இங்க் கலர் பாவாடை மூங்கில் குச்சியில் மாட்டி மேலும் கிழிந்தது. சற்றும் பொருட்படுத்தாத முல்லைப் பூச் சிரிப்போடு, தாவிப் பிடித்து விட்ட மகிழ்ச்சி முகத்தில் தெரிய, அவ்வொற்றை செம்பருத்திப் பூவை இரண்டு இலைகளோடு சேர்த்து பறித்தாள்.

கன்னத்தில் விழுந்த அறையின் அதிர்ச்சியில் இருந்து மீள்வதற்குள், கையை பிடித்துத் தரதரவென்று இழுத்துச் சென்றாள் தாமரை. கையை உயர்த்தி புழுதியில் சிவப்பு நிற செம்பருத்திப் பூ விழுந்துவிடாமல் பிடித்துக் கொண்டு அரற்றி அழுதாள். உயர்த்திய கையில் இருந்த இலைக்கு, கழுத்து மணியை ஆட்டியபடி ஓடி வந்தது அவள் வளர்த்த குட்டி ஆடு.

எங்கிருந்தோ குரைத்துக் கொண்டு பாய்ந்து வந்த நாய்க்குட்டியைக் காலால் எட்டி உதைத்துத்

தள்ளினாள் தாமரை. சாணி மெழுகி கோலம் போட்டிருந்த தரை தட்டுப்பட்டதும், கையை உயர்த்தி நொச்சி விளாரைக் கையில் எடுத்தாள். கண்மூடித் திறக்கும் நேரத்தில் உயர்த்திய கையைத் தாழ்த்தாது அழுகையும், சளியும், செறுமலுமாக நாய்க்குட்டியோடு ஆட்டுக்குட்டியையும் அழைத்துக் கொண்டு ஓட ஆரம்பித்தாள்.

"கட்டையில போக! அவன் வூட்டு வாசலுக்கு போகாதடினா கேக்குறாளா? என்னைக்கு இந்த சனியன் பள்ளிக்கூடத்துக்கு போகப் போவுதோ, அன்னைக்குத்தான் நிம்மதி."

எங்கிருந்தோ இதுவரை கேட்டிராத ஓசை பெரிதாகிக்கொண்டே வந்தது. அருகில் வர வர சிவப்பு நிறத்தில் பளிச்சிட்டது. மேலே கரிய நிறப் புகை கங்கு கங்காக சுருண்டு வானில் மிதந்து மூக்கில் நெடி ஏறியது. கேட்டிராத சத்தமும், நுகர்ந்திராத நெடியும் அவளுக்கு இருமலை வரவழைத்தது. கிழிந்த முந்தானையின் தலைப்பை வாயிலும் மூக்கிலும் வைத்து மூடிக்கொண்டாள். கரிய புகை அந்தப் பிரதேசத்தையே இருட்டாக்கியது.

ஏசு பிறக்கப்போகும் இத்திருநாளைக் கொண்டாட பகலே இரவாய் மாறியதைப் போன்ற பிரமை தட்டியது. பங்குத் தந்தை தூய வெள்ளை உடையில் நடந்து வந்து கொண்டிருந்தார். சிறிய வெளிச்சக் கீற்றாக வானம் தன்னை இருளுக்கு ஒப்புக்கொடுக்கத் துவங்கியது. சிவப்புநிற மாயாஜாலம் ஊதாவை மறையச்செய்யும் அந்திப்பொழுதின் வானத்தைப் பார்த்தாள்.

செல்விக்கு, வயிறு உப்பிக் கிடந்தது. கொஞ்சநேரம் பசியில் அரற்றிப் பார்த்து விட்டு, வேலிப்பூவின் கவர்ச்சியில் பசியை மறந்து போய் இருந்தாள். விழுந்த அறையில் கன்னம் வீங்கி அழுது கொண்டே போனவளுக்கு, பசி அழுகையை அதிகமாக்கியது. பிஞ்சுக் கால்கள் நிற்காமல், அம்மா துரத்துவாளோ என்ற அச்சத்தில் ஓடிப்போய் ஒளிந்து கொள்வதாய் நினைத்து, ராமையா தாத்தாவின் பால்வாடி முழுக்க சுற்றி அலைந்து, ஆடும் குதிரைக்குப் பக்கத்தில் சுவர் ஓரத்தில் படுத்துக் கொண்டாள். விம்மி வெடித்தவள்,

“அப்பாவப் பார்க்கப் போனது அம்மாவுக்கு பிடிக்கல. அப்பாவும் வூட்டுல இல்ல. எதுக்காக அடிக்கிறா? காலையிலேயே தாத்தா என்னை கூப்பிட்டுச்சு. போயிருக்கலாமே!”, என்னவெல்லாமோ நினைத்துக் கொண்டு, கை மட்டும் வானத்தை நோக்கி உயர்ந்த நிலையில் வாடிய பூவையும், வதங்கிய இலையையும் இறுக்கிப் பிடித்தபடி தூங்கிப் போனாள்.

பள்ளிக்கூட மணி அடித்தது. ஒரு முறை கூட திரும்பிப் பார்க்காத நடையில் ராமையா நடந்து போய், பிள்ளைகளுக்கான மதிய உணவினைத் தயாரிக்கும் பணியில் ஈடுபடத் துவங்கினார். காலையில் இருந்து மேகம் கறுத்துக்கொண்டு வந்தது. நாளை பள்ளிக்கூடத்திற்கு விடுமுறை என்பதால் பால்வாடியில் குழந்தைகளுக்கான பாலையும் முட்டையையும் இன்று வழங்கிவிடத் தீர்மானித்தவராய் செல்வியைத் தேடினார். குழந்தைகளின் அழுகையும், சிரிப்பும், ஆட்டமும், பாட்டும் அவரிடமிருந்து செல்வியை மறைத்து வைத்திருந்தன. ஒவ்வொரு குழந்தையாக புரட்டிக் கொண்டே வந்தவர், ஆடும் குதிரைக்குப் பின்னால் படுத்துக்கிடந்த செல்வியைக் கண்டுபிடித்தார். தூக்கித் தோளில் போட்டு தட்டிக் கொடுத்தார். மூக்கைச் சிந்தி சளியைத் துடைத்தார். பாவாடையைச் சரிசெய்து விட்டார். விம்மலும் செறுமலும் அடங்காமல் கன்னத்தில் கண்ணீர் ஓடிய கறையும் தென்படவே, மேல் துண்டைத் தண்ணீரில் நனைத்துப் பிழிந்து முகத்தை அழுத்தித் துடைத்து விட்டார். அலறி எழுந்த செல்வி உதறிய கையில் இருந்து, வாடிய பூ இலைகளுடன் கீழே விழுந்தது. ராமையா கவனமாக காலால் மிதித்து விடாமல் தாண்டி குனிந்து எடுத்து கனமான பைபிளின் பக்கங்களைப் பிரித்து உள்ளே வைத்து மூடினார். புதிய ஏற்பாட்டின் வாசகம் ஒன்றைப் பிரித்துப் படிக்கலானார். செல்வி, ராமையா தாத்தாவின் தோளில் துவண்டு படுத்து மீண்டும் தூங்கிப் போனாள்.

மோட்டுத்தெருவின் வழியே ஆடுகளை ஓட்டிக்கொண்டு வந்து கொண்டிருந்தாள். நீண்ட நெடிய வரப்பின் மேலே வரிசையாக ஆடுகள் ஓடின. சிவப்பு, சாம்பல், கருப்பு, வெள்ளை நிறங்களில் குட்டிகளும் ஆடும் கொம்புகளை ஆட்டி, காதுகளை விடைத்து, வாலை உயர்த்தி ஓடின. மடி

தளர்ந்திருந்த ஆட்டுக்கு ஊட்டிய குட்டியின் சுரப்பில் பால் சொட்டிக் கொண்டிருந்தது. வரப்பின் இருபுறங்களிலும் பச்சைப் பசேலென நாற்று வளர்ந்து நின்றது. ஆடுகளுக்கு பச்சைதான் கண்ணுக்குத் தெரியும். வாயை வைக்கப் போகும் பொழுது அதட்டினாள். "ஏய்!" என்ற சத்தத்திற்கு அடிபணிந்து கழுத்தில் தொங்கிய ஒற்றைச் சலங்கை அதிர திரும்பி ஓடின ஆடுகள். மேய்ச்சலுக்கு அவள்தான் தினமும் ஆடு ஓட்டுவாள். இன்றைக்கும் அப்படித்தான். களத்து மேட்டுக்கு வந்ததும், கறுக்காய் குவியலைப் பார்த்து கூலமும் கறுக்காயும் கூடையில் அள்ளி தலையில் சுமந்தாள். ஒரு கையில் அலக்கு கழியும், மறு கையில் கூடையுமாக ஆடுகள் முன்செல்ல மணியோசைக்கு இணங்க விரைந்து நடந்தாள், தாமரை.

வாய்க்காலின் மேலே கிடந்த தென்னைமரப் பாலத்தின் வழியே ஆடுகளும் அவளும் கடந்து அக்கரைக்குப் போனார்கள். ராமையா பால்வாடியிலிருந்து வரும் வழியில் அவளோடு சேர்ந்து கொண்டார்.

"எதுக்காக புள்ளையப் போட்டு அடிக்கிற?".

"அவனத்தான் வேணான்னு அத்து விட்டுட்டன்ல, அவன் வூடே கதின்னு ஏன் கெடக்குதுக? ஒரு புடி சோத்தப் போட வக்கில்ல. வாரத்துக்கு ஆடு வாங்கி வயித்துப் பொழப்ப பாக்குறேன். அறுப்புக்கும் நடவுக்கும் போனா, சோத்துக்கு கூட கூலி கொடுக்க மாட்ரானுக. டீக்கும் பொட்டலத்துக்கும் எங்க போறது? அவனமேரிக்க நானும் டிராக்டர் ஓட்ட கத்துகிட்டாலாவது டிப் டாப்பா ஊர்வலம் போகலாம். கஞ்சிக்கும் கருவாட்டுக்குமே இங்க நாய் பொழப்பு. செம்பருத்திப் பூவுக்கும், சென்ட் வாசனைக்கும் நான் எங்க போறது?"

"ஏன் ஆயி! நம்ம வூட்லயும் குச்ச நட்டா, கிளுவ துளுக்காதா? டிசம்பர் தான் பூக்காதா? ராவிக்கு ஏசு வந்து இந்த கூலத்துல தான் பொறக்க மாட்டாரா?. நட்சத்திரம் கட்றோம், மெழுகுவர்த்தி ஏத்துறோம், மாதாவ வேண்டுறோம், விடியலப் பாக்குறோம். செல்வி தான் நமக்கு விடிவெள்ளி, ஆரோக்கிய மாதா, ஆண்டவரு, எல்லாமும் தாயி."

“என்னமோ போ ஐயா. நீதான் சொல்லுற. கேட்குற கூலிய கொடுத்தா, நாம ஏன் நாய் பொழப்பு பொழைக்கணும். மோட்டுத் தெரு நெய் வாசனைக்கு நானுல்ல இங்க ராட்டித் தட்றேன்.”

“என்ன தாயி பண்றது. நாம பொறந்த பொறப்பு அப்படி.”

“மாரியம்மா மெரிக்க என்னையும் நீ படிக்க வெச்சிருந்தா, நானுந்தான் டீச்சர் வேலைக்குப் போயிருப்பேன். பொறப்புல என்னையா இருக்கு?”

“பொறப்புல இல்லனாலும், கருப்புல இருக்கு தாயி. அரணாக்கொடி செவப்புல போட்டாலும் தாயத்து பித்தளையில தான்.”

“பொட்டப்புள்ளையா போயிடுச்சின்னு சொல்றியா ஐயா? நானும் எட்டு ஆம்பளைக்கு சளைக்காமல் வேலை செய்வேன்.”

“என்ன தாயி சொல்றது. மடிய தடவுனா மான் குட்டியக் காப்பாத்த முடியுமா?”, என்று ராமையா கேட்டவுடன், தாமரைக்குக் கண்களில் நீர் கோர்த்துக் கொண்டது.

“அடிக்கணும்னு என் தலையிலயா எழுதியிருக்கு. கட்டுனவன் ஒழுங்கா இருந்தா, நா ஏன் அடிக்கப் போறன்? எல்லாம் அந்தக் கட்டையில போறவனால. காவயித்துக் கஞ்சி கூட புள்ளைக்கு ஊத்த முடியல. பால்வாடி இருக்கிறதுனால முட்டையும், ரொட்டியும், பாலும் ரெண்டு வேளைக்கு கிடைக்குது. தாத்தாவோட போடின்னா... பூவையும் புழுக்கையையும் பொறுக்கிக்கிட்டு அலையிது. வயிறு எரிஞ்சு சொல்றேன்... அவன் நல்லாவே இருக்க மாட்டான்.“ என தனக்குள்ளே முணுமுணுத்துக் கொண்டாள்.

கூண்டைத் திறந்து விட்டாள். பெட்டைக்கோழி தன் குஞ்சுகளோடு வெளியில் ஓடியது. குப்பைமேட்டைக் காலால் சீய்த்து புழுப் பூச்சிகளைக் கொத்தித் தின்றது. கலர்கலராய்க் குஞ்சுகள். நாட்டுக்கோழியில் இதுவும் ஒரு வகை. முட்டையை அடைகாக்க வைப்பது அத்தனை சுலபமில்லை. பூனையிட மிருந்து, கீரிப்பிள்ளையிடமிருந்து, பாம்புகளிடமிருந்து காப்பாற்றி தவிட்டுக் கூடையில் அடைகாக்க வைப்பாள்

தாமரை. கருடனோ, ராஜாளியோ தூக்கிப் போகாமல் குஞ்சுகளை மேய விடுவாள். எப்பொழுதும் நாய்க்குட்டி அவிழ்ந்தே சுற்றும். வாலை ஆட்டி விளையாடும் அதற்கு "மணி" என்று பெயர் வைத்திருந்தாள் செல்வி. மூக்கு மட்டும் வெளுப்பாய் இருக்கும். உடலெங்கும் சிவந்து காணப்பட்டாலும், பின்னங்கால்கள் இரண்டும் கறுத்தே இருந்தன.

6

அன்பழகன் என்றும் இல்லாத ஒரு புதிய மொட மொடப்போடு விடைத்துத் திரிந்து கொண்டிருந்தான். எத்தனை கேட்டும் சொல்ல மறுத்தான். காக்கிச்சட்டையும் பேண்ட்டும் அணிந்து பூட்ஸ் காலுடன் நின்றிருந்த ஐயாவிடம் என்ன பதில் சொல்வது. லூர்துசாமிக்குத் தலை சுற்றியது. “யார்ரா செஞ்சது? நீ இல்லைனா வேற யாரு? உனக்கு மட்டுந்தான் இந்த கிராமத்துல நாலு ஊருக்குப் போய் வர சாமர்த்தியம் இருக்கு. எப்படியும் உனக்குத் தெரியாம இந்த நோட்டீசை இந்த ஊருக்குள்ள ஒட்ட முடியாது. ஒழுங்கா, மரியாதையா சொல்லிப் புடு”.

“அண்ணே! எங்க போனாலும் எங்க வந்தாலும் ஐயா வீட்டுக் காசுதானுங்களே. எனக்கு ஏனுங்க இந்த வேண்டாத வேலை. எழுதப் படிக்கத் தெரிஞ்ச ஒரே ஆளு நம்ம மாரியம்மா தான். அது என்னமோ டீச்சர் வேலைதான் பாக்குது. பாப்பா கோயில்ல நேத்தி கூட பார்த்தேன். ஊர்வலம் போறதுக்கு முன்னாடி அதுகிட்டதான் கேப்பானுவோளாம். இடுப்புல கட்டுன துண்டு இன்னைக்கு கொடிமரம் ஏறி இருக்குனா, காரணம் இவளுவோ தான். என்னப் போயி கேக்குறீங்களே.”

“ஏன்டா! நான் என்ன கேட்டா, நீ என்ன சொல்ற. ஐயா வீட்டுக் கதவுல நோட்டீஸ் ஒட்டுனது யாரு?”

“நேத்திக்கு நா ஊருக்குள்ளயே வரல. கொலப்பாடுல வாரித் தகுடடிக்கப் போயிருந்தேன். ஒருமரத்துக் கள்ளக் குடிச்சுப்புட்டு ராவிக்கு அங்கேயே படுத்துட்டேன். ஆய்மூராரு கூட பார்த்துட்டு தான் புல்லட்டுல போனாரு.”

“வேற யாருடா செஞ்சிருப்பா?”

“ஏன் அண்ணே, நாய் எல்லாம் அவுத்து தானே உட்ருந்தீங்க? ஒரு துண்டு சதையக் கூடவா எடுக்கல. பங்களாவுல கொரவளையக் கடிக்கிறதுக்கா பஞ்சம். நாயிங்க உட்டாலும் நீங்க உட்ருக்க மாட்டீங்களே.”

“கிண்டலா போச்சா தாயோளி! நாய்க்கு வைக்கிற சோத்த உனக்கு வெச்சாதாண்டா சரிப்படும்.”

“எசமானே! அதுங்களாவது மாட்டுக்கறி துண்ணுதுங்க. நா வெறும் பழையசோறுதான். ஒங்களுக்காச்சும் ஆச்சி சுடு சோறு போடுறாங்களா?”

இதற்கு மேல் பேச்சை வளர்க்க விரும்பாதவராய், “கண்டுபிடிக்கிறேன்டா இன்னைக்குள்ள” என்று கறுவிக் கொண்டே நகர்ந்தார்.

“அண்ணே! பாத்துப் போங்க. எவனாச்சும், பன்னி பிடிக்க கண்ணி வெச்சுருக்க போறான். மாட்டிக்காதீங்க”, என்று சொல்லிவிட்டு கைலியை அவிழ்த்து உதறி ஆற்றில் இறங்கி குளிக்கத் தயாரானான் அன்பழகன்.

“இத்தன வருஷமா, ஆமாஞ்சாமி போட்டாச்சு. இனிமேலும் போடணும்னு எதிர்பாக்குறானுவோ. இந்த லூர்துசாமி, நம்மள்ள ஒருத்தன் தானே! எதுக்கு இப்படி ஐயாமாருக்கு வாலு பிடிக்கிறான்? அவனச் சொல்லி தப்பு இல்ல. பொண்டாட்டிய வுட்டுட்டு புள்ளைங்கள வுட்டுட்டு என்னமேரி ஒத்தையில திரிஞ்சா கஷ்டம் தெரியும். சுடுசோத்த வாயில் வைக்கும்போது, எங்க வூட்டுப் புள்ளைங்க வந்து கண்ணு முன்னாடி பிச்சை எடுக்குதுங்க. கையை உதறி எந்திரிச்சா, எங்க அப்பன் ஆத்தால்லாம் பட்ட அவமானம் கதை கதையாக் கேக்குது. ஒருத்தனும் இங்க நமக்கானவனுவோ இல்ல. நம்ம சனங்கள காப்பாத்தணும்தான். அதுக்காக இந்தச் சிறுக்கி மவ

1967 தாளடி 49

சேந்த கட்சியில, என்னால சேர முடியாது. எல்லாத்துக்கும் ஒரு அளவு இருக்கு. அவனுவோதான் வெறிநாய்னா, அதக் கொல்றதுங்குற பேருல நாம விஷமா மாற முடியாது. அண்ணா, தேர்தல் பாதைக்குப் போன பெறவு, நமக்கெதுக்கு அடிதடியும் அருவா வெட்டும்னு எவ்வளவோ சொல்லிப் பாத்துட்டன். கேக்குறாளா... அந்த கண்டார ஓழி. எல்லாத்துக்கும் என் புள்ளல்ல கெடந்து அழிஞ்சு போவுது. கைக்காசப் போட்டு வாங்கிட்டு வந்த கிளாஸ்கோ பிஸ்கட்ட, புள்ள ஆசையா பிரிக்கிறப்பவே, பிடுங்கி சாணிக்குழியில விட்டெறிஞ்ச வீராப்புக்காரியோட எப்புடி வாழ்க்கை நடத்துறது? திருடியா பொழைக்குறன்? மக்களுக்கு எதிரா இந்த மிஷின் இருக்கு. அப்படின்னு சொல்றாளுவோ. அரிசி மில்லுக்கு மட்டும் தவுடள்ள போறாளுவளே. கேட்டா, எட்டூரு நடவாளு வவுத்துல அடிக்கிற பொழப்ப நான் பாக்குறனாம். இந்தா! இந்த அரசாங்கம், ட்ரெயினிங் கொடுத்து வேலையும் போட்டுக் குடுக்கப் போவுது. நாய் வித்த காசு குரைக்கவா போவுது? இன்னும் ஆறு மாசம், நாகப்பட்டினமோ திருத்துறைப்பூண்டியோ டிராக்டர் ஓட்ட அரசாங்க வேலைக்கு போயிட்டா, எந்த நாயி இவள மதிக்கும்? புள்ளைய தூக்கிட்டுப் போயி இங்கிலீஷ் படிக்க வைப்பன். இவளமேரிக்க அருவா தூக்கி இரத்தம் பாக்க விடமாட்டன்.” என கறுவிக்கொண்டான்.

படித்துறையில் மஞ்சள் இழைத்த தடயத்தை பார்த்தான். தண்ணீரில் காலை ஊன்றியதும் களிமண் கிளம்பியது. தண்ணீரின் சில்லிப்பையும் தாண்டி, உடல் கொதிக்கத் தொடங்கியது. சௌகாரமும், அரப்புத் தூளும், மஞ்சளும் சந்தனமும் கலந்த வாசனை அவளை அவனுக்கு நினைவுபடுத்தியது.

மடிசேரிக்கரா கிருஷ்ணன் கோவில் சந்தனம் உலகப்பிரசித்தம். சாமியார், கர்நாடக விஜயம் செய்தபோது சந்தனம் அரைக்க ஆளில்லை என்று கிருஷ்ணன் கோவில் நிர்வாகியிடம் கோரிக்கை வைத்தார். கைதட்டி அவளை அழைத்தவர்,

சாமியாரோடு இரண்டு ஒட்டகம், நான்கு குதிரை, மூன்று வயதே நிரம்பிய யானைக்குட்டி, தந்தப்பல்லக்கு ஒன்று என சீர்வரிசையோடு அவளையும் சேர்த்து அனுப்பி வைத்தார்.

அன்றுமுதல் சாமியார் மடத்தில் பிரதான சிஷ்யையாக வலம் வந்தாள்.

அவளுக்கு இருந்த ஒரே ஆறுதல் அன்பழகன்தான். சந்தனம் அரைத்த நேரம் போக, குளத்தங்கரையில் அவனோடு கதை பேசுவது அவளுக்கு மிகவும் பிடித்திருந்தது. செல்விக்கு அவ்வப்போது தின்பண்டங்களைக் கொடுப்பதும் அவள்தான். குண்டுமல்லி பறித்துக் கட்டி, செல்வியின் தலையில் கனக்க கனக்க வைத்து அனுப்புவாள். ராமையாவோடு இயக்கத்தில் சேர்ந்ததும், அப்படியான ஒரு பொழுதில் தான். இயக்கம் மெல்ல மெல்ல வளரத் துவங்கியிருந்தது.

மூக்கைப் பிடித்துக் கிழக்குப் பார்த்து தண்ணீருக்குள் மூழ்கி எழுந்தான். சூடு மேலும் அதிகமானது. அன்பழகன் இக்கரையிலிருந்து நீந்திப்போய் அக்கரை சேர்ந்தான். தாமரைக் கொடிகளை விலக்கியபடி அவளும் எழுந்து வந்தாள். என்ன ரகசியம் பேசினார்களோ தெரியாது. எங்கிருந்தோ பறந்து வந்த கொட்டாங்குச்சி அவர்களுக்கு அருகில், நீரில் விழுந்து மிதந்தது. தாவி எடுத்தாள். உள்ளே விளக்குப் புகையின் கரியில், "இன்று இரவு ஏசு பிறக்கிறார்" என எழுதியிருந்தது. சிலுவைக்குறி மட்டுமே அவ்விருவருக்கும் தெரிந்த ஒன்று. எழுத்தைப் படிக்கவில்லை. நட்சத்திரக்குறியும், சிலுவைக் குறியும் இரவு ஏசுவின் பிறப்பை அவர்களுக்கு நினைவூட்டியது. அவசரமாகத் தண்ணீரில் கொட்டாங்கச்சியைக் கழுவினாள். இருவரும் ஒருசேர வானத்தைப் பார்த்தார்கள். ஊதாவும் சிவப்பும் சமமாகப் படர்ந்து, பரந்து, விரிந்து அவர்கள் இருவருக்கும் அச்சமூட்டியது அந்திவானம்.

7

பொருள் முதலா? கருத்து முதலா? பொருள் என்றால் என்ன?

மெய்யியல் கோட்பாட்டில் பொருளுக்கான இலக்கண வரையறை என்பது, பொருட்கள் நம்முடைய ஐம்புலன்கள் வழியாக அறியப்படுபவை. அகத்திற்கு சாராமல் மனதிற்கு புறத்தே இருப்பது. இந்த இரண்டும் பொருளுக்கான இலக்கணமாக எடுத்துக் கொள்ளலாம். பொருளை மற்ற பொருள்களிலிருந்து வேறுபடுத்திக் காட்ட, 'பருப்பொருள்' என்று சொல்வார்கள். இதை 'பருண்மை' அதாவது அண்டத்தை உள்ளடக்கிய எல்லாவிதமான பொருளையும் குறிப்பது.

கருத்து என்றால் என்ன?

மனித உணர்ச்சிகள், எண்ணங்கள், சிந்தனைகள் இவையெல்லாம் கருத்துகள். ஐம்புலன்களால் அறிய முடியாத அகத்துள் இருப்பது, கருத்து என்று சொல்கிறோம். மார்க்சியம் என்ற தத்துவம், கருத்து. இதை வைத்துக்கொண்டுதான், நாம் பொருள் முதலா? கருத்து முதலா? என்ற ஆய்வினை செய்யமுடியும்.

லெனின் சோவியத் ருஷ்யாவில்,

1. மனித சமூக வரலாறு எவ்வாறு இயங்குகிறது?

மனித சமூக வரலாற்றின் இயக்க விதிகளை மார்க்ஸ் கண்டுபிடித்தார்.

முதலாளித்துவப் பொருளாதார அமைப்பு எவ்வாறு இயங்குகிறது? மூலதனம் என்றால் என்ன? லாபம் என்றால் என்ன? விலை என்றால் என்ன? முதலாளி - தொழிலாளி உறவு என்றால் என்ன? இதிலிருந்து மார்க்ஸ் கண்டறிந்தது தான் 'உபரி மதிப்பு கோட்பாடு'.

2. உபரி மதிப்புக் கோட்பாட்டை அவர் கண்டுபிடித்தார். இந்த இரண்டையும் மார்க்சினுடைய நெருங்கிய நண்பரான ஏங்கல்ஸ் வெளியிட்டார்.

இதன்பிறகு சிறைச்சாலையில், ருஷ்ய நாட்டிற்கு தகுந்தாற்போல் மார்க்சியம் என்றால் என்ன என்பதை வரிசைப்படுத்தி, தொகுத்துக் கொடுத்தவர் லெனின்.

ஐரோப்பாவின் இன்றைய ஜெர்மானிய நாட்டில் பிறந்து, லண்டனில் மறைந்த, கார்ல் மார்க்ஸ் எழுதிய கோட்பாடுகளை ருஷ்யாவிற்கு தகுந்தாற்போல் கையாண்டு, மார்க்சியத்தை வகைப்படுத்தி அல்லது வரிசைப்படுத்தித் தந்தவர் லெனின்.

'கார்ல் மார்க்ஸ்', 'ஏங்கல்ஸ்', 'மார்க்சியம்' இம்மூன்றும் லெனினால் எழுதப்பட்ட கட்டுரைகள். மார்க்சியத்தின் மூன்று அடிப்படைக் கூறுகளை லெனின் வரையறுத்தார்.

1. இயக்கவியல் பொருள் முதல் வாதமும், வரலாற்றுப் பொருள் முதல் வாதமும்.

இதை மார்க்சியத்தின் மெய்யியல் என்று சொல்லலாம்.

2. மார்க்சிய பொருளியல்.

3. அறிவியல் சோசியலிசம் (அல்லது) கம்யூனிசம்.

இதை மார்க்சிய அரசியல் என வைத்துக்கொள்ளலாம்.

ஒவ்வொரு தத்துவத்திற்கும் ஒரு வரலாற்றுத் தொடர்ச்சி உண்டு. அப்படி, காரல்மார்க்சிற்கு, ஜெர்மானிய நாட்டில் மெய்யியலில் புகழ்பெற்று விளங்கிய, 'எர்னஸ்ட் ஹெகல்'. அவருடைய கருத்து, "எல்லாம் மாறிக்கொண்டிருக்கும். இயக்கம் நிகழ்ந்து கொண்டே இருக்கும். எதுவும் தேங்கி விடாது", என்பதுதான்.

ரைன் மாநிலத்தில் இருந்த மார்க்சுக்கும் ஏங்கல்சுக்கும், இந்தக் கருத்தில் உடன்பாடும் வேறுபாடும் இருந்தது.

இளம் ஹெகலியர்களாகத் தங்களை அழைத்துக் கொண்டவர்கள், ஒரு கேள்வியை முன் வைத்தார்கள். ஹெகல், பெர்சிய நாட்டின் அரசைப் புகழ்ந்து கொண்டே இருந்தார். இளம் ஹெகலியர்கள், ஒரு கேள்வியை எழுப்பினார்கள். "எல்லாமே மாற்றத்திற்கு உட்பட்டது என்றால், முடியாட்சியும் மாற்றத்திற்கு உட்பட்டது தானே?" என்பதுதான் அந்தக் கேள்வி.

அதற்கு ஹெகல், "எல்லா மாற்றங்களையும் ஆட்டி வைக்கக்கூடிய ஒரு பிரம்மம் இருக்கிறது. அந்த பிரம்மம்தான் இங்கு மன்னராட்சியாக இருக்கிறது. அதனால் மன்னராட்சி மாறாது. மன்னரும் மாற மாட்டார்.", என்று சொன்னதும், அதை நிராகரித்த, இளம் ஹெகலியர்களாக அறியப்பட்டவர்களே, 'இடது ஹெகலியர்கள்' என்று வரலாற்றில் அழைக்கப்பட்டார்கள்.

ஹெகலின் 'மாற்றம்' என்ற கருத்தை ஏற்றுக்கொண்டு, மாற்றத்திற்கான இயக்கம் எப்படி நிகழ்கிறது என்று ஆராய்ந்தவர்களே இடது ஹெகலியர்கள்.

இந்தக் குழுவிற்கு ஒருவர் கிடைத்தார். அவர்தான் 'லுட்விக் ஃபாயர் பேக்'. அவர் கடவுள் நம்பிக்கைக்கு எதிராக, மதத்திற்கு எதிராகப் புத்தகங்களை எழுதியிருந்தார். அவர்தான் நாத்திகத்திற்கு, சமய மறுப்பிற்கு, முதல் விதையை விதைத்தவர். அவர்தான் இவர்களுடைய ஆசிரியராகக் கிடைத்தவர்.

ஃபாயர் பேக்கின் கருத்து, "கடவுள் என்பது ஒரு கற்பனை. அது ஒரு கருத்து. அது உலகத்தைப் படைக்காது. உலகம்தான் கடவுள் என்ற கருத்தைப் படைத்து வைத்திருக்கிறது. பொருள் மயமாக இருக்கும் இந்த உலகம்தான், அடிப்படை."

ஃபாயர் பேக்கிடமிருந்து, பொருள் முதல்வாதத்தையும், ஹெகலிடமிருந்து இயக்கவியலையும் பெற்றுக்கொண்ட கார்ல் மார்க்ஸ், மார்க்சியக் கோட்பாட்டை நிறுவினார். அதுதான் மார்க்சும் ஏங்கல்சும் உருவாக்கிய 'புதிய மெய்யியல்'. அதன் பெயர் 'இயக்கவியல் பொருள் முதல் வாதம்'.

அளவு மாற்றம், பண்பு மாற்றம் ஆகும் விதி. எதிர்க்கூறுகளின் ஒருமையும் போராட்டமும்... இப்படி பல்வேறு விதமான இயக்கவியல் விதிகளை, பொருள் முதல் வாதம் என்ற நிறுவுதலை, தியாகராஜன் என்ற தியாகு பாடம் எடுத்துக் கொண்டிருந்தான்.

தோழர்கள் சுற்றி அமர்ந்து பொறுமையாக ஒவ்வொன்றாகக் கேட்டு, தர்க்கபூர்வமாக விவாதித்தார்கள். தேநீர் அருந்த அனைவரும் கலைந்து சென்ற பின்பும், தியாகராஜனோடு ஒரு சில தோழர்கள் பேசிக்கொண்டிருப்பதைப் பார்த்தவள், யாரும் அறியாவண்ணம் சமிக்ஞை செய்தாள்.

கண்களாலேயே, "வந்து விடுவேன்", என சம்மதம் தெரிவித்தான், தியாகராஜன்.

தஞ்சையின் இரகசிய இயக்கக் கட்டுமானத்தில், மார்க்சியம் பற்றி வகுப்பு எடுப்பதில் தியாகராஜனுக்கு முக்கிய பங்கு உண்டு. அன்று இரவு நடக்கவிருக்கும் கட்சியின் பிரச்சாரக் கூட்டத்திற்கு, சிறுவன் அண்ணாதுரையை அழைத்துச் செல்வதென முடிவெடுத்தான்.

திருவாரூரின் கீழவீதியில் எளிமையாக அமைக்கப்பட்டிருந்த மேடையில் முழக்கங்களை முன்வைத்துப் பேசிக்கொண்டிருந்தார் வடிவேலு. பிரம்மாண்டமான கூட்டம் அலைமோதியது. சைக்கிளின் முன்னே பறந்த செங்கொடியை காற்று கொண்டு போய் விடாமல் கெட்டியாகப் பிடித்திருந்தாள் செல்வி. ராமையா தாத்தா, சைக்கிளை தேரின் மீது சாய்த்து நிறுத்தி இருந்தார். எந்த நேரமும் எடுத்துக்கொண்டு புறப்படத் தயார் நிலையில்.

8

கீழவீதி, பெட்ரோமாக்ஸ் லைட் ஒளியில் வெண்மை கூடி வெப்பத்தை கூட்டிக் கொண்டிருந்தது. தெருவின் வெப்பம் தோழர்களின் மனதில் தீயாய் மூண்டது. ஆவேசம் கொண்ட தோழர்கள் பலரும்,

செங்கொடி ஏற்றுவோம்!

சங்கம் அமைப்போம்!

உரிமை கேட்போம்!

போன்ற கோஷங்களை எழுப்பிக் கொண்டிருந்தார்கள். கூட்டம் சுற்றிலும் இருந்த கிராமங்களிலிருந்து வந்திருந்த போதிலும், நகரத்து மக்களும் கூட்டம் கேட்கத் திரண்டிருந்தார்கள். ஒவ்வொருவராய் பேசும் கருத்துகளை உள்வாங்கி தங்களுக்குள் விவாதிக்க தொடங்கினார்கள். பல ஆண்களின் தோள்களில் அமர்ந்திருந்த சிறுவர் சிறுமியர் வேடிக்கைக்காக பூவரசம் பீப்பீகளை ஊதி சப்தம் ஏற்படுத்திக் கொண்டிருந்தார்கள். ஒவ்வோர் ஓசைக்கும் ஓர் இடைவெளி. ஒவ்வொரு முகத்திற்கும் ஓர் இடைவெளியைப் போல, அண்ணாத்துரை அப்பாவிடம் கேட்டான், "இது என்ன கூட்டம் அப்பா?"

"இது, பள்ளு பறையன் கட்சிக் கூட்டம்", என்று மறுமொழி தந்தார்.

“என்ன பேசுகிறார்கள் அப்பா இவர்கள்”, என்று கேட்டு வாய் மூடுவதற்குள்...

“உனக்கும் எனக்கும் இருக்கிற சோத்துல பங்கு கேட்குரானுங்கப்பா”, என்று மறுமொழிந்தார்.

காலையில ஆச்சிக்கு சொன்னா குடுத்துட்டுப் போறா. இதுக்கு ஏம்பா கூட்டம்?

“உனக்கு தட்டுல போடுறத, இவங்களுக்கு வட்டில்ல போடணும்”, என்று சொன்னார்.

விளையாட்டுப் போக்கில் கவனம் திரும்பிய அண்ணாதுரைக்கு, அப்பாவின் தோளில் இருந்து இறங்கிவிடத் தோன்றியது.எல்லாருக்கும் எல்லாமும் நடந்து விடுவதில்லை. வீட்டிற்குத் திரும்பி நடக்கலானார் தியாகராஜன். குழந்தையின் கால்களில் புழுதி படிந்து விடும் என்பதற்காக தோளில் தூக்கி, தியாகராஜன் வீடு வந்ததும் திண்ணையில் இறக்கிவிட்டார். அண்ணாதுரைக்குத் தோளிலிருந்து தரையில் இறங்கிய மகிழ்ச்சி. காதுகளில் கீழவீதியின் முழக்கம் ஒலித்துக் கொண்டே இருந்தது. சைக்கிளில் இருந்த மணி ஒலித்தது. திரும்பிப் பார்த்தான்.

தெருமுனையில் செங்கொடியை இறுகப்பற்றியபடி தூங்கிப் போய் தலை துவண்டு கிடந்த பெண்ணை வைத்து தாத்தா ஒருவர் ஓட்டிக் கொண்டு போவது தெரிந்தது. காற்றின் வேகத்தில் செங்கொடி மேலும் படபடத்தது. அண்ணாதுரைக்கு சிவப்பு நிறத்தின் மேல் ஈர்ப்பு அதிகமானது. இருட்டும் வேளையில் திருவாரூரிலிருந்து கொலப்பாடு வழியாக சைக்கிளை மிதித்தார் ராமையா. வழி எங்கும் இருள் மண்டிக் கிடந்தது. துடைத்துத் தூய்மையாக வைத்திருந்த சைக்கிளின் பளபளப்பு, தூரத்தில் இருந்த ஆடு மாடுகளின் கண்களில் பட்டு மின்னியது. குள்ளநரி கூட்டமாக ஊளையிடும் சத்தம் தூரத்தில் கேட்டது. தெரு நாய்கள் குரைத்து துரத்திக் கொண்டு வந்தன. மடித்துக் கட்டிய வேட்டியோடு ராமையா நிதானமாக சைக்கிளை மிதிக்கத் துவங்கினார்.

மார்கழி மாதக் காற்று ராமையாவின் மனதை குளிரச் செய்யவில்லை. மாறாக வெப்பமூட்டியிருந்தது. சைக்கிள்

மிதித்துக் கொண்டு வந்தவர், “கட்சிக்காரன் சொல்றதுக்காவ சனநாயகப் போக்குல போறவனுவோலுக்கு முதலாளியப் பத்தி கவலை இல்ல. நமக்கு நாலுபேர்கிட்ட வாங்கித் திங்கிற நிலைமை இல்ல. எத்தனையோ போராட்டத்தப் பாத்தாச்சு. காங்கிரசுல சுபாஷுக்கு அப்புறம், ஒரு நல்ல தலைவர் கிடைப்பாருங்குற நம்பிக்கை இல்லை. இன்னைக்கு நிலைமையில, வங்காளம் காட்டுற புதியபாதை, வேட்டிய புடிச்ச நெருப்புனாலும், அத அவுத்து வைக்கப்போரக் கொளுத்துற மாதிரி முதலாளிகளக் கொளுத்தணும்னு தோணுது. சுதந்திரம் கெடச்சும், நம்ம மக்களுக்கு எதுவுமே மாறல. ஒழச்சு காவயித்துக்குக் கஞ்சி குடிக்க முடியல. கல்யாணம், கருமாதி கூட அவனுவோல கேட்டுதான் வைக்க வேண்டியிருக்கு. தெருவத் தாண்டி கால் வச்சா கால வெட்றானுவோ. இதுல எல்லாப் புள்ளைங்களும், பண்ணையாருக்கும் முதலாளிக்கும் அடிமையா கெடந்தே காலம் போச்சுதுன்னா, எப்ப ஓட்டு போட்டு, எந்த எம்.எல்.ஏ வந்து, என்னத்தக் கிழிக்கப் போறானுவோ. நம்மளோட பாத தெளிவா இருக்கு. இனிமேல் கட்சிக்காரன நம்பி, நம்ம மக்கள் ஏமாறக் கூடாது. குடும்பமே அழிஞ்சாலும் செல்வியோட தலைமுறை நல்லா இருக்கணும். இல்லன்னா இதுவளும் அடிமையா, சாணி அள்ளிக்கிட்டுத் தான் கெடக்கணும். என் காலம் ஓடிபோச்சு. சொச்ச காலத்த இளவட்ட பசங்களுக்கு சொல்லிக் குடுத்துட்டுப் போய் சேருறன்.”

அன்றைக்கு அமாவாசை என்பதால் இருட்டில் தூரத்தில் அரிக்கேன் விளக்கு வெளிச்சம் தென்பட்டது. பனைமரம் அவர் கண்ணுக்குத் தெரிந்தது. மெதுவாக சைக்கிளை, செல்வியை, செங்கொடியை பனைமரத்தில் சாய்த்து வைத்துவிட்டு வாய்க்காலில் இறங்கி நடந்து வெளிச்சத்தை நோக்கி நடந்தவர், என்ன நினைத்தாரோ திரும்பி வந்து செல்வியையும் தூக்கிக்கொண்டு வெளிச்சத்தை நோக்கி நடந்தார்.

அவர் வருகைக்காக நான்கு இளைஞர்கள் அரிக்கேன் விளக்கோடு காத்திருந்தார்கள். அவர்களை நெருங்கி போடப்பட்டிருந்த கல்லில் அமர்ந்து கொண்டார் ராமையா.

பனைஓலையில் பிள்ளையைக் கிடத்திவிட்டு ஒவ்வொருவரின் முகத்தையும் கூர்ந்து பார்த்தார். அம்மாசி, கண்ணுசட்டி, வைரவன், தியாகு என கண்டுகொண்டார்.

"நேத்தி, துண்டு பிரசுரங்களைக் கொடுத்துவிட்டு வந்தோம் தோழர். சொல்லியது போல நோட்டீசை கதவில் ஒட்டி விட்டோம். வேறு கட்டளைக்காக காத்திருக்கிறோம்", என ராமையாவிடம் சொன்னான் தியாகு.

"உங்களுக்கு வேலைக்கு சொல்லி இருக்கேன். தெக்கத்தி ஆளுங்க வரும்போது உங்களையும் சேத்து விடுறேன்", என சொன்னார் ராமையா.

செல்விக்கு பாவாடை நனையவே விழிப்பு வந்து சிணுங்க ஆரம்பித்து, அழுகையாக மாறத் துவங்கியிருந்தது. ராமையா செல்வியைத் தூக்கிக்கொண்டு, "கட்டளை வந்ததும் அனுப்பி வைக்கிறேன்", என சொல்லிவிட்டு வரப்பில் நடந்தார்.

ஒருவரும் பின்தொடராமல் வெவ்வேறு வழிகளில் சென்று மறைந்தார்கள். அரிக்கேன் மண்ணெண்ணெய் வயலில் பரவ தீ கொழுந்து விட்டு எரிந்தது. வெப்பம் தாங்காமல் பனை மரத்தின் மேல் கூடுகட்டி ஊஞ்சலாடிக் கொண்டிருந்த தூக்கணாங்குருவிகள் கூடுகளை விட்டு சப்தமிட்டுக் கொண்டு பறக்கத் துவங்கின. சற்றைக்கெல்லாம் கூக்குரலிட்டு மக்கள் ஓடி வந்து வாய்க்கால் தண்ணீரை கையில் கிடைத்தவற்றால் இறைத்து, மண் அள்ளிப் போட்டு தீயை அணைக்க முற்பட்டார்கள். தண்ணி காருக்கும் ஆள் சொல்லப் போயிருப்பது குழப்பமான சத்தங்களுக்கிடையே தெளிவாக கேட்டது. பண்ணையில் ஐயாவிற்கு சொல்லப்பட்டது. மைனர் வீட்டில் இல்லாததால், அவர் இருக்குமிடத்திற்கு ஆட்கள் சிட்டாக பறந்தார்கள்.

ஆய்மூரார், முதல் ஆளாக துப்பாக்கியை தூக்கினார். அஞ்சி நடுங்கிய சனங்கள், "எங்களுக்கு ஒண்ணும் தெரியாது சாமி! புள்ளையா வளத்த கதிர அறுக்கிறதுக்குள்ள கொளுத்திப் புட்டானுவலே! தூண்டிக்காரந்தான் அவனுவோல கேட்கணும்".

சேற்றில் பதிந்திருந்த கால் தடங்களை ஆராய்ந்தார் ஆய்மூரார். தோப்பு மேட்டில் போய் ஏறின ஒரு ஜோடி கால்கள்.

வேறெதுவும் அடையாளம் இல்லை. கால்கள் ஏறிய இடத்தில், அரிவாள் சுத்தி நட்சத்திரம் வரையப்பட்டிருந்தது. எங்கோ பொறி தட்டியது.

“ராமையா இருக்கானா பாருங்கடா”, என கூச்சலிட்டார்.

“பால்வாடியிலதாங்க படுத்துத் தூங்கறாரு”, என நடவாள் முன்மொழிந்தாள்.

இரவோடு இரவாக எல்லா கிராமத்துக்கும் சேதி சொல்லி அனுப்பினார் ஆய்மூரார். விடிவதற்குள்ளாகப் பிடிக்க வேண்டும் என்பதுதான் திட்டம். தண்ணி கார் வருவதற்கும், பத்துமா எரிந்து அணைவதற்கும் சரியாக இருந்தது. மாடுகள் அறுத்துக் கொண்டு ஓடின. மாட்டுக் கொட்டகையை சுற்றி வளைத்த பண்ணை ஆட்கள், உள்ளே கவனையில் கூளத்திற்கு நடுவே படுத்திருந்த, பாப்பாத்தியைப் பிடித்துக் கொண்டு வந்தார்கள். கோபத்தின் உச்சியில் இருந்த ஆய்மூராருக்கு கண்மண் தெரியவில்லை. புடவையை உருவி, பாவாடையை அவிழ்த்து, அவளை பனைமரத்தில் கட்டினார். ஆனாரூனா குறி போட வைத்திருந்த சாணிப்பாலை கொண்டு வந்தான். நடவாள்கள் எல்லாம் கையெடுத்து கும்பிட்டு காலில் விழுந்தார்கள். எங்கிருந்தோ ஓடிவந்த வடிவேலு, “மைனர் தான் மாட்டுக் கொட்டாயில இவளைக் கொண்டாந்து உட்டுட்டு போனாருங்கய்யோ!”, என்று கத்தினான். அவசரமாகத் தன் புடவையை அவிழ்த்து அவள் மீது போட்டாள் பார்வதி. கட்டை அவிழ்த்தான் ஆனாரூனா. விசும்பி அழுதவளை, ஊர் அழைத்துப் போனது. துப்பாக்கியைத் தரையில் ஊன்றி வானத்தைப் பார்த்தார் ஆய்மூரார்.

முன் கொசுவம் வைப்பது நம்மில் வழக்கமில்லை. பாப்பாத்திக்கோ முன் கொசுவம் வைக்காமல் புடவை கட்ட வராது. ஏழு கஜம் ஒன்பது கஜம் புடவைகளுக்குப் பதிலாக பாலியஸ்டர் புடவைகளை கட்டத் துவங்கினாள். முகத்துக்குப் பவுடரும், உடம்புக்கு சென்ட்டும் போடத் துவங்கியிருந்தாள். தெரு அவளை மேனாமினுக்கி என்றது. உள் பாவாடையும் ஜாக்கெட்டும் அணிந்த அவளை, பின்கொசுவம் வைத்துக் கட்டிய நடவாள்கள் தூற்றினார்கள். எதையும் லட்சியம்

செய்யாத அவளுடைய போக்கு பெரிதும் விவாதிக்கப்பட்டது. காலையில் திருவாரூர் ரயிலடியிலிருந்து பேப்பர் கட்டுகளை எடுத்துப் பிரித்து ஒவ்வோர் ஊருக்கும் அனுப்பிவிட்டு, கால்நடையாய் கிராமத்தில் நுழையும்பொழுது சூரியன் உச்சியில் இருக்கும். ஒவ்வொரு நாளும், இரவு வெவ்வேறு இடங்களில் தங்குவதை வழக்கமாக வைத்திருந்தாள். தலைநகரில் இருந்து கிராமங்களைத் தொடர்புகொள்ள இயக்கங்களுக்கு அவள் பெரிதும் பயன்பட்டாள். இரவு முழுவதும் வயல்வெளிகளில் சுற்றித் திரிவதும், பகல் நேரங்களில் செய்தித்தாளை உரக்க வாசிப்பதும், பிறருக்கு செய்திகளை கடத்துவதுமாக இருந்தவளை, இன்று மரத்தில் கட்டி வைத்தார் ஆய்மூரார்.

புடவையை அவிழ்த்து மேலே போர்த்திய நடவாளுக்கு இடுப்பு வேட்டியை அவிழ்த்துக் கொடுத்தான் ஆனாரூனா. வர்க்கப் போராட்டங்களில் ஆனாரூனா எப்பொழுதுமே மஞ்சள் கொடியின் பக்கமே என்றாலும், ஏனோ அந்த இரவில் அவனுமே பதறித்தான் போயிருந்தான். மூன்று செய்திகளை ஆனாரூனா நினைத்துக் கொண்டான். ஆய்மூர் மைனருக்கு இவள் என்னவாக இருந்தாள்? ராமையா எங்கே போயிருந்தான்? மேலே ஏறிய கால் தடங்கள் யாருடையவை? எதுவும் பிடிபடாமல் நீண்ட கல்லாங் கழியை அண்டக் கொடுத்து, இங்கும் அங்கும் அரைக்கால் சட்டையுடன் உலாவினான்.

தூரத்தில் நரிகள் ஊளையிட்டன. கூட்டமாக நரிகள் சூழ்ந்தால் மூத்திரத்தை தரையில் பெய்து பின்னங்கால்களால் எதிரியின் முகத்தில் வாரி அடிக்கும் பழக்கம் உடையவை. கூட்டத்தைக் கலைக்க கையில் ஆயுதம் இருந்தாலும் பலன் கொடுக்காது. அருகில் வருவது போல் தெரிந்ததும் பனைமரத்தைப் பார்க்க நடந்தான் ஆனாரூனா. ஆய்மூரார் நாய்களை அவிழ்த்துக் கொண்டு பண்ணை வீட்டை நோக்கி நடந்தார். முன்னும் பின்னுமாக மூன்று நான்கு பேர் காவலுக்கு நடந்தார்கள். கடைசி ஆளாக ஆனாரூனாவும் சேர்ந்து கொண்டான்.

9

"விழித்தனர் காமனை வீழ்தர விண்ணின்
 இழித்தனர் கங்கையை ஏத்தினர் பாவம்
கழித்தனர் கல்சூர் கடியரண் மூன்றும் அழித்தனர்
ஆரூர் அரநெறி யாரே"

- திருநாவுக்கரசர் (நான்காம் திருமுறை - தேவாரப் பதிகம் 169)

பெருமழைக்குப் பின்னே இந்த நாள் இத்தனை அழகாக விடியும் என அவள் நினைக்கவில்லை. அதிகாலை சீனிவாசம் பிள்ளையின் தேவாரத்தில் கண்விழித்தாள். கைலாசநாதர் கோவிலின் தாமரைக் குளத்தில் குளித்துமுடித்து உடலெங்கும் திருநீறு பூசி சிவப்பழமாக கையில் தாளத்துடன் தேவாரம் பாடி வீதி சுற்றுவது மார்கழி மாதத்தின் அந்த நாளை அழகாக்கியது. செம்பியன்மாதேவி எழுப்பித்த கைலாசநாதர் கோவிலின் மூலஸ்தானத்தில் குருக்கள் அபிஷேகம் முடித்து அலங்காரம் செய்து கொண்டிருந்தார். சீனிவாசம் பிள்ளையின் பஜனை கோஷ்டி உள்நுழைந்ததும் பஞ்சமுக ஆரத்தியை சுவாமிக்கு காட்டினார். எல்லாரும் கையை மேலே உயர்த்தி,

"ஹர ஹர மகாதேவா!

தென்னாடுடைய சிவனே போற்றி!

எந்நாட்டவர்க்கும் இறைவா போற்றி!"

என வணங்கி நின்றார்கள். முழையும் பறையும் ஒருசேர முழங்கின. கோவிலின் காண்டாமணி அடிக்கத் துவங்கியிருந்தது. எக்காளமும், கொம்பும், சங்கும் முழங்கின. கோவில் பசுமாடு கன்றுக்குட்டியுடன் உள்ளே நுழைந்தது. குருக்கள் ஆரத்தியை அனைவரிடமும் காட்டி விட்டு பசுமாட்டின் பின் பகுதியின் வாலுக்கு அருகில் காண்பித்தார். அனைவரும் தொட்டு வணங்கினார்கள்.

கொதிக்கும் பொங்கலை வாதா இலையில் வைத்து பஜனை கோஷ்டிக்குக் கொடுத்துக் கொண்டிருந்தான் முத்தையன். உடம்பில் அரைமுழம் துண்டு மட்டும் கட்டி இருந்தான். மார்பு விரிந்து இருந்தது. கைகளும் கால்களும் உரமேறிக் கிடந்தன. இருப்பவர்களிலேயே அதிக உயரமானவனாகத் தென்பட்டான். யாருக்காகவோ கோபுரவாசலை அடிக்கடி பார்த்தான். கொடிமரத்தின் மேலே பச்சைக்கிளிகள் கொஞ்சி மகிழ்ந்தன. மதில் மேல் இருந்த கோடி பூதம் அவனைப் பார்த்துச் சிரித்தது. தூண்களின் இடுக்குகளிலிருந்து மாடப்புறாக்கள் தாழ்வாகப் பறந்து அவன் கால்களைக் கொத்தின. துள்ளிக்குதித்த கன்றுகுட்டி நாக்கால் அவன் கைகளை நக்கியது. பார்வை மட்டும் கோபுரவாசலில் நிலைகுத்தி நின்றது. அனிச்சையாக பிரசாதம் வழங்கி கொண்டிருந்தான்.

அல்லி தாமரைக்குளத்தில் குளித்துவிட்டு தன்னை அலங்கரித்துக் கொண்டிருந்தாள். அம்மா தொடுத்து வைத்திருந்த முல்லைச் சரத்தைத் தலையில் வைத்துக் கொண்டாள். சீவிய தலையில் முன் நெற்றிக்கு மேலே தலைமுடியை இழுத்துச் சுருட்டி விட்டாள். இறுக்கமாக ஒற்றைச் சடையாய்ப் பின்னி பின்னுக்குத் தள்ளினாள். பாவாடையைக் கட்டி தாவணியை எடுப்பான மார்புகள் நன்றாகத் தெரியும்படி ஒற்றைப்படையில் போட்டுக்கொண்டாள். கழுத்தில் அணிந்திருந்த சங்கிலியை விக்டோரியா டாலர் தெரியும்படி மேலே இழுத்து விட்டுக்கொண்டாள். கண்மையும் சாந்தும் அவளை மேலும் அழகாக்கின. வினிபா பவுடர் அவளை வாசனையாக்கியது. கொலுசு சிணுங்கி சத்தம் போட்டது. கைவிரலும் கால்விரலும்

வாரந்தோறும் வைக்கும் மருதாணியால் கருத்தும் சிவந்தும் இருந்தன. நறுவிசாக வெட்டப்பட்ட நகங்கள் ஒளிர்ந்தன.

ஆண்டாள் பாசுரத்தை உரக்கப்பாடி குயில்களையும், மைனாக்களையும் துணைக்கு அழைத்துக் கொண்டாள். வீதியில் இறங்கி பூசணிக் கொடியைத் தாண்டி கோவிலுக்குள் நுழைந்தாள். கைலாசநாதரைத் தேடுவதைப் போல இடமும் புறமும், மேலும் கீழுமாக விழிகள் அலைந்தன. எங்கிருந்தோ பறந்து வந்த பச்சைக்கிளி, அவள் அணிந்திருந்த மூக்குத்தியைக் கொத்தித் திருப்பியது. “மாணிக்கக்கல்லின் ஒளி பட்டு கொவ்வைப் பழமென தெரிந்திருக்கும்” நினைத்துக்கொண்டே சிரித்துக்கொண்டாள். வெட்கப்பட்டு முகத்தைத் திருப்பிய போது, எதிரில் முத்தையன் கைகளைத் துடைத்தபடி எதிர்ப்பட்டான். இடித்துவிடாமல் நகரும் பொழுதில், கைலாசநாதரின் கருவறை வெளிச்சம் பிரகாசமாய் கண்ணில் பட்டது. உரக்கப்பாடி விரைந்து நடக்கத் துவங்கினாள் அல்லி.

ஓடிப்போய்ப் பிடிக்க வேண்டும் என வேகம் இருந்தாலும், கோவிலுக்காய் கட்டுப்பட்டு நிற்கச்சொல்லி கால்கள் கெஞ்சின முத்தையனுக்கு.

சீனிவாசம் பிள்ளை அல்லியைப் பார்த்ததும், “மகாராணிக்கு மார்கழியில் கோலம் போடக்கூட நேரமில்லையா?” எனக் கேட்டுக்கொண்டே, “நீங்களாவது கொஞ்சம் புத்தி சொல்லுங்க சாமி”, என்று குருக்களிடம் முறையிட்டார்.

குருக்கள் மீண்டும் ஒருமுறை ஆரத்திக்குத் தயாரானார். கைலாசநாதரின் பின்னே இருந்த கோடிதீபக் கண்ணாடியில் ஏற்றப்பட்டிருந்த விளக்கு நூறாய், ஆயிரமாய், லட்சமாய்ப் பிரகாசித்தது. அவளுக்கு அத்தனை கண்ணாடித் துண்டுகளிலும் முத்தையனே தெரிந்தான்.

வெளியில் வந்த சீனிவாசம் பிள்ளை, “டேய்! வண்டிய கட்டுவியா, இங்க நின்னுகிட்டு என்னடா பண்ற?”.

“மாட்ட தண்ணியில அடிக்கச் சொல்லியிருக்கேன், ஐயா. நீங்க வர்றதுக்குள்ள தயாரா வெச்சிருப்பேனுங்க”, என்று கும்பிட்டான்.

சீனிவாசம் பிள்ளை அந்த ஊரின் நிலக்கிழார் மட்டும் அல்ல, பட்டாமணியாரும் தான். கிராமங்களில் கர்ணம், பட்டாமணியார்களின் காலம் கொடிகட்டிப் பறந்தது. குறிப்பிட்ட சாதிக்காரர்களே கர்ணமாகவும், பட்டாமணியாராகவும் இருந்து வந்தார்கள். செம்பியன்மாதேவி கிராமத்தின் பட்டாமணியாராக சீனிவாசம் பிள்ளையும், கர்ணமாக ராமா நாயுடுவும் அதிகாரம் செலுத்தினார்கள்.

சீனிவாசம் பிள்ளைக்கு சதுர்வேதிமங்கலமான செம்பியன் மாதேவிக்கு மேற்கே, இருஞ்சியூருக்கு கிழக்கே, ஐந்து வேலி நிலம் இருந்தது. ஒவ்வொரு நாளும் சிவ பூஜைக்குப் பின் நிலங்களைப் பார்த்து, வரவு செலவு செய்வதை முதல் கடமையாகவும், மதிய உணவிற்குப் பின் தூக்கம் போட்டு எழுந்ததும், அலுவல்களைப் பார்ப்பதும், அவருடைய அன்றாடக் கடமையாக இருந்தது. அன்றைக்கும் அப்படித்தான்.

முத்தையன் கூண்டு வண்டியில், வெல்வெட் மெத்தையை உள் விரிப்பாக சமக்காளத்தின் மேலே பரப்பினான். மஞ்சள்நிற வெல்வெட் தலையணைகளை வண்டியின் உள்ளே சாய்ந்து உட்காருவதற்கு ஏதுவாக பக்கவாட்டில் அடுக்கினான். வண்டியின் இரண்டு பக்கங்களிலும் இருந்த கைப்பிடிகளில் விளக்குக் கூண்டுகளை செருகினான். பித்தளையில் செய்யப்பட்ட அவ்விளக்குக் கூண்டுகள் தங்கத்தைப் போல மின்னின. கூண்டுவண்டிக்கு கீழே அடிக்கப்பட்டிருந்த வளையில் வைக்கோலை எடுத்து வைத்துக்கொண்டான். பூட்டாங்கயிறையும், முளைக்குச்சிகளையும் சரிபார்த்தான். நுகத்தடியை தூக்கி வைத்துவிட்டு மாட்டுக் கொட்டகையை நோக்கி நடந்தான். காலையிலேயே ஒரு ஜோடி உம்பளச்சேரி காளைகளை குளத்தில் அடித்து, கழுத்தில் சலங்கை கட்டி, முதுகில் கயிறு போட்டு வைத்திருந்தான். மாட்டுக்காரன் தலைக் கயிற்றை அவிழ்த்து, முன்னும் பின்னுமாக காளைகள் நடக்க, அவற்றினூடாக பச்சை பெல்ட்டும், கட்டம் போட்ட கைலியும், மடித்து விடப்பட்ட சட்டையும், முறுக்கிய மீசையுமாக, தலையில் கட்டிய சிவப்பு முண்டாசுடன் முத்தையன் பார்ப்பதற்கு, காளைகளை விடவும் கம்பீரமாக இருந்தான். காளைகளை வண்டியில் பூட்டி வில்வண்டியை, சீனிவாசம் பிள்ளை ஏறுவதற்கு தோதாக வாசலில் நிறுத்தினான்.

தெருவில் போடப்பட்டிருந்த கீற்றுக் கொட்டகையைத் தாண்டி திண்ணையும், ரேழியும், கூடமும், தாழ்வாரமும், வாசலும், காற்றுக் கொட்டகையுமாக முன்கட்டு ஊஞ்சல் ஆளில்லாமல் ஆடிக்கொண்டிருந்தது. “பிள்ளை மூன்றாம் கட்டில் சிவபூஜை செய்த பின் உணவருந்திக் கொண்டிருக்கிறார்”, என அவனிடத்திற்கு வந்த சம்பா சாதத்தின் வாசனை சொன்னது. “ஆச்சி அமுது படைக்கிறாள். அல்லி என்ன செய்துகொண்டிருப்பாள்?” என நினைக்கும் பொழுது, அவனுக்கு அவனுடைய கை அனிச்சையாக மீசையை முறுக்கியது. நெய் தடவி வளர்த்த மீசை நிலை தடுமாறாமல் முறுக்கி நின்றது. அவனுக்கு செம்பியன் மாதேவி வழி வந்தவன் என்ற குலப்பெருமை தெரியாது போனாலும், தன்னைப்பற்றிய பெருமையைக் காட்டிலும் அல்லியின் மீது இருந்த காதலே முறுக்கேற்றியது அனுதினமும்.

எட்டுமுழ வேட்டி, கள்ளி ஜிப்பா, காதில் கடுக்கன், கையில் ரிஸ்ட் வாட்ச், தோல் செருப்பு சகிதம் வெற்றிலை பெட்டியுடன், மழித்து எடுக்கப்பட்ட வழவழப்பான முக அமைப்புடன், நெற்றியில் பளிச்சிட்ட விபூதியுடன் சீனிவாசம் பிள்ளை, வலது தோளில் இருந்த துண்டை சரி செய்தபடி வண்டியில் ஏறினார். பின் பாரம் தாங்காமல் கால்களை உயர்த்தி அமிழ்ந்தன. சலங்கைகள் ஒலிக்க காமிரா அறையிலிருந்து சன்னமான சிரிப்பொலி அவனுக்கு கேட்கவே, தார்குச்சியை எடுத்து லேசாக மாட்டின் மீது அணைத்தான். மடை உடைந்தது போல பாய்ந்து சென்றன காளைகள்.

10

ஆய்மூராரும், சீனிவாசம் பிள்ளையும், மைனரும் களத்துமேட்டில் ஆலோசனையில் இருந்தார்கள்.

"மன்னார்குடி ஒப்பந்தத்தின்படி நெல்லுக்கு மூணு படி கூலி கேக்குறானுவோ."

"அது இல்லங்கோய் பிரச்சனை. நம்ம ஆனாகோனா(அகரம் கோவிந்தராஜன் நாயுடு) சொல்ற மாதிரி, செங்கொடிதான்யா பிரச்சினை."

"இவனுவோளுக்கு திங்கிறதுக்கும் நொட்டுறதுக்கும் ஒரு பிரச்சனையும் இல்ல. எங்கிருந்துதான் இவ்வளவு தைரியம் வந்துச்சுன்னு தெரியல. சங்க கூட்டத்துக்கு போறன்றானுவோ. அஞ்சு மணிக்கெல்லாம் கரையேறிடுறாணுவோ. செட்டியார் பண்ணையில சங்கு ஊதுறானாமே. நேரத்துக்கு வேலை, வாரத்துக்கு கூலி. இன்னும் என்னல்லாமோ பேசுறானுவோலே. இந்த ராசாங்கம் பய, ரயிலேறி வடநாட்டுக்குல்ல போயிருக்கானாம். தேசிகர் செஞ்ச மாதிரி நாமளும் டிரஸ்ட்டா போட்ருக்கலாமய்யா."

"நாவப்பட்டிணம் முன்சீப்புல சொல்லி, நீ சொன்ன மாரி செஞ்சு போடுவோம். குறுவையும் தாளடியும் நின்னுபோச்சு. சம்பா மட்டுந்தான் இனிமே நிரந்தரம். இதுக்கே இவனுவோ இந்த குதி குதிச்சா, அந்த மதுரக்கார பொம்முனாட்டி

வேற, "நிலத்தை வாங்கிக்குறேன். பிரிச்சுக் குடுங்கன்னு" போராட்டம்ல பண்றா. குன்னியூர் ஐயர்வாள்ட்ட சொல்லி இவளயெல்லாம் அடக்கி வைக்கணும்யா."

"இப்பிடித்தான் ஒரு பாப்பாத்தி கிளம்புனா. மணியம்மாவை அடக்க முடிஞ்சுச்சா?"

"அவதான்யா காரணம்."

"என்னமோ போ!"

இந்த உரையாடல் தொடர்ந்து கொண்டிருந்தது. முத்தையன் களத்துமேட்டில் மற்ற வேலைகளைக் கவனித்துக் கொண்டிருந்தான். அன்றிரவு ஏசு பிறக்கப் போகிறார் என்பது அங்கிருந்த எவருக்கும் நினைவில் இல்லை. முத்தையனுக்கு மட்டும், ஒரு நட்சத்திரத்தை அவிழ்த்து வீட்டிற்குக் கொண்டு போக வேண்டுமாய்த் தோன்றியது. மாதாவின் கருணையால் வாழ்வில் ஏதேனும் மாற்றம் வரும் என நம்பினான். கத்தோலிக்க தேவாலயத்தில் பிரார்த்தனை செய்து கொள்வதை வழக்கமாக வைத்திருந்தான். "ஜோசப் பெர்னாண்டஸ்" என்று கூட தன் பெயரை மாற்றிக் கொள்ள உத்தேசித்திருந்தான் முத்தையன். தேவாலயத்தின் பங்கு தந்தை அவனுக்கு ஞானஸ்நானம் செய்ய விருப்பம் தெரிவித்திருந்தார். அல்லி அழகிய தமிழ்ப் பெயரை வைத்திருப்பது போல தனக்கும் ஒரு பெயர் வேண்டும் என வேண்டிக் கேட்டபோது, அவனுக்கு அல்லி வைத்த பெயர் "மதியழகன்". இப்படி பிரார்த்தனைக்கு ஒரு பெயர், வம்சத்திற்கு ஒரு பெயர், காதலுக்கு ஒரு பெயர் எனப் பல பெயர்களைத் தாங்கியிருந்த முத்தையனுக்கு, இரவில் "காட்டுப்பூனை" என்றும் ஒரு பெயர் உண்டு.

காட்டுப் பூனைக்கு பகலில் கண் தெரியாது என்று ஒரு நம்பிக்கை அந்த ஊரில் நிலவியது. இரவின் அழுத்தமான இருளில் மட்டுமே அவற்றுக்கு கண் தெரியும் என நம்பினர். முத்தையன், பகலில் மனிதனாகவும் இரவில் காட்டுப் பூனையாகவும் உலாவுவதைப் பழக்கமாக வைத்திருந்தான். தூண்டிக்காரன் குதிரைமேல் ஏறி தீப்பந்தத்தை ஏந்தி வலது கையில் பிடித்தபடி நள்ளிரவில் உலா வரும்பொழுது காட்டுப்பூனை பின்தொடர்வது வழக்கம். பல ஊர்களிலும்

காட்டுப்பூனைகள் வாழ்ந்து வந்தன. அவற்றுக்குள் சிநேகம் இருந்தது.

ஏசு பிறப்பதற்கு முன் இரவில் அன்பழகனும் முத்தையனும் சந்தித்துக்கொண்டார்கள். கீவளூர் காவல் நிலையத்தில் லூர்துசாமி கடுமையான கோபத்தில் இருந்தார். ஐயாவிற்குப் பதில் சொல்ல முடியாத கோபம் அது. வேளை தப்பாமல் பிரார்த்தனை செய்யும் லூர்துசாமிக்கு, அரசாங்க கடமை மாதா கோவிலை விட பெரிது. சட்டத்தின் வழியே எப்பொழுதும் நடப்பவர். "ஆய்வாளர் கேட்டால் என்ன பதில் சொல்வது?" தலையைப் பிடித்துக்கொண்டு அமர்ந்திருந்தார். எதிரே சுவரில் பதித்திருந்த சங்கிலி, பிரம்பு போன்றவை பயனற்றுப் போயிருந்தன. எதுவும் புலப்படாமல் இருந்தவருக்கு ஏசு பிறப்பதற்கு முன் கண்டுபிடித்து விட வேண்டும் என்ற முனைப்பு மட்டும் இருந்தது. சைக்கிளை எடுத்துக் கொண்டு தேவூரை நோக்கி மிதித்தார்.

11

தேவூர் கடைவீதியில் 'வெங்கட்ரமணி காபி ஹவுஸ்' மிகவும் பிரபலம். குன்னியூர், தேவூர், மாவூர், இருஞ்சியூர், கச்சனம், ஆய்மூர், சதுர்வேதிமங்கலம், வடுகச்சேரி, ராதாமங்கலம், திருக்கண்ணங்குடி, திருக்குவளை என சுற்றிலும் பல ஊர்களிலிருந்து மிராசுதாரர்கள், நிலக்கிழார்கள், செல்வந்தர்கள் வண்டி கட்டிக் கொண்டு வந்து கோதுமை அல்வா, முறுகலான முந்திரி ரவா, அசோகா, டிகிரி காபி, சாப்பிடுவதும் குடிப்பதும் வழக்கத்தில் இருந்தது. விடியற்காலை நாலரை மணிக்கெல்லாம் பித்தளை வட்டா செட்டில் கள்ளிச் சொட்டாய், டிகிரி காபியை ஆவி பறக்கத் தருவது வெங்கட்ரமணியின் வழக்கம். முந்திரி ரவா, நெய்ப் பொங்கல், மெதுவடை, மல்லிகைப்பூ இட்டலி என ஐந்து மணிக்கெல்லாம் கிளப்புக் கடை களைகட்டிவிடும்.

வாசலில் இருக்கும் அரசமரம் வில்வண்டிகளில் வரும் மைனர்களுக்கு கோடைகாலத்தில் மனதுக்கு இதமான தென்றலை உடலுக்கும் இதமாக கொடுக்கும். மைனாவும் செண்பகமும் அதிகமாக வாழ்ந்தன. மிகக் குறைவான காக்கைகளே தென்பட்ட போதிலும், சாம்பல்நிற கழுத்தில்லாத அண்டங்காக்கைகளையே காணமுடிந்தது.

சுருட்டை, தில்லி எருமை மாடுகளை ஐயர் பாலுக்காக வளர்த்து வந்தார். கெட்டித் தயிரும், பாலும், வெண்ணெயும், நெய்யும் அப்பகுதியில்

வெகு பிரசித்தம். பட்டிணம் பொடி, பன்னீர்ப் புகையிலை, கொழுந்து வெற்றிலை, கொட்டைப்பாக்கு சீவல், வாசனை சுண்ணாம்பு, பச்சைக்கற்பூரம், கிராம்பு, ஏலம், வெள்ளரி விதை போன்றவையும் முன்கட்டு தாழ்வாரத்தில் விற்பனைக்கு இருக்கும். செந்தலையில் இருந்து வெற்றிலை வந்த உடனேயே வாங்கிப்போக பண்ணையாட்கள் காத்திருப்பார்கள்.

ஐயரின் மாட்டுப் பண்ணையில் ஜெர்சி மாடுகளுக்கென தனிக் கொட்டகையும் உண்டு. வேளைக்கு 25 படிபால் கறப்பவை அவை. ஐயர் ஐந்து வேலி நிலத்தோடு இந்தக் கடையை நடத்துகிறார். மருமகனும் மகளும் வடநாட்டில் கொல்கத்தாவில் வேலை பார்க்கிறார்கள். காந்தியால் ஈர்க்கப்பட்டு சுதந்திரப்போரில் சிறை சென்றவர்தான் வெங்கட்ரமணியின் அப்பா "சாம்பசிவ ஐயர்". வெங்கட்ரமணிக்கு ஜே.பி என்று அழைக்கப்பட்ட ஜெயப்பிரகாஷ் நாராயணின் மீது தீராப் பற்றும் காதலும் எப்பொழுதும் உண்டு. ரகசியமாக ஜே.பி-யையும் வினோபாபாவையும் ஆதரித்து வந்தார்.

அன்றைக்கு காலையில் வந்து இறங்கிய வெற்றிலைப் பெட்டியை ஐயர் தீவிரமாக ஆராய்ந்தார். "இன்றிரவு ஏசு பிறக்கிறார்" என்றொரு செய்தி அதில் இருந்தது. கண்கள் முத்தையனைத் தேடின. இதற்காகவே காத்திருந்தவன் போல, "எசமான் காத்திருப்பாரு. கோயிலுக்குப் போகணும். வெத்தலைப் பெட்டிய குடுங்க" என அவனுடைய கண்கள் கேட்டன. எல்லாருக்கும் கொடுப்பது போல அவன் கையிலும் ஒரு வெத்தலைப் பெட்டியை வைத்தார் ஐயர். வாழை நாரில் மூன்று முடிச்சிட்டு சிலுவைக்குறி போடப்பட்டிருந்தது. புரிந்து கொண்டு தலையை ஆட்டினான் ஜோசப் பெர்னாண்டஸ். கழுத்து மணி சத்தமிட ஒற்றை மாட்டு வண்டியில் சதுர்வேதிமங்கலத்திற்கு கிளம்பினான்.

சிவப்பு நிறத்தில் லாம்பிரட்டா வரும் சத்தம் கேட்டு ஐயர் டிகிரி காபியை தயார் செய்தார். சுகுமாரன் லாம்பிரட்டாவை நிறுத்திவிட்டு, "என்ன ஓய்! காலையிலேயே யாவாரம் களைகட்டுது போல", கேட்டுக்கொண்டே பளிங்குக்கல் மேசையில் ரோஸ்வுட் நாற்காலியில் அமர்ந்தார். இன்னைக்கு "அசோகா ஸ்பெஷல்" என சொல்லிக்கொண்டே வாழை

இலையில் நெய் சொட்டச்சொட்ட அசோகாவை சுகுமாரன் முன்பு பக்குவமாக வைத்தார்.

வெங்கட்ரமணியும் சுகுமாரனும் பள்ளித் தோழர்களாக இருந்த போதிலும், சுகுமாரன் தீவிரமான நாத்திகர். வெங்கட்ரமணி சோஷலிசவாதி. இருவருக்குமே கொள்கைப் பிடிப்பு அதிகம். சுகுமாரன் பி.ஏ. ஹானர்சும், திருவையாறில் வெங்கட்ரமணியோ தமிழில் புலவர் பட்டமும் பெற்றவர்கள். கொல்கத்தாவில் இருந்து வெளிவரும் சஞ்சிகைகளை இருவருமே படிப்பது வழக்கம். புரட்சிகரக் கருத்துகளில் விவாதம் நடத்துவார்கள். வியாபாரம் பாதிக்காமல் வக்கணை குறையாமல் விவாதம் இருக்கும். 52 ஆம் ஆண்டு தேர்தலில் நடைமுறையில் இருந்த இரட்டை உறுப்பினர் முறை ஒழிக்கப்பட்டு தனித்தொகுதிகள் உருவாக்கப்பட்ட பின்னணியில் துவங்கி பஞ்சசீலக் கொள்கை, இந்திய-சீன போர், பாகிஸ்தான் பிரிவினை, மைசூர் ஒப்பந்தம், காங்கிரசின் வீழ்ச்சி, ராஜாஜியின் குலக்கல்வி முறை, பெரியாரின் கலப்புத் திருமணம் என அவர்கள் விவாதிக்காத பொருளே இல்லை. இப்படித்தான் அன்றும், தேவதாசிகளைப் பற்றி ஒரு விவாதம் எழுந்தது.

சுகுமாரனுக்கு பெரியார் மீது பற்று இருந்தபோதிலும், தேவதாசி முறை ஒழிப்பை கலைகளுக்கு எதிரான, கலாச்சார அழித்தொழிப்புக்கு நிகரான போக்காகவே பார்த்தார். ரமணி ஐயரோ, ஒரு குறிப்பிட்ட சமூகத்தின் மீது செலுத்தப்பட்ட வன்முறையின் ஆதிக்கமாகவே தேவதாசி முறையைப் பார்த்தார்.

சுகுமாரன் நாட்டிய ரசிகர். திருவாரூரில், சிதம்பரத்தில், மதராஸில், மைசூரில் எங்கு நாட்டியக் கச்சேரி நடந்தாலும் சுகுமாரனுக்கு அழைப்பு வந்துவிடும். சங்கீதம், வாய்ப்பாட்டு, பக்கவாத்தியம், நாதஸ்வரம், கச்சேரி, சதுராட்டம் என எல்லாவற்றையும் ரசிக்கக் கூடியவர். ருக்மணி தேவியின் கலாஷேத்ரா அமைப்பில் உறுப்பினராகவும் இருந்தார். தஞ்சை மாவட்டத்தில் வாழ்ந்த கலைகள் கண்முன்னே அழிந்து போவதைப் பார்க்க சகிக்காதவராய் கலைகளை, கலைஞர்களைக் காப்பாற்றும் முயற்சியில் ஈடுபட்டிருந்தார்.

ஐயரோ, ஏற்றத்தாழ்வுகளை சமன்படுத்த, பசிப்பிணியை போக்க, பொருளாதார சமநிலையை உண்டாக்க, கல்வி கற்பிக்க இதுபோன்ற மேட்டிமைத் தனங்கள் உதவாது என்ற கொள்கையில் நம்பிக்கை கொண்டிருந்தார். வெள்ளைக்காரன் காலத்திலேயே நாட்டியப் பள்ளிகளுக்கு மானியம் வழங்கப்பட்டது. பள்ளிக்கூடங்களும் துவங்கப்பட்டன. ராணுவத்திற்கும் ஆட்கள் சேர்ந்தார்கள். இப்படி பலதரப்பட்ட மக்களைக் கொண்ட சமூகத்தில் கலைகள் என்ற பெயரில் வீணே பொழுதைக் கழிப்பதை ஐயர் விரும்பவில்லை. ஐயர், தமிழ் படித்திருந்தபோதிலும், ஆங்கில இலக்கியமே பிரதானமாய்ப்பட்டது. மேற்கத்திய மோகம் இருந்தபோதும் வங்காளத்தின் சுதேசி கொள்கையில் பிடிப்புடன் இருந்தார். தன்னை ஜே.பி-யைப் போல காந்திய சோஷலிஸ்ட்டாக எண்ணிக்கொள்வார். உயர்சாதி இந்துவின் கடமைகளைச் செய்வதிலும் மதிய உணவிற்குப்பின் செரிமானத்திற்காக சமூக அக்கறையோடு சோஷலிசம் பேசுவதும், இரவுக் கூட்டங்களில் கம்பு சுற்றி ரகசிய இயக்கங்களை ஆதரிப்பதும் என ஐயர் வேளைக்கோர் அவதாரம் எடுத்தாலும், சாதி ஆட்களைத் தவிரவேறு எவரையும் படியேற விட்டதில்லை.

சுகுமாரனின் வயதுக்கேற்ற வாலிபம், திராவிட இயக்க கட்டுமான தள கர்த்தர்களுள் ஒருவராக அவரைக் காட்டியது. அண்ணாவின் பேச்சால் ஈர்க்கப்பட்டு அப்பகுதிகளில் படிப்பகங்களை அமைத்து நடத்தி வந்தார். இரவில் ரகசிய இயக்கங்களில் பங்கு பெற்றார். நேரம் கிடைக்கும் பொழுதெல்லாம், தன் மனதிற்கு நெருக்கமானவளோடு இருப்பதை விரும்பினார்.

பாப்பாத்தி தலைச்சுமையாகக் கொண்டுவரும் தினசரிகள், சஞ்சிகைகள் அப்படிப்பகங்கள் வழியே மக்களைச் சென்றடைந்தன. மன்றம், முரசு, கதிரவன், விடுதலை, புரட்சி போன்ற எண்ணற்ற திராவிட இயக்க செய்தித்தாள்கள் வந்து கொண்டிருந்த காலம் அது. லிபரேஷன் போன்ற புரட்சிகர பத்திரிக்கைகளும் படிக்கக் கிடைக்கும்.

மேசையில் அமர்ந்திருந்த இருவரும் ஜெர்சி மாட்டில் புதிதாய்க் கறக்கப்பட்ட பாலின் வாசனையில் ஈர்க்கப்பட்டார்கள்.

அடுப்பில் மண் சட்டியில் பீப்பெரி கொட்டையை பதமாக வறுத்துக் கொண்டிருந்தாள். பேசிக்கொண்டே மேசை மேலிருந்த பித்தளை அறவை இயந்திரத்தைத் துடைத்து சுத்தம் செய்தார் ஐயர். பதமாக வறுக்கப்பட்ட கொட்டையிலிருந்து கசிந்த எண்ணெய் காபி மணத்தை கடை முழுவதும் பரப்பியது. அடுப்பை அணைத்து மூங்கில் தட்டில் கொட்டி ஆற்றினார். பித்தளை பில்டரை துடைத்து, துணி போட்டு கொரகொரவென ஐயர் அரைத்து தந்த பொடியை நிரப்பி, வெந்நீரை இறக்கி மிதமான சூட்டில் ஃபில்டருக்கு ஊற்றினாள். கள்ளிச் சொட்டாய் டிக்காஷன் இறங்கவும், தண்ணீர் கலக்காத புதுப் பாலைக் காய்ச்சவும், பித்தளை டவரா செட்டில் சர்க்கரையைப் போட்டு புத்தம் புதிய காபிக்குத் தயாரானது காபி ஹவுஸ்.

அசோகாவை சாப்பிட்டு முடித்த சுகுமாரன், வாயிலிருந்த தித்திப்பைப் போக்க மிளகும் உப்பும் தடவி நெய்யில் வறுத்த முந்திரியை மென்றார். நுரைத்து மணம் பரப்பிய காபி மேசைக்கு வந்தது. ஆவி பறந்த டம்ளரைத் தூக்கி ஆற்றினார் சுகுமாரன். காபியின் சுவையும் மணமும் அரசமரம் வரை பரவியது. அரச மரத்தடியில் இருந்த பிள்ளையாரின் தலையில் ஒரு குடம் தண்ணீரை ஊற்றினார் குருக்கள். சுந்தரத்தம்மாள், கூப்பிய கையோடு தொழுது நின்றாள்.

12

தையல்காரனின் அன்றாட பொழுது போக்குகளில் ஒன்று, வேடிக்கை பார்ப்பது. எப்போதாவது ஒன்று இரண்டு பேர் அவனிடம் சட்டை தைக்க வருவார்கள். ரவிக்கை, ஏதாவது விசேஷம் என்றால் வரும்.

கண்ணாடி போட்ட கதவு முழுவதும் சினிமா கதாநாயகர்களின், கதாநாயகிகளின் படங்களை ஒட்டி வைத்திருப்பான். அவனுடைய இடத்தில் இருந்து பார்த்தால், உள்பக்கமாக அந்தப்படங்கள் தத்ரூபமாக அந்தரங்கமாகத் தெரியும். கவர்ச்சிப் படங்கள் வெளியிலிருந்து பார்த்தால் தெரியாதபடி மறைத்து ஒட்டி வைத்திருப்பான்.

அவன் கடை திறப்பதற்கு முன்பாகவே, நான்கு ஐந்து பேர் கடை வாசலுக்கு வந்து, வாசலைக் கூட்டி சுத்தம் செய்து, தண்ணீர் தெளித்து, பெஞ்சை எடுத்து போட்டு உட்கார்ந்திருப்பார்கள்.

பள்ளத்தெருவிலிருந்தும் பறத்தெருவிலிருந்தும் வரும் ஆட்கள், அங்குதான் உட்காருவது வழக்கம். டெய்லர், அவர்களிடம் சினிமாவைப் பற்றி மட்டுமே பேசுவார். விவசாய வேலை, காலை 5 மணிக்கு ஆரம்பித்து 11 மணிக்கு கரையேறி விடுவார்கள். நடவாள்கள், கட்டடிப்பவன், நாத்து பறிப்பவன், தலையாரி, மாட்டுக்காரன் என்று சினிமா ஆசை கொண்ட அத்தனை பேரும் 11மணிக்கு டெய்லர் கடைக்கு வந்து விட்டால், கச்சேரி களை கட்டும்.

"மாலையிட்ட மங்கை" படத்தில் வரும், "செந்தமிழ்த் தேன்மொழியாள்......." பாடல், கச்சேரியில் முதல் பாடலாக பாடப்படும். பெரும்பாலும் எம்ஜிஆர், சிவாஜி பாடல்களுக்கு அங்கு ரசிகர்கள் அதிகம் இருந்தார்கள்.

ஒருத்தி நடனமாட, மற்றவர்கள் பறையடித்து தாளம் போட, இரண்டுபேர் பாடலைப் பாட என்று உச்சிவெயில் வேப்பமர நிழலில் தினம்தோறும் கூத்தும் பாட்டுமாய், டெய்லர் கடைகளை கட்டும். ஒவ்வொரு நாளும் வேறு வேறு ஆட்கள் வந்து போனாலும் பாட்டுக்கும் கூத்துக்கும் குறைவே இல்லை.

டெய்லர் கடைக்கு தியாகராஜன் அவ்வப்போது வருவதுண்டு. தியாகராஜனின் வகுப்புகளுக்கு இவர்களும் போவதுண்டு. சில சந்தேகங்களை தியாகுவிடம் கேட்பார்கள். 'தோழர் தியாகு' என்றே அவரை எல்லாரும் அழைப்பார்கள். அன்றும் தியாகு கடைக்கு வந்திருந்தார். ஆடிக் கொண்டிருந்தவள், ஆட்டத்தை நிறுத்தி விட்டு தியாகுவிடம்,

"லெனின் பற்றி சொல்லுங்க" என்றாள்.

பதினெட்டாம் நூற்றாண்டில், மேற்கத்திய நாடுகளில் ஏற்பட்ட தொழில் புரட்சியை ஒட்டி மன்னராட்சி முறைக்கு நெருக்கடி ஏற்பட்டது. நிலப்பிரபுத்துவ உற்பத்தி முறைக்கு எதிராக தொழிற்சாலைகளில் தொழிலாளர்களின் உழைப்பில் வளர்ந்த முதலாளித்துவ உற்பத்தி முறை இருந்தது. தொழிற்சாலைகளை உடைமைகளாகக் கொண்டு வளர்ந்த முதலாளித்துவ உற்பத்தி முறை, பிரபுக்களின் நிலவுடைமை சமூகத்தை எதிர்த்தது.

சுதந்திரம், சமத்துவம், சகோதரத்துவம் என்ற கொள்கைப் பிரகடனம் உருவாக்கப்பட்டு, முடியாட்சிக்கு எதிரான கிளர்ச்சி உருவானது. அதன் தொடர்ச்சியாக, தொழிலாளர்களைச் சுரண்டிய முதலாளித்துவத்தை எதிர்த்து, மார்க்சும் ஏங்கல்சும் "முதலாளித்துவம் தூக்கி எறியப்படுவது தவிர்க்க இயலாதது" என்று எழுதினார்கள். இதை சமூக அறிவியல் முறைமையில் எழுதி நிறுவினார்கள்.

ஜார் மன்னர், இரண்டாம் நிக்கோலஸ் ஏராளமான சொத்துக்களை வைத்திருந்தார். 1800-களின் இறுதியில்

முதலாளித்துவம் ருஷ்யாவில் வளர்ந்த அச்சமயத்தில், தொழிலாளர்கள் வறட்சியையும் முதலாளித்துவத்தையும் ஒரு சேர எதிர்த்து புரட்சி செய்தனர். 1903-இல் தொடங்கி போல்ஷ்விக் பிரிவு லெனின் தலைமையில் புரட்சிக்கான அணிதிரட்ட துவங்கியது. "அனைத்து அதிகாரங்களும் தொழிலாளர்களின் குழுக்களான சோவியத்துக்கே" என்ற முழக்கத்தை லெனின் முன்வைத்தார்.

முதலாம் உலகப் போரை முடிவுக்கு கொண்டு வரும் வகையில், 1917 அக்டோபரில் ருஷ்யாவில் புரட்சி வெடித்தது.

பாரதி இங்கு இப்படி எழுதினான்,

"ருஷ்யாவின் ஸ்ரீமான் லெனின் ஸ்ரீமான் மிந்தரோட்ஸ்கி முதலியவர்களின் அதிகாரத்தின் கீழ் ஏற்பட்டிருக்கும் குடியரசில் தேசத்து விளைநிலமும், பிற செல்வங்களும், தேசத்தில் பிறந்த அத்தனை ஜனங்களுக்கும் பொதுவுடமையாகிவிட்டது."

"தோழர்! 'புரட்சி' என்ற சொல் எப்படி வந்தது?"

"எளிமையாக சொல்கிறேன். Revolve, Revolution என்பதை நாம் புரட்சி என்கிறோம். மதத்தின் நம்பிக்கையில், பூமிதான் மையம். எல்லா கோள்களும், சூரியன் உட்பட பூமியை சுற்றுவதாக இருந்த நம்பிக்கையை உடைத்து, சூரியன் தான் மையம் என நிறுவிய கருத்திலிருந்து பிறந்த சொல் 'புரட்சி' "

"இந்த சொல்லை எதற்காக தோழர் பயன்படுத்துகிறோம்?"

"இருக்கும் எல்லாவற்றையும் மாற்றி அமைப்பது. ஐரோப்பாவில் முடியாட்சியும், முதலாளித்துவக் கொள்கையும் மாற்றி அமைக்கப்பட்ட போது நிகழ்ந்ததைப் போல, இங்கு நமக்கு நிலப்பிரபுத்துவமும், நிலவுடைமை சமூகமும் மாற்றி அமைக்கப்பட வேண்டும்."

"இங்கிருக்கும் கலை, கலாச்சாரம் என்னவாகும் தோழர்?"

"மாற்றம் எல்லாவற்றையும் அழித்து ஒழித்து வேறொன்றாக உருமாற்றும் அல்லது ஒன்று இருக்கும்பொழுதே மற்றொன்று உருவாகி, இரண்டு தனித்த அடையாளங்களோடு வலுப்பெறும். படைப்புக் கோட்பாட்டை மறுத்து படிமலர்ச்சிக் கோட்பாட்டை

அல்லது பரிணாமக் கோட்பாட்டை வகுத்துக் கொடுத்த 'டார்வின்', படைப்புக் கோட்பாட்டை உடைத்து, உண்மையை நிறுவினார் என்றாலும் அவரால் மதத்திலிருந்து விடுபட முடியவில்லை. அதேபோல ஜனநாயகப் புரட்சியில் குறிப்பிடத்தக்கது, 'பிரஞ்சுப் புரட்சி'. சுதந்திரம், சமத்துவம், சகோதரத்துவம் எனும் முப்பெரும் முழக்கங்களைத் தந்தது. அதைத்தொடர்ந்து உலகெங்கிலும் தாக்கங்களை ஏற்படுத்திய புரட்சி, 'நவம்பர் புரட்சி'தான். கருத்தியலில், சமூக அறிவியலில் ஏற்பட்ட புரட்சி, 'மூலதனம்'. மனிதகுல வரலாற்றில் ஏற்பட்ட புரட்சி என்றால் அது 'நவம்பர் புரட்சி'."

"முற்போக்கு இலக்கியம் என்றால் என்ன தோழர்?"

1925-ஆம் ஆண்டு இந்தியாவில் கம்யூனிஸ்ட் இயக்கம் துவங்கப்பட்டது. இந்திய கம்யூனிஸ்ட் கட்சியை, இந்தியா சுதந்திரம் அடைந்த பிறகு பண்டித ஜவஹர்லால் நேரு தலைமையிலான அரசு தடை செய்தது. உலகம் முழுவதும் கம்யூனிஸ்டுகள், ஆயுதப் போராட்டத்தின் மூலம் ஆட்சியை கைப்பற்ற அறைகூவல் விடுத்த காலம் என்பதால் 1948-ஆம் ஆண்டு பிப்ரவரி மாதம் கல்கத்தாவில் கூடிய இந்திய கம்யூனிஸ்ட் கட்சியின் இரண்டாவது தேசிய மாநாடு, மக்களை ஆயுதப் புரட்சிக்கு தயாராகும்படி அழைப்பு விடுத்தது.

இந்திய அரசை, 'முதலாளித்துவ அரசு' என்று பிரகடனம் செய்து தீர்மானம் நிறைவேற்றியது.

ருஷ்யாவில் நடந்தது போல் இங்கும் ஆயுதப் புரட்சியின் மூலம் இந்த அரசைக் கைப்பற்ற வேண்டுமென்று, அந்த மாநாடு அறிவித்தது. சோவியத் யூனியன் பின்புலத்தில், இங்கே கம்யூனிஸ்ட் கட்சி இயங்குவதாக சொல்லப்பட்டது. நாடு முழுவதும் கம்யூனிஸ்டுகள் கைது செய்யப்பட்டு சிறையில் அடைக்கப்பட்டார்கள். சேலம் சிறைச்சாலையில் நடந்த துப்பாக்கிச் சூட்டில் பலர் கொல்லப்பட்டார்கள். இந்தியா முழுவதும் கம்யூனிஸ்ட் தலைவர்கள் தலைமறைவானார்கள் அல்லது தலைமறைவு வாழ்க்கையை துவங்கினார்கள்.

1951 பொதுத் தேர்தலுக்குப்பின் தடை நீக்கப்பட்டது. 1954 ஆம் ஆண்டு மதுரை மாநாட்டிலும், அதைத்தொடர்ந்து 1956

ஆம் ஆண்டு பாலக்காடு மாநாட்டிலும் இந்திய கம்யூனிஸ்ட் கட்சி, முழு அரசியல் கட்சியாக இயங்குவது என முடிவெடுக்கப்பட்டது. 1957 பொதுத் தேர்தலில் 27 மக்களவைத் தொகுதிகளை வென்று பிரதான எதிர்க்கட்சியாக இருந்தது. கேரளாவில் இ.எம்.எஸ். நம்பூதிரிபாடு தலைமையில் ஆட்சி அமைந்தது. அதுவரை உலகில் ஆயுதப் போராட்டத்தின் மூலம் மட்டுமே ஆட்சி அமைத்திருந்த கம்யூனிஸ்டுகள், முதல்முறையாகத் தேர்தல் ஜனநாயகத்தின் மூலம் ஆட்சி அமைத்தார்கள்.

1962-ஆம் ஆண்டு திபெத்தை சீனா ஆக்கிரமித்தது. இதைத்தொடர்ந்து இந்திய-சீனப் போர் துவங்கியது. இதை தொடர்ந்து கம்யூனிஸ்ட் கட்சி இரண்டாகப் பிளவுபட்டது. கம்யூனிஸ்ட் தலைவர்களில், சீனப் போரில் இந்தியாவை ஆதரிப்பது என்று ஒரு பிரிவும், சீனாவை ஆதரிப்பது என்று ஒரு பிரிவும் கருத்து வேறுபட்டு பிரிந்தார்கள். கட்சியின் முக்கிய தலைவர்களான நம்பூதிரிபாட், ஜோதிபாசு போன்றவர்கள் சீன பாணியிலான அரசியலை ஆதரித்தார்கள். டாங்கேவும், அச்சுதமேனனும் சோவியத் பாணி அரசியலை ஆதரித்தார்கள்.

தொடர்ந்து 1964-ஆம் ஆண்டு கல்கத்தாவில் நடந்த மாநாட்டில் கட்சி இரண்டாகப் பிரிந்தது. இதனை தொடர்ந்து 'மார்க்சிஸ்ட் கம்யூனிஸ்ட் கட்சி' உருவானது. இதன் பிறகு சாருமஜூம்தார் தலைமையிலான நக்சல்பாரி இயக்கம் வளர்ச்சி பெற்றது. மார்க்சிஸ்ட் லெனினிஸ்ட் பிரிவு ஒன்றும் புதிதாக செயல்படத் துவங்கியது." என்று சொன்ன தியாகராஜன், "....... இலக்கியம் பற்றி பிறகு பேசுவோம். இரவு திருவாரூரில் கூட்டத்தில் சந்திப்போம்" என்று சொல்லிவிட்டு கிளம்பினான்.

அவள் இரண்டு ஆள்காட்டி விரல்களையும் ஒன்றன் மீது ஒன்று வைத்து, சிலுவைக் குறி காட்டினாள்.

கவனித்தும் கவனிக்காதது போல் கிளம்பிப் போனான். ஒத்திகை தொடர்ந்தது.

13

வெத்தாரண்ண சாமியை வணங்கி ஒற்றைக் குதிரை பூட்டிய வண்டியில் ஏறி அமர்ந்தார் இருஞ்சியூர் கோபாலகிருஷ்ண நாயுடு. இருஞ்சியூரிலிருந்து அனக்குடிக்கு போகும் வழியில்தான் அவருடைய பண்ணை நிலங்கள் இருந்தன. வண்டி வடுகச்சேரி பக்கம் திரும்பியது. அவருடைய மைத்துனரும், மாமனுமான கோவிந்தராஜு நாயுடு இருந்த ஊர் அது. கடுவையாற்றுக் கரையில் இருந்த ஊர். எப்பொழுதுமே குறுவை, சம்பா, தாளடி என செழிப்பாக முப்போகம் விளையும்.

மாமாவின் பேச்சைக் கேட்காமல் கோபாலகிருஷ்ண நாயுடுவுக்கு அன்றைய தினம் விடியாது. குதிரை உயர் ஜாதியில் வாங்கப்பட்டது. மட்டக் குதிரை வைத்திருப்பது தனக்கான கவுரவக் குறைச்சல் என நினைப்பார். இடுப்பில் நாட்டுத் துப்பாக்கியும், வலது பக்கத்தில் குடையும், குடைக்காம்பைத் திருகி இழுத்தால் உள்ளே கத்தியும் எப்பொழுதும் உடனிருக்கும் ஆயுதங்கள். ராஜபாளையம் வகையில் இரண்டு நாய்கள் முன்செல்லும். குதிரையின் ஓட்டத்துக்கு அவற்றால் ஈடுகொடுக்க முடியாமல் போகும் போது வண்டியின் பின்பக்கம் தாவி ஏறிக் கொள்ளும் பழக்கமுடையவை.

பண்ணையாட்கள் அவரைச்சுற்றி வளையமிட்டுப் பாதுகாப்பார்கள். வண்டியின் வேகம் கூடக் கூட

குதிரையின் குளம்பில் தீப்பொறி பறந்தது. "மாமாவைப் பார்க்க இந்த அதிகாலை வேளையில் அப்படி என்ன அவசரமோ?" என எண்ணிக் கொண்டார்கள் பண்ணை ஆட்கள். பனைமரத்தின் உச்சியிலும், புதர் மறைவிலுமாக இருந்தவர்கள் செய்கைகளாலும் சீட்டியடித்தும் அவருடைய வருகையைத் தெரிவித்தார்கள்.

வழக்கம் போல பனங்கள் இறக்கும் இடத்தில் வண்டி நின்றது. நாடார் ஒருமரத்துக் கள்ளை சுரைக்குடுவையில் இருந்து அவருக்கென்றே வைக்கப்பட்டிருந்த பாத்திரத்தில் வடிகட்டி துண்டால் துடைத்து பவ்வியமாக அவரிடம் நீட்டினார்.

"என்ன ஓய்! உன் சம்சாரத்தக் காணல", என்று அதட்டினார் நாயுடு.

"அது கெடக்குதுங்க சாமி பொறவ்ாசல்ல." மந்தாரை இலையில் மடித்த தலைக்கறிப் பொட்டலத்தை பக்குவமாக நீட்டினார். ஒவ்வொரு மடக்கிற்கும் ஒரு கறித்துண்டை வாயில் போட்டுச் சுவைக்க, போதை தலைக்கேறியது நாயுடுவுக்கு. ஜிப்பாவிற்குள் கையை விட்டு கிடைத்த பணத்தை, நாடார் ஏந்தி கொள்ளும்படி தூக்கி வீசினார். கறியும் கள்ளும் மண்டைக்கு ஏற, இழுத்துப் பிடித்துக் கட்டியிருந்த லகானைத் தளர்த்தினார். குதிரை பாயத் துவங்கியது. பண்ணையாட்கள் வரிசைகட்டி அவருடைய வருகைக்காகக் காத்திருந்தார்கள்.

"ரெங்கவிலாசம்" வடுகச்சேரியின் நுழைவிலேயே கம்பீரமாக எழுந்து நின்ற அலங்கார வளைவு அவரை வரவேற்றது. வரிசையாகத் தழைத்திருந்த கற்றாழைக் குத்துகளுக்கு நடுநடுவே நெடிது உயர்ந்து நின்ற தென்னை மரங்கள் நிழல் தந்தன. குதிரை வண்டியும் நாய்களும் கிளப்பிய புழுதியில் ரெங்கவிலாசம் சற்று மறைந்து மீண்டும் தெரிந்தது.

பெரிய பண்ணை கோவிந்தராஜுலு நாயுடு பங்களாவிற்கு வெளியே காற்றுக் கொட்டகையில் சாய்வு நாற்காலியில் அமர்ந்திருந்தார். வண்டியிலிருந்து இறங்கிய நாயுடு சேணத்தை அவிழ்த்து தண்ணி காட்ட சொல்லிவிட்டு நீண்டு, உயர்ந்து,

அகலமாக இருந்த படிக்கட்டுகளில் ஏறி முன் வாசலை கடந்து போடப்பட்டிருந்த காற்றுக் கொட்டகையில் நுழைந்து மாமாவிற்கு எதிரே இருந்த பிரம்பு நாற்காலியில் உட்கார்ந்தார்.

"வாங்க தம்பு. என்ன இவ்வளவு அவசரமா?", எனக் கேட்டார் கோவிந்தராஜ். பக்கத்தில் நின்றிருந்த காரியக்காரர் மூக்குக் கண்ணாடியை சரிசெய்தபடி, "பலகாரம் சொல்லட்டுங்களா?"

தொண்டையைக் கனைத்து, ஆச்சு! ஆச்சு என்றார் கோபாலகிருஷ்ணன்.

ஒரு சொம்புத் தண்ணீரை நீட்டினாள் சிவப்பாச்சி.

கையில் வாங்கி அண்ணார்ந்து ஒரே மடக்கில் குடித்து முடித்து, அடுத்த தெருவிற்கும் கேட்கும்படியாக, பெரிதாக ஓர் ஏப்பம் விட்டார்.

கைக்கு சொம்பு வந்ததும், முந்தானையால் மூக்கை மூடியபடி உள்கட்டை நோக்கி நகர்ந்தாள்.

ரெங்கவிலாசத்தின் மகாலட்சுமியாக இருக்கும் அலர்மேல்மங்கையம்மாள், நெற்றியில் திருமண் இட்டு, காதிலும் மூக்கிலும் வைரம் ஜொலிக்க, ஒன்பது முழப் புடவையின் முந்தானையால் தன் கனமான உடம்பைப் போர்த்தியபடி முன் வந்து, வெற்றிலைச் சிரிப்புடன் மருமகனை வரவேற்றாள்.

"பாக்கணும் போல இருந்துச்சு, வந்துட்டேன். கீழவெளியில ஆளுங்க ஒண்ணும் சரியில்ல. வெளியூர்ல இருந்து ஆள் திரட்டுறதா சேதி வந்திருக்கு. ஆய்மூரார் காலையில சொல்லி அனுப்பினார். சீனிவாசம் பிள்ளையும் மைனரும் கூட வந்துட்டுப் போனாங்க. ராசாங்கம் பய வடக்க போயிருக்கானாம். ராவிக்கு திருவாரூர்ல சங்கக் கூட்டம் நடக்கப் போவுதுனு பறை அடிச்சிருக்கானுவ. நாமெல்லாம் எதுக்கு விவசாயம் பாக்கணும்னு தெரியல. எத்தனை நாளைக்கு இப்பிடியே வேடிக்கை பாக்குறது?", பொருமினார்.

ரெங்கவிலாசம் அதிரும்படி உரக்கச் சிரித்தார் பெரியபண்ணை. "ஏலே! யான படுத்தா குதுர மட்டம். யார் யாரையோ பாத்துட்டமே, இவுனுவோள பாக்கமாட்டோமா. அஞ்சு

வேலிகாரனுவோலாம் வீரம் பேசும் போது, ஐநூறு வேலி தலகட்டு சும்மா இருப்போம்னு நெனச்சியா? ஒரு நாளைக்கு சீட்டாடுற காசுல கொளுத்திப் புடுவேன் கொளுத்தி", என்று கொக்கரித்தார்: "நம்ம ஆளுகள எல்லா தெருவுலயும் சேதி சொல்ல வெச்சிருக்கேன். இன்னைக்கு ராவிக்குள்ள ஏதாவது ஒரு முடிவு கட்டியே ஆகணும். கிட்டுவையும் முனியனையும் ஆள்திரட்ட சொல்லி அனுப்பியிருக்கேன். நம்ம சனங்களும் தயாரா இருக்குறாங்க. பக்கிரிசாமி புள்ள, சீனிவாசம் புள்ள, ஆய்மூரார், சாம்பசிவ ஐயர், சொக்கநாத செட்டியார், மூக்கையா தேவர், வாண்டையார், மரைக்காயர் எல்லாரும் தயாராத்தான் இருக்காங்க. இன்னைக்குள்ள ஒரு முடிவு கட்டிடுவோம். செங்கொடிய எறக்கிட்டு, மஞ்சக் கொடிய ஏத்துனா பாப்போம். இல்லன்னா நாமளா, அவனுவளானு பாத்துற வேண்டியது தான். எதுக்கும் இருஞ்சியூர்ல ரா தங்காத. நாபட்ணம் போயிடுங்க தம்பு. வண்டிய இங்கயே வுட்டுட்டு பிளைமூத்த எடுத்துக்கங்க. கீழையூருக்குப் போவாம, ஒரத்தூர் வழியா பாப்பாகோவில் போயி புத்தூர்ல ஏறிடு. கப்பக்கார செட்டியார் வூட்டுக்கு போலீஸ் காவல் போட்டுருக்கு. அங்க போயி தங்கிடுங்க."

"நாயுடு, இவனுவளுக்கு பயந்துகிட்டு பொட்டச்சி மாதிரி ஓடி ஒளியச் சொல்றீங்களா? வீட்டுல பொண்டு புள்ளைங்கல்லாம் இருக்குதுங்களே."

"அதுங்கள கூட்டிவர அம்பாசிடர் போயிருக்கு."

பெரியபண்ணையின் வார்த்தையை மறுக்கமுடியாமல் ரெங்க விலாசத்திலிருந்து நாகப்பட்டிணம் கப்பக்கார செட்டியார் வீட்டிற்கு பயணப்பட்டார் கோபாலகிருஷ்ண நாயுடு.

14

பாப்பாகோவிலில் காத்திருந்த மாரியம்மாள், பிளைமூத்தின் வருகையை அறிந்திருந்தாள். அவசரமாக யாருக்கோ செய்தி அனுப்பினாள். "இன்றிரவு ஏசு பிறக்கப் போகிறார்", என்பதுதான் அந்த செய்தி.

சின்னஞ்சிறிய தர்காவை சுற்றி சிறிதும் பெரிதுமாக வீடுகள். இசுலாமிய மக்கள் தங்களுக்கே உரித்தான கட்டிட அமைப்பில் நேர்த்தியாக வடிவமைத்திருந்தார்கள். சாம்பிராணி, அகர்பத்தி, மெழுகுத்திரி போன்றவற்றை குடிசைத் தொழிலாக ஒவ்வொரு வீட்டிலும் செய்து வந்தார்கள். வடக்கே அஜ்மீருக்குப் பக்கத்திலிருந்து அத்தர், வாசனைத் திரவியங்களை மொத்தமாக தருவித்து, சிறு சிறு குப்பிகளில் அடைத்து விற்பனை செய்யும் கடைகளும் இருந்தன. மயிலிறகு கைவிசிறி, தோலால் செய்யப்பட்ட காலணிகள், தொழுகைக்கு அணியும் குல்லா, கைலி போன்ற அவர்களின் கலாச்சார நம்பிக்கைகளுக்கான அன்றாட வாழ்க்கைக்கான பொருட்களை விற்கவும் சிறிதும் பெரிதுமான கடைகள் வரிசை கட்டின. கூடவே பீங்கான் பாத்திரங்கள், இரும்பு, மர சாமான்கள் ஆகியனவும் பிரத்தியேகமாக விற்கப்பட்டன. இந்துக்களும், கிறிஸ்தவர்களும், லேவாதேவி செய்யும் வடநாட்டவர் கூட தர்காவிற்கு பிரார்த்தனை செய்ய வருவதுண்டு.

பாப்பாகோவிலை சுற்றி இருக்கும் கிராமங்களிலெல்லாம், மக்கள் கொள்ளைநோயினால் தாக்குண்டால் பாப்பாகோவிலில் கொண்டு வந்து விட்டுவிடுவது வழக்கமாக இருந்தது. தர்காவுக்குப் பின்னால் அமைக்கப்பட்டிருந்த கோட்டை அடுப்பில் ஐநூறு, அறுநூறு பேருக்கு உணவு எப்பொழுதும் தயாராகிக் கொண்டிருக்கும். நம்பிக்கை கொண்ட பொதுமக்கள் வேண்டுதலை நிறைவேற்ற காணிக்கையாகச் செலுத்தும் ஆட்டுக்கிடா, சேவல், முயல், மான், மயில், பச்சைக்கிளி, கௌதாரி என எல்லாமும் அங்கேயே சுற்றித் திரியும். ஆண்டவருக்கு நேர்ந்து விட்ட ஆட்டுக் கிடா அடுத்த தெருவில் நடமாடினாலே, இந்த தெருவில் நெடி அடிக்கும். அரிசி, அச்சுவெல்லம், பருப்பு, மிளகு, உப்பு, மிளகாய் என எல்லாவகை தானியங்களும் அவற்றுக்கென வைக்கப் பட்டிருக்கும் மரப் பெட்டிகளில் காணிக்கையாகக் கொட்டிச் செல்வதை வழக்கமாக வைத்திருந்தார்கள்.

கிராம மக்கள் வேண்டுதலாகக் கொடுக்கும் காணிக்கையில் இருந்துதான் உணவு தயாரிக்கப்படுகிறது. அணையா அடுப்பாக எல்லாநேரமும் உணவு படைக்கப்படும். முடி காணிக்கை செலுத்தும் மக்களுக்கு மேற்குப் பகுதியில் ஒரு குளமும், ஆடு மாடுகளுக்கு வடக்கே ஒரு குளமும், பொதுமக்களின் பயன்பாட்டுக்கு தெற்கே ஒரு குளமும், குடிநீருக்காக வடமேற்கே ஒரு குளமும் உண்டு. உப்பு நீர் வாய்க்காலும் அங்கு இருந்தது. கந்தக சத்து அதிகமாக இருந்தபடியால், தண்ணீர் எப்பொழுதும் கொதிநிலையிலேயே இருக்கும். தோல் வியாதிகளுக்கு மக்கள் ஆண்டவரையும் வாய்க்காலையுமே நம்பி இருந்தார்கள். சாரைசாரையாக ஊருக்குள் வந்து குளித்து, கடைத்தெருவுக்குப் போய் இனிப்பு பட்சணங்களை வாங்கி ஆண்டவருக்குப் படைத்துவிட்டு உணவருந்துவதை வழக்கமாக கொண்டிருந்தனர்.

இந்தியும், உருதும் பேச்சுமொழியாக இருந்தன. வேதாரண்யத்திலிருந்து மதராசுக்கு செல்லும் எல்லா பேருந்துகளும் பாப்பாகோவிலில் நின்றே செல்லும். ஒவ்வொரு நாளும் திருவிழாக்கோலம் பூண்டிருக்கும் பாப்பாகோவிலுக்கு,

இந்தியாவின் பல்வேறு பகுதிகளிலிருந்தும் மக்கள் வந்து செல்வார்கள். பல மொழி பேசும் உள்ளூர் மக்கள் ஒட்டுமொத்த இந்தியாவிற்குமான பிரதிநிதிகளாக இருந்தார்கள். இதையெல்லாம்விட குதிரை லாயம் ஒன்று அங்கே இருந்தது. கோடியக்கரை காட்டில் சுற்றித் திரியும் காட்டுக் குதிரைகளைப் பிடித்து வந்து பழக்கி, குதிரைவண்டிப் பந்தயக்காரர்களுக்கு விற்பது அந்த ஊரின் பிரதான தொழில். குதிரைகளுக்கான இனப்பெருக்கம், மருத்துவமனை, லாடம் கட்டுதல், சேணம் தைத்தல் என எல்லா வகையான தொழில்களும் அங்கே நடந்து வந்தன.

ஒவ்வொரு பௌர்ணமி தினத்தன்றும் கூடும் சந்தையானது வடக்கே அஜ்மீரிலிருந்து தெற்கே காங்கேயம் வரை உள்ள ஒட்டகம், மாடு, குதிரை, யானை போன்ற கால்நடைகளை வியாபாரம் செய்யும் வணிகர்கள் கூடும் இடமாகவும் இருந்தது. பாப்பாகோவில், வியாபாரம் விவசாயம் என எல்லா விதத்திலும் நாட்டின் எல்லா பகுதிகளோடும் தொடர்புடைய ஊராக இருந்தது. மாரியம்மாள் பாப்பாகோவிலை, பலரையும் சந்திக்கும் நட்பு பாராட்டும் இடமாக வைத்திருந்தாள்.

5 அடி 2 அங்குலம் உயரம் இருந்தாள் மாரியம்மாள். தொட்டு, பொட்டு வைத்துக் கொள்ளலாம் போன்ற கருப்பு. அடர்த்தியான நீளமான கூந்தல். எண்ணெய் வைத்து படிய சீவிய தலை. முல்லை அரும்பு எப்பொழுதும் சிரித்துக்கொண்டிருக்கும். பூ வெள்ளியில் தான் கொலுசு போட்டிருப்பாள். சத்தம் அதிகமாகக் கேட்காத சலங்கை கோர்க்கப்பட்டிருக்கும். அந்திக்கடையில்தான் புடவை வாங்குவாள். தோளில் வழவழப்பாக எப்பொழுதுமே நழுவி விழுந்துவிடுவது போன்ற தோற்றமளிக்கும் ஜார்ஜெட், ஃபுல்வாயில் புடவைகளை கட்டுவாள். செருப்பு, மூக்குத்தி, பொட்டு, வளையல் எல்லாமும் மற்றவர்களைக் காட்டிலும் தோற்றத்தில், வடிவத்தில் வித்தியாசமாகவே தெரியும்படி பார்த்துக்கொள்வது அவளுடைய வழக்கம். இளங்கலையும் முதுகலையும் படித்தவள். குறுக்கத்தியில் ஆசிரியர் பயிற்சியும் பெற்றிருந்தாள். அரசாங்கம் அவளுக்கு ஆசிரியப் பணியும் வழங்கியிருந்தது. வெயில் அதிகமானால் குடை பிடிக்கவும், கண்ணாடி அணியவும் செய்வாள். சரளமாக ஆங்கிலத்திலும்

இந்தியிலும் எழுதவும் பேசவும் தெரிந்து வைத்திருந்தாள். பாப்பாகோவில் தர்காவிற்கு தினமும் வந்துபோவதை வழக்கத்தில் வைத்திருந்தாள். அன்றும் அப்படித்தான்.

அந்த பிரதேசத்திற்குப் பொருந்தாத இரண்டு இளைஞர்களோடு வேற்று மொழியில் உரையாடிக்கொண்டிருந்தவளை, பெரியவர் ஒருவர் தன் நீளமான தாடியை உருவிக் கொண்டே, "என்ன பாஷையில புள்ள பேசுதிய?"

ஒண்ணும் இல்ல தாத்தா. உருதும் இந்தியும்தான்.

"எதுக்காக வந்திருக்காவோளாம்?"

நல்ல பொதி சுமக்கும் மட்டக்குதிரை வேணும்னு வந்திருக்காங்க.

"இங்க ஏது தாயி மட்டக்குதிர."

"தெரியல தாத்தா. அதுதான் பேசிட்டு இருக்கேன்."

"வயித்துக்கு ஏதாவது சாப்ட்டாங்களா? கேளும்மா."

"புரியுது தாத்தா. நான் கூட்டிட்டுப் போயி பார்த்துக்குறேன்" ன்னு சொன்னவ, அங்கிருந்து நகர்ந்து சற்று மறைவான இடத்திற்கு அவர்களை அழைத்துச் சென்றாள். ஏதோ சற்றுநேரம் பேசிக்கொண்டிருந்துவிட்டு நகர்ந்தவள், அவர்கள் சென்று மறையும் வரை பார்த்துக் கொண்டிருந்தாள் மறைவாக நின்று. எல்லாவிதமான நடப்புகளும் ஏசு பிறப்பை ஒட்டியே நடப்பதாக நம்மால் யூகிக்க முடிந்தது.

15

பாப்பாகோவில் அன்றைக்கு மிகுந்த ஆரவாரத்துடன் காணப் பட்டது. ஒருவேளை பிளைமூத் வருகைக்காக கூட இருக்கலாம். பாப்பாகோவிலுக்கு உள்ளே வரும் இரண்டு மண் சாலைகளில், ஒன்றில் பெரிதாகப் பள்ளம் தோண்டும் முயற்சியில் சிலர் ஈடுபட்டிருந்தார்கள். இன்னொரு வழியில் அப்படியான எதுவும் நடைபெறவில்லை. ஊர்க்காரர்கள் சிலபேர் சந்தை நடக்கும் இடத்தில் கூடி, தங்களுக்குள் ரகசியமாகப் பேசிக்கொண்டிருந்ததை வெகுதூரத்திலிருந்து மாரியம்மாவால் தெளிவாக பார்க்க முடிந்தது. எதையும் உறுதியாக கேட்க முடியாதவளால், சிலருடைய உடல் மொழியிலிருந்து எதையோ அனுமானித்துக் கொண்டாள். தெளிவுபடுத்திக் கொள்ள, உரையாட, விவாதிக்க, கேள்வி கேட்க நண்பனைத் தேடினாள். கீழவெளியை நோக்கிப் போவதற்காக சைக்கிளை வேகமாக மிதித்தாள்.

புடவை சிக்காமல் இருப்பதற்கு, பெண்கள் பிரத்தியேகமாகப் பயன்படுத்தும் பார் இல்லாத, ஃபுல் செயின் கவர் போட்ட ராலே சைக்கிளைப் பயன்படுத்துவாள். அவளுடைய வேகத்திற்குக் காற்றால் கூட ஈடுகொடுக்க முடியாது. 13, 14 மைல் தூரத்தை 20 நிமிடத்தில் கடக்கக் கூடியவள். சோடையிலும் ஓட்டப் பழகியிருந்தாள். குறுக்காகவே போய்வரும் வழிகளை அறிந்து வைத்திருந்தாள்.

வெயில் மிதமாக இருந்தது. வண்டி சோடையில் நிதானமாகப் பயணப்பட்டது. பாப்பாகோவிலில் இருந்து கிளம்பியவளுக்கு ஏதேதோ நினைவுகள்.

"அப்பா உயிரோட இருந்திருந்தா, பெரியார் கட்சியிலதான் இருந்திருப்போம். வெறும் கொள்கை பேசித் திரியுறதுல என்ன இருக்கு? அன்னாடம் சோத்துக்கே வழியில்லாம இத்தன சனங்க பட்டினியாக் கெடக்குறப்ப, நாம எப்பிடி கொள்கை பேசுறது? மொதலும் கடைசியுமா வேலைக்கு வந்தப்புறம், அப்பாக்கிட்ட வாக்குவாதம் பண்ணியிருக்க வேண்டாம். நானும் பல தடவை சொல்லிப் பாத்துட்டன். கஷ்டப்பட்டுப் படிக்க வச்சாரு. இல்லன்னு சொல்லல. அதுக்காக இந்த மக்களை அம்போன்னு விட்டுட்டு அவர் பக்கம் நிற்க முடியுமா? பண்ணையார்களுக்கும் இந்த மக்களுக்கும் நடுவுல நம்ம சனங்கள் என்னவா இருக்காங்க? எல்லாம் நிலம் கொடுக்குற ஜோரு. நிலமில்லாத இந்த சனங்களுக்கு யார் இருக்கா? எந்தக் கொள்கை இவங்கள காப்பாத்தப் போகுது? அரசாங்கந்தான் கண்டுக்குமா? எத்தன பேரு செத்தாலும், படிக்க மட்டும் விட்டுடுவாங்களா? தப்பித்தவறி அப்பாவோட பரம்பரையில எல்லாரும் படிச்சிட்டாங்க. அதுக்காக, பண்ணையார்களோட சேர்ந்து உட்கார முடியுமா? இல்ல, நிலம் நீச்சுன்னு வாங்கி விவசாயந்தான் பார்க்க முடியுமா? இந்தா! காலம் போன காலத்துல, எனக்கும் கூட அப்பா மேல இத்தன கோவம் எதுக்காக? சனநாயகத்துல, அப்பாவோட மருமகன் காங்கிரஸ் எம்.எல்.ஏ-வா இருக்கலாம். அண்ணாவோட கட்சியில எல்லாரும் சமமா இருக்கலாம். எவனும் கீழ இறங்கி இந்த மக்களை பாப்பானுவளா? எல்லா சாதியிலயும் இருக்குற அதே குணம்தான் இந்த மக்கள அடிமையாகவே வெச்சிருக்கு. அதுல இருந்து காப்பாத்த எனக்குத் தெரிஞ்ச ஒரு வழியில நான் போறன். தாத்தாவுக்கும் அப்பாவுக்கும் பெரிய போராட்டமே நடந்திருந்தாலும், அது எந்தக் கட்சியில் சேர்றதுன்னுதான். எவ்வளவுதான் படிச்சிருந்தாலும், நம்ம நெனப்பு பரம்பரைய விட்டுட்டா போயிடுது. ஷெல்லியும், ஷேக்ஸ்பியரும் துணைக்கா வர்றாங்க. ஆங்கிலம் மொழியறிவுதான். வலிமையாப் பயன்படுத்தினா,

இந்த மக்களை மீட்க முடியும். ஆபத்து, பண்ணையாருவோ கிட்ட இல்ல. நடுவுல வேல பாக்குறானுவளே நம்ம ஆளுவோ அவனுவோ கிட்டதான் இருக்கு. அதிகாரத்தக் கையில வெச்சுருக்குறதா சொல்லுறவனுவோ கிட்ட என்னைக்கு அதிகாரம் இருந்திருக்கு. முகத்தைக் காட்டாமல் பின்னால் இருந்து வேலை செய்றவன இங்க யாருக்குத் தெரியுது. அந்த சனங்கள்ல என் பொறப்பு இல்லன்னா நானும் அப்பிடித்தான் நம்பியிருப்பேன். இப்ப மேல இருக்குறவன் பம்பாயிக்கும் அமெரிக்காவுக்கும் போயிட்டு இருக்கான். கீழ இருக்குறவன எம்ப விட்டா நமக்குதான் பிரச்சனன்னு நம்ம சனம் நெனைக்குது. இருக்கிற காசு பணத்த வெச்சு வித்துட்டுப் போற ஐயாமாருங்க கிட்ட வூட்டையும் நிலத்தையும் வாங்கிப் போடலாம்ன்னு கணக்குப் போடுதுங்க. மேலத் தஞ்சையில அதுதான் நடந்துருக்கு. கீழத் தஞ்சையும் அதப் பாத்து கத்துக்குது. இதெல்லாம் இந்த மக்களுக்கு உண்மையான விடுதலையான்னு எனக்குத் தெரியல. என்னைக்கு இதுங்க நிலத்த உழுது அறுத்து வீட்டுக்கு எடுத்துட்டுப் போற உரிமைய வாங்குறாங்களோ அதுதான் உண்மையான விடுதலை; அதுதான் உண்மையான புரட்சி. அப்பா கெடக்குறாரு! எப்ப பாத்தாலும் கல்யாணப் பேச்சுதான். இத்தன வருஷத்துக்கு அப்புறம் அவன் என்னை நெனச்சுகிட்டே இருக்குற தெல்லாம் என்ன மாதிரி வாழ்க்கைனு எனக்குப் புரியல. அப்பா செத்தும் தன்ன மாத்திக்கிறதா இல்ல. சிங்காரவேலர்தான் இதுக்கொரு முடிவை சொல்லணும். சொல்லுவாரான்னு தெரியல.''

வெங்கட்ரமணி காபி ஹவுசை அடையும் பொழுது, அரசமரத்துப் பிள்ளையார் அலங்காரமாய் வீற்றிருந்தார்.

வெங்கட்ரமணி பின்கட்டுக்கு எழுந்து போனார். சைக்கிளை, அவிழ்த்து விடப்பட்டிருந்த பாறை வண்டிக்குப் பக்கத்தில் சாய்த்து நிறுத்தியவள், சந்தில் புகுந்து மாட்டுக் கொட்டகையைத் தாண்டி, வெங்கட்ரமணி வருவதற்கு முன்பாகவே போய் காத்திருந்தாள்.

வெங்கட்ரமணி வந்தவுடன், ``சாப்டியா கொழந்த?''

“இல்ல சாமி. அதுக்குலாம் எங்க நேரம் இருக்கு? இன்னைக்கு ஏசுநாதர் பொறக்கப் போறாருன்னு சொல்லிட்டுப் போவத்தான் வந்தேன்”.

“நேக்கும் சேதி கெடச்சுடுத்துடி. காலையில வெத்தலைப் பெட்டியில பாத்துட்டன். சுகுமாரன் வந்திருந்தான்”.

“என் நெனப்ப விட்டுட சொல்லுங்க சாமி”, என்று சொன்னவள், தொடர்ந்து...

“அதுதான் சாமி. பாப்பாகோவிலில் சந்த மேட்டுல, தயாராகுற மாதிரி தெரியுது”.

“எத்தனை பேர் இருப்பா?”

“ஒரு 200 பேர் இருக்கலாம் சாமி”.

முத்தையன் வந்திருந்தான்டி. குடுத்துவிட்டுருக்கேன். கைய விரிச்சு காமிச்சான். 50 பேரை தயார் பண்ணி இருக்குறதா சேதி சொல்லுது. எங்கே? எப்போ? எப்படின்னு தான் தெரியல.

“தெரியல சாமி” என சொல்லிக்கொண்டே, கண் ஜாடையில் சுந்தரத்தம்மாவின் வருகையை அறிவுறுத்தினாள்.

ஜவ்வாது மணம் காற்றில் மிதந்து வந்தது. கையில் மூங்கில் தட்டில் வாழை இலை பரப்பி, சுடுசாதமும் சாம்பாரும் காய்கறிகளும் வைத்து அதன் மேல் ஒரு இலையைப் போட்டு மூடி எடுத்துக் கொண்டு சுந்தரத்தம்மாள், அவர்கள் இருக்கும் நான்காம் கட்டுக்கு வந்து சேர்ந்தாள். அவளுக்குப் பின்னே பித்தளை லோட்டாவில் தண்ணீர் கொண்டுவந்தாள் ஆச்சி.

குத்துக்காலிட்டு கீழ்ப் படியில் அமர்ந்து மேல்படியில் இலையோடு இருந்த உணவைப் பிசைந்து சாப்பிட துவங்கினாள் மாரியம்மாள்.

16

வெங்கட்ரமணி புறப்பட்டு திருவாசக்குளத்துக்கு குளிக்கப் போனார். மதியவேளையில் குளிக்கும் வழக்கம் வெங்கட்ரமணிக்கு இருந்ததில்லை. அன்றைக்கு புழுக்கம் அதிகமாக இருந்ததால், அவருக்கு குளிக்க வேண்டும் போல் இருந்தது. மேல் துண்டை எடுத்து கையில் வைத்து விசிறிக்கொண்டே வெற்று உடம்போடு குளத்தை நோக்கி முன்னேறினார்.

வழியில் ஒரு ஜோடி மேற்கத்தி மாடுகளை ஓட்டி வந்தவன், ஐயரைப் பார்த்தவுடன் இழுத்து நிறுத்தினான். "கும்புடுறேன் சாமி. சாமி எங்க இந்தப்பக்கம்."

"ஏன்டா? வரப்பிடாதுன்றயா, இல்ல, ஏன் வந்தேன்னு கேக்குறியா?"

"குதர்க்கமா பேசாதீங்க சாமி. வெயில் மண்டையப் பொளக்குது. இந்த நேரத்துல குடையக் கூட எடுக்காம புதன்கிழமையும் அதுவுமா, அப்படின்னு தான்", என்று தலையை சொறிந்தான்.

நேரடியாக பதில் ஏதும் சொல்லாமல், "மாட்டுக்கு எத்தனை பல்லுடா? எவ்வளவுக்கு வாங்குன? பழக்கியாச்சா, இல்லையா? தண்ணியில அடிக்க ஓட்டிட்டு போறியா?"

எங்க சாமி, வாங்குற அளவுக்கு காசுபணம் குமிஞ்சா கெடக்கு? போன வருஷத்துக் கூலியை

இன்னமும் வாங்குன பாடு இல்ல. வரப்புக் கெடாவ தின்னுபுட்டு கெடக்குறோம். நெல்லு சோத்துக்கே வழிய காணோம்மா, இதுல இதுங்களுக்கு வேற எங்கபோறது? எல்லாம் வாண்டையார் வூட்டுது. ஓட்டிடுப் போயி, அவுக மாப்புள வூட்டுல உட சொன்னாவ''.

"ஏன்டா, நீ அங்கேயா வேல பாக்குற?"

இல்லைங்க சாமி. அப்பங்காரன் வாங்கின கடனுக்கு, ஆத்தாக்காரியும் நானும் அடிமையால்ல கெடக்குறோம். இன்னைக்கு ராவிக்கு சங்கக் கூட்டத்துக்குப் போவணும்ல, அதுதான் ஓட்டிக் கொண்டுபோயி உட்டுட்டு, திருவாரூர்க்கு போகப் போறனுங்க.

"ஏன்டா, பெரிய சங்கக்காரன் மாதிரி பேசுற."

இப்பதான் சாமி தெரிஞ்சுச்சு. இனிமே தான் ஒவ்வொண்ணா கத்துக்கணும்.

"வாண்டையார் விடுவாராடா? யாராவது பாத்து சொல்லிட்டா, என்னடா பண்ணுவ?"

திருக்க வாலுல புடிபோட்டு, விளக்கெண்ணெய் தடவி, வெயில்ல காயவச்சு நான்தான் சாமி, வாண்டையாருக்கு எடுத்துக் குடுப்பேன். அதை திருப்பி, என் முதுகுல பிடிக்கப் போறாரு. என்ன பத்து நாளைக்கு மஞ்சபத்து. சாணி அள்ள ஆளிருக்காது. நான்தான் வந்து அள்ளிக் கொட்டணும்.

"அப்புறம் ஏன்டா போறங்குற?"

"இத்தனை வருஷமா பாத்துட்டேன் சாமி. எத்தனை நாளைக்குத்தான் இப்படியே இருக்கிறதுண்ணு துணிஞ்சிட்டேன். பர்வதம் தான் சொல்லிக் குடுத்தா. நீ செத்தாலும் பரவாயில்ல போயிட்டு வான்னு அனுப்பிவிட்டாள்.

"ஏங்கிட்ட ஏன்டா சொல்ற? நாளைக்கு காபி குடிக்க வாண்டையார் வந்தா, சொல்லிப்புட்டேன்னா?"

"சாமி, எனக்கு உங்களையும் தெரியும், உங்க பொறப்பையும் தெரியும். வாறேன் சாமியோ", என்று அவர் பதிலுக்குக் காத்திராமல் அங்கிருந்து நகர்ந்தான்.

ஐயருக்கு புழுக்கம் அதிகமாகியது. பர்வதத்தைப் பற்றி நினைத்துக்கொண்டார். சிறுவயதிலேயே வாய்ப்பாட்டு, நாட்டியம், சமஸ்கிருதம் எல்லாம் கற்றுத் தேர்ந்தவள். கம்பு சுற்றவும் பழகியிருந்தாள். திருமணத்தின் மீது நம்பிக்கையற்றவளாய், தனக்கு விருப்பமானவனுடன் சேர்ந்து வாழ்கிறாள். ஒரு வாசக சாலையையும் நடத்தி வருகிறாள்.

ஐயரின் தலைக்கு மேலே கருடன் வட்டமிட்டது. இடுப்பு வேட்டியை அவிழ்த்து வைத்துவிட்டு திருவாசக்குளத்து தண்ணீரில் இறங்கினார். திருவாசக்குளம் சுத்தமாகப் பராமரிக்கப்படுகிறது. அந்த ஊரில் பாசி படராத குளமாகவும் இருந்தது. ஆழம் அதிகரிக்க, அதிகரிக்க ஐயர் நீந்திப் போய் நடுவில் இருந்த நீராழி மண்டபத்தை எட்டிப்பிடித்தார். படிக்கட்டுகளில் ஏறி அதன் நடுவில் இருந்த சிவலிங்கத்திற்குப் பக்கத்தில் அமர்ந்து கொண்டார்.

பர்வதத்தின் நினைவு மீண்டும் அவருக்கு வந்தது. "எத்தனை கெட்டிக்காரி அவள். புரட்சிகரமான சிந்தனை உடையவள் அவள்", என்று ஏதேதோ நினைத்துக்கொண்டு, மீன்கொத்தி சிறகசைத்து தன்னந்தனியாக நீருக்கு மேலே தலைகீழாக நின்று தண்ணீருக்குள் பாய இருக்கும் காட்சியைப் பார்த்துக் கொண்டிருந்தார். உடலில், மனதில் இருந்த புழுக்கம் குறைந்து குளுமை வீசத் துவங்கியிருந்தது. ஐயரின் கால்கள் தண்ணீரை அலசின. கண்ணிமைக்கும் நேரத்தில் மீன்கொத்தி தண்ணீருக்குள் பாய்ந்து இரையைக் கவ்வி, வானத்தில் பறந்து, ஆற்றுப் பூவரசன் மரத்தின் கிளையில் அமர்ந்தது. ஐயர் மீன்கொத்தியைப் போல சொருகு நீச்சலடித்து கரையேறினார்.

17

டச்சுக்காரர்களால் கடற்கரையோரம் அமைக்கப்பட்டிருந்த மாதாகோவில் மணி அடித்தது. பிரார்த்தனைக் கூட்டத்தைப் பங்குத்தந்தை நடத்தினார். கோவிலை ஒட்டி இருந்த கல்லூரியில் வகுப்புகள் துவங்கின. வரலாற்றுத் துறைப் பேராசிரியர் சீதாராம் ஐயர் விரிவுரையாற்றத் துவங்கினார்.

வாட்டிகன் பற்றி நாம் தெரிந்து கொள்ள முதலில், ஐரோப்பாவின் பாரம்பரியமிக்க நாடுகளில் ஒன்றான இத்தாலியில் உள்ள 'ரோம்' பற்றி தெரிந்து கொள்வோம்.

இத்தாலியின் நடுவில் இருக்கும் நாடு தான் வாடிகன். 110 ஏக்கர் பரப்பளவு கொண்ட மிகச்சிறிய நாடு. ஆயிரத்துக்கும் குறைவான மக்கள் தொகை கொண்ட நாடு. அதை ஆள்பவர் கத்தோலிக்க கிறிஸ்தவ மதகுருவான போப்பாண்டவர்.

உலகம் முழுவதும் இருக்கும் 100 கோடி கத்தோலிக்க கிறிஸ்தவ மக்களின் தலைநகரம் தான் வாடிகன்.

வாட்டிகன் வங்கியில் இருக்கும் தொகையின் மதிப்பு 55,000 கோடி ரூபாய்க்கு மேல். அந்த நாட்டின் மொத்த பொருளாதார மதிப்பு இதுவரை வெளியிடப்படவில்லை. பலரும் முயன்று தோற்றுப் போயிருக்கிறார்கள்.

அமெரிக்காவில் மட்டும், வாட்டிகன் கணக்கிலில்லாமல் ஆண்டுக்கு 11 லட்சம் கோடி ரூபாய்க்கும் மேல் செலவழிக்கிறது. உலகம் முழுவதும் கத்தோலிக்க கிறிஸ்தவ சொத்துக்களை நிர்வகிக்கிறது. சொத்து மதிப்பை வாட்டிகன் இன்றளவும் மர்மமாகவே வைத்திருக்கிறது. கிறிஸ்தவத்தைப் பின்பற்றும் நாடுகள், வாட்டிகனை மீறி எதுவும் செய்துவிட முடியாது.

உலகத் தலைவர்களிடம், "உலகின் சக்தி வாய்ந்த நபர் யார்?" என்று கேட்டால், அத்தனை தலைவர்களும் போப்பாண்டவர் என்று கை காட்டுவார்கள்.

'ஹோலிசி' அமைப்பின் தலைவராகச் செயல்படுபவர் போப்பாண்டவர். உலகில் 183 நாடுகளில் இருக்கும் அமைப்புகளில் செயல்படுபவர்கள், போப்பாண்டவரின் குரலாகவே செயல்படுகிறார்கள். அந்த நாடுகளில் நிகழும் எல்லா மாற்றங்களும் உடனுக்குடன் வாட்டிகனுக்கு போய்ச் சேர்ந்துவிடும். ஐக்கிய நாடுகள் சபையிலும் ஹோலிசி அமைப்பிற்கு நிரந்தர உறுப்பினர் உண்டு.

இயேசு கிறிஸ்து யூத மதத்தில் பிறந்தார். ரோமானியர்களால் சித்திரவதைக்குள்ளானார்கள் யூதர்கள். பிறகு இரண்டாம் உலகப் போர் காலத்து நாஜிகளால் கொடுமைப் படுத்தப்பட்டார்கள். இவ்வாறு ரோமானியர்களால் ஒடுக்கப்பட்ட யூதர்களை மீட்டெடுக்க இயேசு கிறிஸ்து பாடுபட்டார்.

இயேசு கிறிஸ்து கொலையுண்ட பிறகு சிதறிப்போன யூதர்கள், அழிக்கப்பட்ட அவர்களது வழிபாட்டுத் தலத்துக்கு மாற்றாக ஒரு கோவிலைக் கட்ட முற்பட்டார்கள். ஒரு பகுதியினர், மற்ற மத நம்பிக்கை உள்ளவர்களுக்கும் யூத மதத்தைப் பரப்புவது என்று முடிவெடுத்தனர். அதன் விளைவாகவே இன்று உலகம் முழுவதும் கிறிஸ்தவம் பரவியுள்ளது. இதனால் ரோமாபுரியை ஆண்ட நியூரோ மன்னன் கிறிஸ்தவ மதத்தைப் பரப்பிய புனித பீட்டரைக் கொன்றான்.

புனித பீட்டரை, முதலாம் போப்பாண்டவர் என்பார்கள். வாடிகன் பகுதியில் வைத்து அவரை கொன்றதால், அவருக்காக

எழுப்பப்பட்ட ஆலயமே இன்று வாட்டிகனில் இருக்கும் 'செயின்ட் பீட்டர் பேசிலிக்கா'. புனித பீட்டரின் கல்லறையும் அதுதான்.

கான்ஸ்டாண்டிநோபிள் என்ற மன்னர் கிறிஸ்தவ மதத்திற்குச் சட்டபூர்வமான அங்கீகாரத்தைக் கொடுத்தார். சர்வாதிகாரி முசோலினி, பதினொன்றாம் பயஸ் காலத்தில் வாட்டிகனைத் தனிநாடாக அங்கீகரித்தார்.

'இத்தாலிய கல்வி முறையில் வாடிகனின் பங்கு இருக்க வேண்டும்' என்ற கோரிக்கையை முன்வைத்த போப் ஆண்டவர், அதை செயல்படுத்தத் தொடங்கியதன் வழியாக, உலகம் முழுவதும் பள்ளிப் பருவத்திலேயே கிறிஸ்தவத்தைப் பின்பற்றும் நடைமுறை உருவானது. இப்படித்தான் கத்தோலிக்க மதத்தின் வளர்ச்சியை வாட்டிகன் உறுதிப்படுத்தியது.

'இரண்டாம் உலகப் போரின்போது நாஜிக்களின் தங்கங்களை வாட்டிகன் மறைத்து வைத்தது' என்றொரு குற்றச்சாட்டும் உண்டு. இலட்சக்கணக்கான யூதர்கள் கொல்லப்பட்ட போது கைகட்டி வேடிக்கை பார்த்தது வாட்டிகன்.

வகுப்பை சீத்தாராம ஐயர் வேறு பாடத்திற்கு மாற்றினர்.

வெவ்வேறு வகுப்புகளில் இருந்தும் இளங்கலை, முதுகலை மாணவ மாணவிகள் அவருடைய வகுப்பைக் கேட்க குழுமி இருந்தார்கள். கிறித்துவம் பற்றி பேசிய பிறகு சரளமான ஆங்கிலத்தில் பிரெஞ்சுப் புரட்சி பற்றி விரிவாக ஆழமாக பேசினார். அனைவரும் குறிப்பெடுத்துக் கொண்டார்கள். இராஜேந்திரன் வகுப்பு முடிந்தவுடன் முதல் மாணவனாக வெளியேறி சகதோழமையான சந்துருவைத் தேடினான். சந்துரு அவனைப் போலவே ஒத்த சிந்தனை உடையவன். இருவருமே கவனமாகக் கூட்டத்திலிருந்து தனியே ஒதுங்கினார்கள்.

சற்று நேர அமைதிக்குப் பின் தலைக்கு மேலே நீண்டு, உயர்ந்து வானத்தைத் தொட்டுக் கொண்டிருந்த அசோக மரத்தை இருவரும் உற்றுப் பார்த்தார்கள். அசோக மரம் காய்க்கும் பருவத்தில் இல்லை. ஒரு சில காய்கள் பழுத்து, கறுத்து உதிரத் தொடங்கியிருந்தன. கீழ் நோக்கி சரிந்து கிடந்த இலைகளில்

அடர்பச்சை வண்ணங்களுக்கு நடுவே டென்னிஸ் பந்தின் அளவில் சிவப்புத் துணி ஒன்று சுருட்டிக் கட்டப்பட்டு இருந்ததை இருவரும் கண்ணுற்றார்கள்.

இராஜேந்திரன் கையில் வைத்திருந்த நோட்டுப் புத்தகத்தின் மேலே சுற்றப்பட்டிருந்த எலாஸ்டிக் கயிற்றை இழுத்து கட்டைவிரலில் கட்டினான். கீழே உதிர்ந்து கிடந்த காய்களில் ஒன்றை எடுத்து எலாஸ்டிக்கில் வைத்து பொத்தாம் பொதுவாக மரத்தில் அடித்தான். காய் மிகச்சரியாகச் சிவப்புத்துணிப் பந்தை அவர்கள் மேல் விழச் செய்தது. சந்துரு பொறுக்கி எடுத்து, அணிந்திருந்த நீளமான அங்கியில் மறைத்தான். இருவரும் பேசிக்கொண்டே கடற்கரைக்குப் போனார்கள்.

ராசாங்கத்தை வங்காளத்திற்கு அனுப்பும் முயற்சிக்குப் பணம் வந்து சேர்ந்துவிட்டது. இன்றைக்கு மதிய இரயிலில் மாயவரம் போயி, அங்கிருந்து மதராசுக்கு, அப்பறம் அவன் வழியில வண்டி ஏறிடுவான். எக்மோர்ல நம்ம ஆளுங்க பாப்பாங்களான்னு தெரியல.

“என்ன சொல்லியிருக்கு?”

பட்டாம்பூச்சியும் கூட்டுப்புழுவும் கொண்டுவர சொல்லியிருக்கு.

“அவனால முடியுமா?”

“நம்பலாம்.”

“எங்க இருக்கான்?”

கட்டுமரத்துக்குப் பக்கத்துல காளியம்மாவோட குடிசையில. காளியம்மாக்குத் தெரியாது.

“யாருன்னு கேட்டா?”

“கேக்க மாட்டா.”

ராசாங்கம் உறங்கிக்கொண்டிருந்தான். இரவெல்லாம் நாகப்பட்டினத்திலிருந்து கால்நடையாக நடந்தே தரங்கம்பாடிக்கு வந்த களைப்பு அவனிடமிருந்தது.

ஆறடிக்கு மேலே உயரம். வலுவான உடம்பு. எதையும் எதிர்கொள்ளும் துணிச்சல். பள்ளிக்கூடம் போகாவிட்டாலும்

பாஷைகள் பலவும் கற்றிருந்தான். கால்நடைகளை விற்கவும் வாங்கவும் தரகு வேலை பார்ப்பவன். அதில் கிடைத்த வருமானத்தில்தான் அவனுடைய வயிற்றுப் பிழைப்பு ஓடிக்கொண்டிருந்தது. தரகு கூலி தவிர்த்து அவனுக்கு வேறொரு வருமானமும் இல்லை. ஆண்டு முழுவதும் பல ஊர்களில் சுற்றித் திரிவான். மாதக்கணக்கில் எங்காவது தங்கி கால்நடைகளுக்கு வைத்தியம் பார்ப்பான். அப்படித்தான் ஒரிசாவுக்கு மேலே, கல்கத்தாவுக்குக் கீழே ஏதோ ஒரு கடற்கரை கிராமத்தில் தங்கியிருந்த போது, அவனை சித்ரகூட் வனப்பகுதிக்கு அழைத்துச் சென்றார்கள். அங்கே இதுவரை பார்த்திராத, பல பயிற்சிகளைப் பார்க்கவும் கற்றுக்கொள்ளவும் நேர்ந்தது. ராசாங்கம் விரைவிலேயே கொள்கைப் பிடிப்புள்ள வீரனாக உருவெடுத்தான். தன்னுடைய பகுதியின் அவலநிலையை முதல்முறையாக உணர்ந்தவனாக, வைராக்கியம் கொண்டான். இரவு நேரத்தில் பாடப்படும் நாட்டுப்புறப் பாடலை உரக்கப் பாடினான். எல்லாரும் அமைதியாகக் கேட்டுக் கொண்டிருந்தார்கள். மொழி புரியாவிட்டாலும் அதில் அடங்கியிருந்த சோகம் அனைவரின் நெஞ்சையும் உலுக்கியது. மத்திய இந்தியாவின் கிழக்குக் கோடியில், மிகப்பெரிய நீர்வீழ்ச்சிக்குப் பக்கத்தில் இருந்த காட்டில் அவர்களுடைய மொழியில் தன் நிலத்தின் அறியாமையை, இயலாமையை விவரித்தான் ராசாங்கம். சுற்றியிருந்த ஆண்களும் பெண்களும் ஆயுதங்களை உயர்த்தி அவனுக்காக சபதம் எடுத்தார்கள்.

குடிசையின் கதவு திறக்கப்பட்டது. திடுக்கிட்டு எழுந்தவன், முகத்தை துடைத்தபடி இடுப்பில் கை வைத்தான். வந்திருப்பது இராஜேந்திரனும் சந்துருவும் என்று தெரிந்த பிறகு அமைதியானான். சந்துரு தன் அங்கியில் கையை விட்டு சிவப்பு நிற பந்து போன்ற துணி முடிப்பை அவனிடம் கொடுத்தான்.

"கிளம்பலாம் சகாவே!"

மூவரும் வெவ்வேறு பாதைகளில் பிரிந்து சென்றார்கள். வெவ்வேறு திசைகளில் சென்றவர்கள் தரங்கம்பாடி இரயில் நிலையத்தில் தனித்தனியே பெஞ்சுகளில் அமர்ந்தனர்.

நின்றிருந்த கரிய, நெடிய கரி எஞ்சின் பூட்டிய இரயில் வண்டி ஓங்கி ஒலித்தது. தண்டவாளத்தில் சுற்றித் திரிந்த தெருநாய்கள் மிரண்டு ஓடின. நடைமேடைக்கு எதிரே நாவல் மரத்திற்குப் பக்கத்தில் அடுக்கி வைக்கப்பட்டிருந்த நெல் மூட்டைகளின் மேலே, தானியங்களைக் கொத்திக் கொண்டிருந்த தவிட்டுக் குருவிகள் இஞ்சின் எழுப்பிய ஒலியில் மிரண்டு பறந்தன. உப்பங்கழியில் மீன்களைப் பிடித்துத் தின்ன வந்த நாரைகள், வெண்ணிறக் கொக்குகள் கரியநிற புகையில் கண் தெரியாமல் பறந்து, வரப்பின் மேல் மோதி கீழே விழுந்தன. நண்டு பிடிக்க வளையில் கண்ணி வைத்துக் காத்திருந்த மாட்டுக்காரர்கள், கொக்குகளின் கழுத்தை வாகாக பிடித்து, நீண்ட அலகுகளை முடிச்சிட்டு, தோள்களில் இருந்த குச்சியில் கட்டித் தொங்கவிட்டார்கள். செம்மறி ஆட்டுக் கூட்டத்தை மேய்த்துக் கொண்டு வந்த இடையன் அவசரமாக தண்டவாளத்தைத் தாண்டி ஓட்டினான். ஆடுகள் தாவியும் குதித்தும் தாண்டி ஓடின.

கைமுறுக்கு, பட்டாணி சுண்டல், சோன்பப்படி, கமர்கட்டு எல்லாம் மூங்கில் தட்டில் வைத்து சிறு சிறு பொட்டலங்களாக கைகளில் ஏந்தி, சிறுவர்கள் இரயிலை சுற்றித் திரிந்தார்கள் விற்றுத் தீர்க்க. கறுத்து தென்னை மரம் போல் உயர்ந்து, வளைந்து இரயில் பெட்டிக்கு மேலே இருந்த குழாயிலிருந்து இரயில் எஞ்சினுக்குத் தண்ணீர் நிரப்பப்பட்டது. என்ஜின் டிரைவர் ஒவ்வொரு சக்கரமாக ஆராய்ந்து கொண்டே போனார். பாயிண்ட்ஸ் மேன் அரைக்கால் சட்டையும், கை வைத்த பனியனும் அணிந்து பெரிய சுத்தியலால் ஒவ்வொரு பெட்டியின் இணைப்பையும் தட்டித் தட்டி சோதித்தான்.

கோரை முடியும், சவரம் செய்யப்படாத தாடியும், கஞ்சாப் புகையில் ஒட்டிய கன்னமும், எங்கோ நிலைகுத்தி சொருகிய கண்களும், நீண்ட காலரும், அகலமான பெல்ட்டும், பெல்பாட்டமும், மடித்து விடப்பட்ட கைகளுமாக இருந்தவன், பாக்கெட் சீப்பை கையில் வைத்தபடி, நின்றிருந்த இரயிலில் தாளம் போட்டான். சுற்றியிருந்த பெண்களும், அவனைக் கைதட்டி உற்சாகப்படுத்தினார்கள்.

"நடைமறந்த கால்கள் தன்னில் நடனத்தைப் பார்க்கிறேன்......"

என சோகம் பிழியும் காதல் தோல்விப் பாடல்களை உரக்கப் பாடிக் கொண்டிருந்தான். 'சீக்கிரம் இந்தப் பாட்ட சினிமாவுல கேக்கப் போறீங்க'. சற்று தொலைவில் கருவாட்டுக் கூடையுடன் காளியம்மாள் அமர்ந்திருந்தாள். இரயில்வே பிளாட்பாரம் பெல் அடித்ததும் புறப்பாட்டிற்காக காத்துக் கிடந்தது.

18

"தாரங்கம்பாடி இரயில் நிலையம்" என்ற பெயர்ப் பலகைக்குக் கீழே, இரண்டு பேர் பெர்க்லி சிகரெட்டை வாயில் வைத்து புகைத்தபடி கண்காணித்துக் கொண்டிருந்தார்கள். எவரும் அறியாத வேளையில் கூட்டத்தில் கலந்து, பொதுப் பெட்டியில் ஏறி, சாமான்கள் வைப்பதற்கென்றே பிரத்யேகமாக இருந்த மேல் அடுக்கில், ஒன்றில் ஏறி படுத்தான். சற்றைக்கெல்லாம் மெதுவாக ஊர்ந்து மண்ணம்பந்தல் வழியாக மாயவரத்தை நோக்கி புகை கக்கியபடி சென்றது.

இராஜேந்திரனையும் சந்துருவையும் புகைத்துக் கொண்டிருந்தவர்கள் பின்தொடர்ந்தார்கள். வேகமாக நடந்து கல்லூரியின் விடுதிக்கு விரைந்தவர்கள், உணவருந்தாமலேயே உறங்கப் போனார்கள்.

காளியம்மாள் கருவாட்டுக் கூடையை ஏற்றிவிட்டு குடிசைக்குக் திரும்பியிருந்தாள். அம்பகரத்தூர் போயிருந்த கமலா வந்திருந்தாள். இருவருமாக கடற்கரைக்கு மீன் பொறுக்கச் சென்றார்கள்.

ஓடிக் கொண்டிருந்த இரயிலின் உள்ளே, "சார், சார், நான் எம்.ஏ கோல்டு மெடலிஸ்ட்டு சார். சார், இங்க பாருங்க இதுதான் நான் வாங்குன டிகிரி. எம்.ஏ சார். கோல்டு மெடல் சார். மூணு நாள் ஆச்சு சார் சாப்பிட்டு. கொஞ்சம் கருணை வைங்க."

சவரம் செய்யப்படாத முகம், கண்களில் பஞ்சடைந்து போயிருந்தது. மாணவர்களில் ஒருவன்

கைக்குட்டையை எடுத்து அனைவரிடமும் கையேந்தினான். கிடைத்த தொகையை தங்களுடைய சீனியரான அவனிடத்திலேயே கொடுத்தான். பெற்றுக்கொண்டவன் பேச ஆரம்பித்தான்.

"தோழர்களே! புரட்சி செய்வோம்!

முதலாளிகளிடமிருந்து இந்நாட்டை விடுவிப்போம்!

சாதிய வேறுபாடுகளைக் களைவோம்!

பொருளாதார ஏற்றத்தாழ்வுகளை சமன் செய்வோம்!

நிலவுடைமைச் சமூகத்தை வேரோடு அழிப்போம்!

நேருவின் பஞ்சசீலக் கொள்கையை எதிர்ப்போம்!

புரட்சி ஓங்குக!"

மேலே படுத்திருந்த ராசாங்கம் தலையை உயர்த்திப் பார்த்தான். கோஷம் போட்டவன் மயங்கிச் சரிந்தான்.

கல்லூரி மாணவர்கள் இறங்கிவிட, யாரோ நான்கு பேர் மயங்கி விழுந்த அவனுக்கு நீர் தெளித்து உணவு வாங்கிக் கொடுத்தார்கள். தெளிந்தவன் மீண்டும் பேச ஆரம்பிக்க, வகுப்பிற்கு நேரம் ஆகிவிட்டது என கலைந்து போனார்கள். உணவருந்தி அருகிலிருந்த திருகு பைப்பில் தண்ணீர் குடித்து முகம் கழுவியவன், தருமை ஆதீன வீதிகளுக்கு அப்பளம் விற்கப் போனான். ஆதீனத்தின் பின்னே ஓடிக்கொண்டிருந்த காவிரி ஆற்றுக்கு ஒரு மூங்கில் பாலம் போடப்பட்டிருந்தது. நான்கு வீதிகளிலும் சுற்றித் திரிந்துவிட்டு, ஆற்றில் குளித்துவிட்டு அன்னதானக் கூட்டத்திற்குள் நுழைந்து கடைசி வரிசையில் அமர்ந்து கொண்டான். மகேஸ்வர பூஜை முடிந்து தரையில் நீர் தெளித்து மந்தாரை இலை போட்டு நூறுக்கும் மேற்பட்டவர்களுக்கு அமுது படைத்தார்கள். வயிறார உண்டவன், சொக்கநாதருக்கு ஒரு கும்பிடைப் போட்டு, காரியதரிசியான சோமசுந்தரத்தைச் சந்தித்தான். வக்கீலுக்குப் படித்திருந்தவர், தன்னுடைய அப்பாவின் காலத்திற்குப் பின்னே, உயர்நீதிமன்ற வேலையை உதறிவிட்டு மடத்தின் சந்நிதானத்திற்குக் காரியதரிசியாக வேலைக்கு வந்துவிட்டார்.

சோமசுந்தரம் மதராசில் திராவிட இயக்கக் கொள்கைப் பிடிப்பு உள்ளவர்களோடு நெருக்கமாகச் செயல்பட்டவர். சந்நிதானம் பட்டத்திற்கு வருவதற்கு முன்பு சோமசுந்தரத்தோடு கல்லூரியில் படித்தவர்.

“வாடா! கோல்டு மெடலிஸ்ட்டு” என கிண்டலடித்தார் சோமசுந்தரம்.

“ராசாங்கம் எங்கேயோ இரயில் ஏறி போயிட்ருக்கான்” என்று மட்டும் சொல்லிவிட்டு, கையில் எழுதித் தயாராக வைத்திருந்த காகிதத்தை அவனிடம் கொடுத்தான். அவனுடைய செலவுக்குப் பணம் கொடுத்தவர், “பட்ணத்துக்கு கிளம்பு. மயிலாப்பூர்ல சதாசிவ ஐயர் கிட்ட சொல்லியிருக்கு” என்று மட்டும் சொல்லிவிட்டு நடையைக் கட்டினார்.

யாரும் பார்ப்பதற்கு முன்னால் அங்கிருந்து வெளியேறியவன், காவிரிக் கரையோரம் கால்நடையாக நடந்து, கொரநாட்டில் ஐங்ஷன் இரயில் நிலையத்தை அடைந்தான்.

பொறையாரில் இருந்து சங்கரம்பந்தல் வழியாக மங்கநல்லூர் போய், அங்கிருந்து மாயவரம் ஐங்ஷனை அடைந்தது ஐந்தாம் எண் கொண்ட சக்திவிலாஸ் பஸ் சர்வீசின் லேய்லண்டு கோச். வீரப்பா பிள்ளை பொறையாரின் பஸ் முதலாளி. அந்த நிறுவனம் தஞ்சாவூர் மாவட்டத்தின் பல பகுதிகளிலும் பேருந்துகளை இயக்கி வந்தது. சக்திவிலாஸ் பஸ் சர்வீசின் பேருந்துகள், ஒரு நாள் நேரம் தவறாமல் வந்து விட்டால் அன்று மழை பெய்யும் என்ற நம்பிக்கை அங்கு நிலவியது.

வீரப்பா பிள்ளை மிகப்பெரிய செல்வந்தர். மோட்டார் கம்பெனியைத் திறம்பட நடத்தி வந்தார். தன்னிடம் வேலை பார்க்கும் தொழிலாளிகளைக் கடவுளாக நினைக்கக் கூடியவர். ஒரு நாள் விடுப்பு கேட்டால் இரண்டு நாட்கள் வழங்கிவிடுவார். பொறையாரிலிருந்து மாவூருக்கும் தேவூருக்கும் கூட பேருந்துகள் இயக்கப்பட்டன. அதுபோலவே மன்னார்குடிக்கும், திருவாரூர்க்கும், நாகப்பட்டினத்துக்கும், திருத்துறைப்பூண்டிக்கும் சக்திவிலாஸ் ஓடியது. சாலை மார்க்கமான தொடர்புகளுக்கு சக்திவிலாஸ் பெரிதும் பயன்பட்டது.

“பாண்டியன்” சக்திவிலாசின் வசீகரம் மிகுந்த ஓட்டுநர்களில் ஒருவன். இராஜேந்திரனுக்கும் சந்துருவுக்கும் நெருங்கிய நண்பன். மூவரும் சந்தித்துக் கொள்வது, இது முதல்முறை அல்ல.

“ராசாங்கத்தப் பாத்தேம்பா! ஐங்ஷன்ல. அந்தப்பய எம்.ஏ-வும் அதே வண்டியில தாம்ப்பா பிச்சை எடுக்குறான்.”

சந்துரு தலையில் அடித்துக் கொண்டான். இராஜேந்திரன் உணர்ச்சிவசப்பட்டு, “காளியம்மாவுக்கு இப்படி ஒரு புள்ள பொறந்தே இருக்க வேண்டாம்.”

மாயவரம் பாராளுமன்ற உறுப்பினர் தில்லிக்குப் போக ஐங்ஷனில் காத்திருந்தார். அவரைச் சுற்றி நான்கு ஐந்து பேர் நின்று கொண்டிருந்தார்கள். அதில் ஒருவர் கருப்புச் சட்டை அணிந்திருந்தார்.

“கும்பகோணம் பார்லிமென்டிற்கு வர்ற தேர்தல்ல காசிநாத ஐயரும், சேதுராம ஐயரும் காங்கிரசில் சீட்டு கேட்கிறதா சொல்றாங்க.”

மேல் துண்டை சரிசெய்து கொண்டே, “நம்மாளுங்கள்ல மாயவரம் பார்லிமெண்டுக்கு யார் கேக்குறா ?”

“கூட்டணி கட்சிக்கு விட்டுக் கொடுத்துருவாங்க போல இருக்கு அண்ணே. அண்ணாவோட உடல்நிலை கவலைக்கிடமாக இருக்கிறதா சொல்றாங்க அண்ணே. நீங்க டெல்லிக்கு போறீங்களா? அண்ணாவைப் பார்க்க போறீங்களா தலைவரே?”

டப்பாவின் மேல் மூடியை ஒற்றை விரலால் தட்டித் திறந்தார். நாசுக்காக இரண்டு விரல் இடுக்கில் அகப்பட்ட பொடியை வலதுபக்க மூக்கில் வைத்து உறிஞ்சியபடி, “மன்னை வர்றாராம்பா. அநேகமா அன்பிலும் இந்த வண்டியிலதாம்ப்பா வருவாருன்னு நினைக்கிறேன். போகும்போது பேசி முடிவு எடுக்கலாம். நாவலரும் பேராசிரியரும் ஆஸ்பத்திரியிலேயேதான் இருக்காங்களாம். காலையில அடையாறு புற்றுநோய் ஆஸ்பத்திரிக்குப் போனா விவரம் தெரியும்.” பேசிக் கொண்டிருக்கும் பொழுதே திருச்சி சந்திப்பிலிருந்து மெட்ராஸ் எழும்பூருக்கு செல்லும் பாசஞ்சர் இரயில் ஐங்ஷனில் நுழைந்தது.

19

சுப்பிரவேலுவுக்கு நினைவுகள் அலை அலையாய் எழுந்தன. அண்ணாவின் பேச்சும் எழுத்தும், இந்த மக்களுக்கான விடுதலை என்று நம்பியிருந்தோமே! அமெரிக்காவில் சிகிச்சை பெற்று வந்த அண்ணாவை, திரும்பவும் ஆசுபத்திரியில சேப்பாங்கன்னு நினைக்கலையே! கையிலிருந்த பொடி டப்பா கைதவறி கீழே விழுந்தது.

"என்னண்ணே! T.A.S.ரத்தினம் பட்ணம்பொடி, அண்ணாச்சில்லாம் தோத்து போயிட்டாங்கன்னு நெனச்சீங்களா?", என்று கூட்டத்தில் ஒருவர் சொன்னதும்....

"அட நீங்க வேற! ஆனானப்பட்ட மந்திரி மரகதம் சந்திரசேகரையே... அண்ணன் ஜெயிச்சுப் புட்டாராம்."

"அட ! நம்ப, சி.சுப்பிரமணியம் தோத்துட்டாருப்பா!"

"கருணாநிதி... காமராசர் குறிவைத்த பதுனஞ்சி பேர்ல ஒருத்தர்."

"பரிசுத்த நாடார் பேரக் கேட்டா... தஞ்சாவூர் ஒரு தடவ எந்திரிச்சு உட்காரும்."

"போன தடவ.. அந்த ஆளே, தோத்துட்டாருப்பா!"

"ஏண்ணே! அண்ணா, நம்மளையெல்லாம் ஏமாத்திரு வாருங்கிறீங்க? சம்பத்தும் கட்சியை விட்டு போய்ட்டாரு."

“நாவலர் தான்.....”

“அட நீ ஒண்ணுப்பா! வாத்தியாரும், SSR - ரும் இருக்காங்களாம்.”

“பணங்காசு வேணும்லப்பா...”

“அதெல்லாம் சினிமாக்காரனுவோ கொண்டாந்து குமிப்பானுவோப்பா.”

“பெரியவரு பக்தவத்சலம்... அடுத்து மு.க-தான்னு அடிச்சு சொல்றாராம்.”

“அது என்ன கணக்கோ வழக்கோ! நமக்கு கிளை, கழகத்தோட சரி!”

“கூப்புட்டு கேட்டா, என்ன சொல்றதுன்னு... ஒவ்வொருத்தருக்கும் ஒரு கருத்து இருக்கு...”

“சேலத்துக்காரனுவோளாம் நாவலர் பக்கம் நிக்கலயாமே!”

“திருச்செங்கோட்ல... பேராசிரியர், மு.க பக்கம்தான் நிக்கிறாராம்பா!”

“நம்ம சுப்பிரவேலு அண்ணன் பார்லிமெண்ட்டுக்குப் போறாரு. நாடக காரனுவோளுக்கு பென்ஷன் வாங்கித் தர்றேன்னு சொல்லியிருக்காரு.”

“அப்ப... கூத்து கட்ரவோனுவளுக்கு!”

“அவருக்குத் தான் கடவுள் நம்பிக்கையே இல்லையேப்பா...”

“இந்த வாய்ப்பாட்டு, சின்ன மேளம், பெரிய மேளம் இவனுவோள்ளாம் பஞ்சத்துல இருக்கானுவோ. சினிமாதான் எல்லாத்தையும் அழிக்குது. நாம என்னன்னா... சினிமாக்காரனுவோள நம்பி கட்சி ஆரம்பிச்சு, பாரம்பரிய கலைஞனுவோள சாகடிக்கிறோம். எப்படி இருந்த ஊரு இது?! திருவெண்காடு சுப்பிரமணியம் பிள்ளை வாழ்ந்த ஊரு. தடுக்கி விழுந்தா கலைஞர்கள் மேல தான் விழனும். இன்னைக்கு எல்லாரும் பிச்சை எடுக்குறானுவோ.” என்று அங்கலாய்த்தவன், வேட்டியை ஒருமுறை அவிழ்த்துக் கட்டினான்.

வண்டி மெதுவாக ஊர்ந்து பிளாட்பாரத்தில் நின்றது. இரவு நேர பரபரப்புகள் ஜங்ஷன் முழுவதும் தொற்றிக் கொண்டன. இந்தியாவின் வடக்கு எல்லையை மாயவரத்திலிருந்து இணைக்கும் அந்த இரயில் வண்டி, எப்பொழுதும் கூட்டம் நிரம்பி வழியும். இந்திய அரசின் உயர்பதவியில் இருப்பவர்கள், இந்த வண்டியில் தான் பிரயாணம் செய்வது வழக்கம். நாடாளுமன்ற உறுப்பினர்களுக்கு வழங்கப்பட்டிருந்த சலுகை அடிப்படையில், தனக்கு வழங்கப்பட்டிருந்த முதல்வகுப்புப் பெட்டியில் ஏறி அமர்ந்து கொண்டார். TTR-ரிடம் தன்னுடன் வரும் அட்டென்டருக்கான பெயரைச் சொல்லி, தூரத்தில் கோரை முடியும், ஒடுங்கிய கன்னமும், தாடியுமாக இருந்தவனைக் காண்பித்தார்.

TTR-க்கு லேசான அதிர்ச்சியாய் இருந்த போதிலும், வெளிக்காட்டிக்கொள்ளாமல், “இரண்டாம் வகுப்பில் ஒதுக்கித் தருகிறேன். உங்கள் பெயரில் வேண்டாம்...” என்று சொல்லிவிட்டு, பதிலுக்குக் காத்திராமல் வெளியேறினார். மிஸ்டர் M.A கோல்டு மெடலிஸ்ட்டை இரண்டாம் வகுப்பிற்கு அனுப்பி வைத்தார்.

சிறிதும் பெரிதுமான குழந்தைகள், ஆணும் பெண்ணுமான வயோதிகர்கள், இசுலாமியர்கள் என பலரும் பெட்டி படுக்கைகளுடன் இரயிலேறும் பரபரப்பில் இருந்தார்கள்.

ராசாங்கம், அரசமரத்தின் அடியில், வெளிச்சம் இல்லாத இடத்தில் காத்திருந்தான். பிளாட்பாரத்தின் வெளிப் பகுதியில் இருந்து வரும் மக்கள், அரசமரத்தை சுற்றி வர வழி ஏற்படுத்தப்பட்டிருந்தது. பின்னாலிருந்து விநோதமான வெளிச்சம் கண்ணில் படவே, ராசாங்கம் திரும்பிப் பார்த்தான். அரசமரத்தின் பின்பக்கத்தில், தீப்பெட்டியில் மத்தாப்புக்குச்சியை உரசி பீடி பற்ற வைத்தான் ஒரு குதிரை வண்டிக்காரன். கந்தகம் தோய்ந்த அக்குச்சியிலிருந்து வெளிப்பட்ட சிவப்புநிற மத்தாப்பூ ஒளிதான், வித்தியாசமாக ராசாங்கத்திற்கு தோன்றியது. அருகே சென்ற உடன் தீப்பெட்டியை ராசாங்கத்திடம் கொடுத்துவிட்டு, பீடியைப் புகைத்தபடி வண்டிக்காரன் திரும்பி நடந்தான். நேராக மூன்றாம் வகுப்பு இரயில் பெட்டியை நோக்கி நடந்த ராசாங்கம், யாரும் பார்க்காத நேரத்தில்

தீப்பெட்டிக்குள் இருந்த சீட்டினை எடுத்து பத்திரப்படுத்திக் கொண்டான்.

ஒரு காலத்தில் குதிரைகளை வாங்கி விற்பது, அவனுடைய தொழிலாக இருந்தது. இன்றும் கூட கிடைப்பவற்றை எல்லாம் பழக்கிவிடும் தொழிலைக் கற்று வைத்திருந்தான். மூன்றாம் வகுப்புப் பெட்டி முழுவதும் மக்கள் குவிந்திருந்தார்கள்.

கைக்குழந்தையுடன் ஏறியிருந்த பெண், மார்பை மறைத்து பாலூட்டிக் கொண்டிருந்தாள். அவளோடு வந்திருந்த, வெற்றிலையை குதப்பிக்கொண்டு, கன்னம் ஒடுங்கிய கிழவி, கையில் இருந்த குச்சியை சாமான் வைக்கும் தட்டுகளுக்கு இடையில் வைத்து, புடவையை அதில் முடிந்து குழந்தையைத் தூங்கப் போடுவதற்கான ஏற்பாடுகளைச் செய்து கொண்டிருந்தாள். அடுத்த பகுதியில், ஒரு நாதஸ்வர கோஷ்டியும், அதற்கடுத்து கரைவேட்டி கும்பலுமாக இருந்த பகுதிக்குப் பக்கத்தில், கழிவறையின் ஓரமாக அடுக்கி வைக்கப்பட்டிருந்த கூடைகளுக்குப் பக்கத்தில், குத்துக்காலிட்டு அமர்ந்தவன், தூங்க ஆரம்பித்து விட்டான்.

வண்டி புறப்படத் தயாராகிக் கொண்டிருந்தது. வேகமாக வந்த போர்ட்டர், ஒரு பொட்டலத்தை யாருக்கோ வாங்கி வந்த உணவைப் போல, ராசாங்கம் அருகில் இருந்த கூடையின் மீது போட்டு விட்டுப் போனான்.

பியர்லஸ் தியேட்டரில் ஓடிக் கொண்டிருந்த சினிமா வசனத்தையும் பாடல்களையும் கேட்க, ஒரு பெரும் கூட்டம் மதில் சுவருக்கு பக்கத்தில் இருந்த பெரிய சாக்கடையின் மதகுகளில் அமர்ந்திருந்தது. சிவாஜியின் “கலாட்டா கல்யாணம்”, பாலசந்தரின் “எதிர்நீச்சல்”, A.P.நாகராஜனின் “தில்லானா மோகனாம்பாள்”, எம்.ஜி.ஆரின் “குடியிருந்த கோயில்”, இந்திப் படமான “ஆத்மி” போன்ற படங்கள் மாயவரத்தில் ஓடினாலும், பலபேரால் காசு கொடுத்து சினிமாவை பார்க்க முடியாது. அவர்களுக்கெல்லாம் சுந்தரம் தியேட்டர் மதில் சுவரும், பியர்லஸின் சாக்கடையும் தான் ஒரே பொழுதுபோக்கு. இரவு காட்சிகளில், ஊர் பேரமைதியாய் இருக்கும். ஒலிச்சித்திரம் போல் படத்தைப் பார்ப்பது, ஒரு

வகையில் வித்தியாசமான அனுபவம்தான். பதினோரு மணிக் காட்சியில் மட்டுமே ஆங்கிலப் படங்கள், இந்திப் படங்கள் திரையிடப்பட்டன. மாயவரம் பஸ்ஸ்டாண்டில், சினிமா காதலர்கள் பிச்சையெடுத்து விஜயாவிலும், பியர்லசிலும், கோமதியிலும், சுந்தரத்திலும் பதினொரு மணி காட்சியைப் பார்ப்பார்கள். அவர்களுக்குள்ளாக ஒரு சிறிய அறிமுகம் இருந்தது." தமிழ் சினிமா ஒலிச்சித்திரமாக கேட்க மட்டுமே!", என்ற அசைக்க முடியாத நம்பிக்கை அவர்களிடம் இருந்ததால், கொட்டகைக்குள் ரூபாய், காசை கரியாக்க மாட்டார்கள். இன்றும் இப்படித்தான்.

பியர்லசுக்குப் பக்கத்தில், சாக்கடை மதகில் அமர்ந்து படத்தின் வசனத்தைக் கேட்டுக்கொண்டிருந்த கூட்டத்திற்கு, ஏனோ திடீரென, "அன்று இரவு ஏசு பிறக்கப் போகிறார்" என்று நினைவுக்கு வந்தது.

பொதுவாக மாயவரத்தில் கலைகள், கலைஞர்கள் மலிந்து கிடந்தனர். ஊரின் பிரதானமான தொழில் விவசாயம்தான். பெரும் பண்ணை முதலாளிகள் இருந்தபோதும், வளைகுடா நாடுகளில் சம்பாத்தியம் செய்து பெரும் பணக்காரர்களாக இசுலாமியர்களும் வாழ்ந்து வந்த பகுதி அது.

உலகின் பல்வேறு பகுதிகளோடு தொடர்புடைய ஊராகவும் இருந்தது. குறிப்பாக, அமெரிக்காவின் பல்வேறு பகுதிகளும் மாயவரத்தோடு நேரடியான தொடர்பில் இருந்தன. "காவேரி" மிக முக்கியமான பங்கு வகித்தது.

சுப்பிரவேலுவைப் பார்க்க, இரண்டு இளைஞர்கள் முதல் வகுப்புப் பெட்டியில் நுழைந்தார்கள். ஒருவர் ஜரிகை வேட்டியும், பட்டு அங்கவஸ்திரமுமாக... மற்றொருவர் சில்க் ஜிப்பாவும், எட்டுமுழ வேட்டியுமாக. அவர்களை பார்த்தவுடன் எழுந்து கை கூப்பினார்.

"வித்துவான்களுக்கு வணக்கம்."

அவர்களுக்கே உரிய பாணியில், "நமஸ்காரம்! நமஸ்காரம்!" என்றார்கள்.

"பெரியவர் உங்களுக்கு நன்றி சொல்ல சொன்னார்."

“என்னோட கடமை இல்லையா? எத்தனை முறை கச்சேரி கேட்டிருப்பேன்! என்னை மறந்து உருகிப் போயிருப்பேன்!”

அது இல்ல, “இந்த முறையும்... ராஜாஜி சொல்றவங்களுக்குத் தான்” அப்படின்னு பேசிக்கிட்டா...

“நம்ம தொகுதிக்காக அண்ணா தான் நேருவுக்கு எழுதச்சொன்னார்.”

வண்டி புறப்படப் போகிறது என எழுந்து கொண்டவர்கள், கொண்டுவந்த பழக்கூடையை அவரிடம் வைத்து “அண்ணா குணமடைய பிரார்த்தனை செய்துகொள்வதாகச் சொல்லி, பெரியவர் குடுத்ததா குடுத்துருங்கோ”, என வண்டியை விட்டு இறங்கிக் கொண்டார்கள்.

அன்பிலும், மன்னையும் அடுத்த கூபேயில் இருப்பதாகத் தெரிந்த சுப்பிரவேலு, அவர்களைப் பார்க்கப் போனார்.

“வாய்யா ! ஒரு கை குறையுதேன்னு பார்த்தோம்”, என சிரித்துக் கொண்டே... அவரை வரவேற்றார்கள்.

“பொடி போடுவதைத் தவிர, க.சு -க்கு வேற பழக்கம் இல்லய்யா!” என தொடையை தட்டினார்.

மற்றொருவர், “மாயவரத்துல “தாமரை நெஞ்சம்” படம் ஓடுதே பாத்தியாய்யா?”

“நேத்தி தான் முதல் ஷோ. இன்னைக்கு பார்த்தா வேற படம் போடுறான்.”

“எப்படி இருக்கா ஆட்டக்காரி?”

“யோவ்! உங்களுக்கு வேற வேலையே இல்லையா?”

“இருக்கு ஓய்!”

சுவாரஸ்யமாக களைகட்டியது கூபே. தஞ்சாவூரிலிருந்து மதராசுக்கு போகும் இரயில் பிரயாணங்களில், சீட்டுக் கச்சேரி விடிய விடிய களைகட்டும். அன்றும் அந்த கூபே, நிரம்பி வழிந்த தம்பிகளால் சீட்டுக் கச்சேரி களைகட்டியது.

அண்ணாவுக்கு உடல் நிலை கவலைக்கிடமாகிக் கொண்டே வந்தது.

ராசாங்கத்துக்கு இருப்புக் கொள்ளவில்லை. வழக்கம்போல மூன்றாம் வகுப்பு பிரயாணம் சுவாரஸ்யமாக இல்லை. பக்கத்தில் இருந்த இரண்டு கட்சிக்காரர்கள், தங்கள் கட்சிகளின் அருமை பெருமைகளைச் சொல்லி சண்டை போட்டுக் கொண்டு வந்தார்கள்.

“தூத்துக்குடி மாநாட்டுக்கு, அண்ணா போவாதப்பவே எனக்கு தெரியும்டா... கட்சி ஆரம்பிப்பார்ன்னு.”

இன்னொருத்தன், “அவர் ஏன்டா கட்சி ஆரம்பிக்கணும்? கட்சியே அவரோடது தான.”

மூன்றாமவர், “தம்பி N.V.N-னும், K.R.ராமசாமியும் இல்லன்னா, கட்சியாவது கொடியாவது.”

“அண்ணே! வாத்தியாரும், S.S.R-ம் மு.க-வும் இல்லன்னா, எப்படிண்ண ஜெயிக்கமுடியும்?”

“ராதா அண்ணன் எம்.ஜி.ஆ-ர சுடலன்னா, ஜெயிச்சிருக்கவே முடியாது.”

மூன்றாமவர் குறுக்கிட்டு, “அண்ணா, நாவலர், பேராசிரியர், சம்பத் இவங்கதான் கொள்கைக் குன்றுகள். சினிமாக்காரனுவோ இன்னைக்கு வருவானுவோ, நாளைக்கு போவானுவோ.”

“சம்பத்து தான் ஒண்ணுல்லாம பூட்டாருண்ண!”

“திராவிடநாடு கொள்கைய, அண்ணா கைவிட்ருக்கக்கூடாது.”

“மும்முனைப் போராட்டம், இந்தி எதிர்ப்பு எல்லாத்தையுமே உட்டுருவாங்க போலிருக்கே!”

“அப்படியெல்லாம் சொல்ல முடியாதப்பா! இரண்டாம் உலகத்தமிழ் மாநாட்டை அண்ணா எப்படி நடத்திக் காட்டினாருன்னு, இந்த உலகத்துக்கே தெரியும்.”

“ராஜாஜி... காமராஜர் கூட சேர்ந்து திரும்பியும் வருவாராண்ணே?”

“எங்கப்பா! R.V-யே தோத்துப்புட்டாரு...”

“நம்ம பட்டுக்கோட்ட ஐயரா?”

"ஆமாங்குறேன்!"

"எனக்குத் தெரியாதப்பா!"

"அண்ணாவே வருத்தப்பட்டாருன்னா பாத்துக்கையேன்."

"ராமசாமி படையாச்சியும், மாணிக்கவேல் நாயக்கரும் இல்லைன்னா, கட்சி என்னைக்கோ தோத்திருக்கும்னே."

"ஏன் ஓய்! பழைய கதையெல்லாம்? தனியா நின்னாலே, 200 சீட்டு பிடிப்போம்."

"நீ சொல்றது சரிதாண்ணே."

"அண்ணா சொன்னாரு பாருங்க... காமராஜரே தோத்துட்டாருன்னா, நாமெல்லாம் எம்மாத்திரம்?"

"காஞ்சியில..."

"காஞ்சி பத்திரிக்கையையா சொல்ற? நான் "மன்றம்" தான் வாங்குறேன்."

"அண்ணா எழுதுன கட்டுரைங்களப் படிச்சிங்களா?"

"இன்னும் இல்லண்ணே!"

"மாநில சுய ஆட்சி, மத்தியில கூட்டாட்சின்னு", ஒரு முக்கியமான கொள்கை முழக்கத்தை அண்ணா அறிவித்து மூன்று, நான்கு வருடம் ஆயிடுச்சு. போன வருஷம் யுத்தம் வந்தப்போ, நேருவுக்கு கைகொடுத்தார்."

"நேரு, அண்ணாவுக்கு புகழாரம் சூட்டலனாலும், அண்ணா... "தேசநலன் முக்கியம்... நாடு இருந்தால்தான் கட்சி நடத்த முடியும். கட்சி இருந்தால்தான் ஆட்சி நடத்த முடியும்" அப்படின்னு பேசியிருக்காரு.

"ஆட்சியும் அதிகாரமும் கட்சிக்குத் தேவையில்லை. மக்களும் கொள்கையும் தான் முக்கியம்னு", பெரியார் பேசுறாரு.

"நாம எப்படி ஆட்சிக்கு வந்தமோ, அதேபோல... ரூபாய்க்கு மூணு படி அரிசி போட்டாபுட்டோம்?"

"அது கொள்கைண்ணே!"

“சம்பத்து... வெளியில போயிருக்கக் கூடாது.”

“அட உடப்பா! எந்தக் காலத்துப் பேச்சப் பேசுற?”

“சுதந்திரா கட்சி என்ன ஆச்சு?”

“ஜமீன் ஒழிப்புல... காங்கிரசு காணாம போச்சு.”

“நம்ம கவர்னர் உஜ்ஜைல் சிங், நேருவுக்கு ரொம்ப வேண்டப்பட்டவராமே!”

“தென்சென்னையில... மாறன் தாம்ப்பா எல்லாமே. விருகம்பாக்கம் மாநாட்டுக்கு அப்புறம், மு.க-வோட கையி ஓங்கிப் போச்சே! மருமகன... M.P ஆகிட்டாரு.”

“ஏண்ணே! K.B.S.மணி காங்கிரசுலயா சேர்ந்துட்டாரு?”

“தெரியலண்ணே! சொல்லிக்கிறாங்க.“

“நம்ம மாட்டுத்தரவு ராசாங்கம் பயல ஸ்டேஷன்ல பாத்தேன். இந்த பொட்டியிலதான் வருவான்னு... நெனைக்கிறேன். அவன் கிட்ட கேட்டா... இளையபெருமாளப் பத்தியும், K.B.S.மணியப் பத்தியும் சொல்லுவான்.”

“ஏண்ணே! நீ பாத்த அவன?“

“இப்பல்லாம்... ஆளுங்கல்லாம் ரொம்ப ரகசியமாகப் பூட்டாங்கப்பா! முன்ன மாதிரி இல்ல.“

“நாவலர் தம்பி கும்பகோணத்துல... M.P ஆயிட்டாராமே!“

“செழியனோட கூட்டம் கேட்டம்ப்பா. பிரமாதமா பேசுறாரு. கும்பகோணமே மயங்கில்ல கெடக்கு.”

“வேதாரண்யத்துல, வெங்கடாசல தேவர்... இவ்வளவுக்கும் மத்தியில ஜெயிச்சுப்புட்டாருப்பா.”

“நம்ம காசிநாத தேவர் தம்பி மீனாட்சிசுந்தரம்...?”

“தோத்துட்டாருப்பா!”

“ஜெயிச்சிருந்தா... மந்திரி ஆக்கியிருப்பாங்களோ?”

“ஒரத்தநாட்ல ஜெயிச்ச L.G-க்கே மந்திரி குடுக்கல.”

“திருவாரூரில் கம்யூனிஸ்ட்டு, நன்னிலமும் வேதாரண்யமும் காங்கிரசு, மன்னார்குடியில... காங்கிரசு தான்.”

“சாம்பசிவ ஐயர்... நாகப்பட்டினம் M.P-ல ஜெயிச்சுட்டாரப்பா.”

“V.P.சித்தன்ல தோத்துபுட்டாரு. நேத்தி தான் நடந்த மாதிரி இருக்கு, வருஷம் ஒண்ணுக்கு மேல ஓடிப்போச்சப்பா. நம்ம பகுதிகள்ல திருத்துறைப்பூண்டி மட்டுந்தான், நம்பாளு போல்ருக்கு M.L.A. கீழத்தஞ்சையில, மாயவரம் கிட்டப்பா. அதவுட்டா வேற ஆளு இல்லப்பா.”

இந்த பேச்சுகளை எல்லாம் சகிக்க முடியாமல் ராசாங்கம் வாய்மூடி, மௌனித்து, அடையாளங்களை மறைத்துக் கொண்டு அமர்ந்திருந்தான். இந்த வாய்வீச்சு வீரர்களை வெல்வது எப்போது? புரட்சி வெடிப்பது எப்போது? நெல்லுக்கு விலை இல்லை. நில உச்சவரம்பு சட்டம் கொண்டுவரப்பட்டும் அமுலுக்கு வரவில்லை. சினிமா, தன் மக்களை சீரழித்து விடும் என அஞ்சினான் ராசாங்கம். கூத்து, நடவுப்பாட்டு, காவடியாட்டம், சிலம்பம் எல்லாம் அழிந்து போயிருந்தது. ஒரு பக்கம் கல்வி, மறுபக்கம் சினிமா மக்களை மழுங்கடிக்கவும், அடிமைப்படுத்தவும் அசுர வேகத்தில் செயல்படுவதை உணர்ந்தே இருந்தான். பத்தொன்பதாம் தேதி அமாவாசை கூட்டத்தில் பேசப்பட்ட விஷயங்களை நினைத்து அசை போட்டான்.

“மாநில அரசுக்கும் மத்திய அரசுக்கும் எதிர்ப்பைத் தெரிவித்து, விவசாய கூலித் தொழிலாளர்களின் உரிமையை மீட்டெடுப்பது. நில உடைமையாளர்களை இல்லாமல் செய்வது. கூட்டுப்பண்ணை விவசாயத்தை முன்னெடுப்பது. கோவில்கள், சர்ச்சுகள், மசூதிகள் போன்ற இடங்களில் இருந்து மக்களை விடுவிப்பது. சிறுதெய்வ வழிபாடு, மூடநம்பிக்கைகளைப் பின்பற்றுவது போன்று மக்களை அடிமைப்படுத்தும் எல்லா செயல்பாடுகளிலிருந்தும் முழுமையாக விடுவிப்பது. தேவைப் பட்டால் தாக்குதலுக்கும் தயாராவது”, என முழங்கியது நினைவுக்கு வந்தது. குறிப்பாக P.V தேவர், T.S.S உடையார் போன்ற சட்டமன்ற உறுப்பினர்களின் வீடுகளில் ஆட்களை வேலைக்கு சேர்ப்பது என்றெல்லாம் திட்டமிட்டது, நினைவுக்கு

வந்தது. மக்களிடமிருந்து இயக்கத்திற்காகத் திரட்டப்படும் நிதியை சரியாகப் பயன்படுத்துவது. வடக்கே இருந்து நிதி உதவியையும் ஆயுத உதவியையும் பெறுவது என்று தீர்மானம் செய்ததும் நினைவில் வந்தது.

நாகப்பட்டினத்தில் K.R.G என்று அழைக்கப்பட்ட K.R.ஞானசம்பந்தம், R.R.V நாயுடுவைத் தோற்கடித்து சட்டமன்ற உறுப்பினர் ஆனார் என்பதும் தாழ்த்தப்பட்ட சமூகத்திலிருந்து A.K.சுப்பையா தேர்ந்தெடுக்கப்பட்டதும்தான் ராசாங்கம் போன்றவர்களின் ஒரே நம்பிக்கை.

ஜனநாயகத்தின் மீதும், இந்தியத் தேர்தல் முறையின் மீதும் நம்பிக்கை அற்றவனாக ராசாங்கம் இருந்தபோதிலும், அரசு எந்திரத்தின் மக்கள் பிரதிநிதி சபையில், இயக்கத்தின் மீது நம்பிக்கை கொண்ட தோழர்களை பிரதிநிதிகளாக இடம்பெறச் செய்வதைப் புரட்சிக்கான அடித்தளமாகவே பார்த்தான் ராசாங்கம். வெறும் 4% மக்களின் நம்பிக்கையை மட்டுமே கட்சி பெற்றிருந்தாலும், தொடர் களப்பணியின் மூலம் பெரும்பான்மை மக்களைப் புரட்சிக்கு அழைத்து வர முடியும் என நம்பினான். குறிப்பாக ஒடுக்கப்பட்ட மக்களின் ஜனநாயக மாண்பினை புரட்சியின் பக்கம் திருப்பி விடலாம் என்றும் அவனுக்கு நம்பிக்கை இருந்தது.

“கீழவெளியைச் சுற்றியிருந்த எல்லாத் தொகுதிகளிலும் இயக்கத்தை வலுப்படுத்த என்ன செய்யலாம்?” என்ற யோசனையில் ஆழ்ந்து, அமிழ்ந்து போனான்.

கழிவறையின் கதவு திறக்கப்பட்டது. கரைவேட்டி, முழங்காலைத் தாண்டி தொங்கிக்கொண்டிருந்த மேல் துண்டு, மீசையோடு வெளியில் வந்தவன், “என்னடா ராசாங்கம்! ஆளயே பாக்க முடியல!”

அமைதியாக அவருடைய தோரணையை எதிர்கொண்டான் ராசாங்கம்.

20

பாப்பாத்திக்கு அலங்காரத்தம்மாவிடம் கதை கேட்க வேண்டும் போல் இருந்தது. அலங்காரத்தம்மாள் இரவு நேரத்தில் குளிக்கும் வழக்கமுடையவள். குளத்தில் சூரியன் அஸ்தமிக்கும் நேரத்தில் கழுத்துத் தண்ணீரில் நின்று ஜெபமாலையை உருட்டுவாள். பின்பு நீந்தி அக்கரைக்குச் சென்று செவ்வரளி, சங்குபுஷ்பம், புளியம்பூ, அல்லி, இருவாச்சி, செண்பகம், காட்டுமல்லி எல்லாவற்றையும் பறித்து மந்தார இலையில் மடித்து தலையில் வைத்து தர்ப்பையைப் பறித்து சும்மாடு கட்டுவாள். பார்ப்பதற்குத் தலைகட்டு போட்டது போல் இருக்கும். திரும்பவும் நீந்தி இக்கரையில் மணல்பரப்பில் வைத்துவிட்டுக் குளிக்கத் துவங்குவாள். சுத்தமாகத் தேய்த்துக் குளிக்கும் பழக்கம் அவளிடம் உண்டு. தினமும் தலையை அலசாமல் குளிக்கமாட்டாள். ரவிக்கை அணியும் வழக்கம் அவளிடம் இல்லை. கனமான இரட்டைவட சங்கிலியும், காதில் சிவப்புக்கல் தோடும் அணிந்திருப்பாள். கையில் நெளிவளையல், தண்டுவளையல் சேர்த்து அணிவது அவளுடைய பழக்கம். அன்றும் அப்படித்தான் அலசி குளித்தாள். முழுகி எழுந்த பின்னர் ஈரப் புடவையைச் சுற்றிக்கொண்டு பறித்து வைத்திருந்த பூக்களைக் கொண்டு போய், அரசமரத்திற்கு அடியில்

இருந்த லிங்கத்திற்கு, நந்தீசுவரருக்கு, பாலமுருகருக்கு என்று புஷ்பகைங்கரியம் செய்து கொண்டே வந்து பிள்ளையாருக்கும் செய்வித்தாள். பச்சரிசிக் கோலம் போட்டு வில்வ இலையைக் கிள்ளிப் போட்டு விட்டு, பக்கத்தில் இருந்த ஒதிய மரத்தில் புடவையின் ஒரு நுனியைக் கட்டி, மறுமுனையை உடம்பில் சுற்றி தலையையும் புடவையையும் ஒருசேர காய வைத்தாள். மார்கழி மாதக் குளிரில் உடல் விரைத்து நின்றிருந்த பாப்பாத்தி, வாய் வரை வந்ததைக் கேட்காமல் விழுங்கினாள்.

“ஏட்டி! என்ன முழுங்குற? இந்தக் குளுருல காயுமானு தான? போயி பாத்தூக்குல முறுக்கி போட்டிருக்கிற சேலைய எடுத்துகிட்டு வா”, என்று கட்டளையிட்டாள்.

பாப்பாத்திக்கோ நிம்மதிப் பெருமூச்சு வந்தது. இன்னும் சூரியன் முழுவதுமாக மறையவில்லை என்றாலும், குளிர்காற்று ஓதமாக அடித்தது. வீட்டிற்குள் சென்ற பாப்பாத்தி, சேலையைக் கொண்டு வந்து கொடுத்தாள். காய்ந்த சேலையை சுற்றி கொண்டு ஈரத்துணியின் மற்றொரு முனையை இழுத்து வேலிகாத்தானில் கட்டினாள். எங்கிருந்தோ பறந்து வந்த இரண்டு தட்டான்கள், அவளுடைய தலையைச் சுற்றிக் கொண்டு போய், ஈரப்புடவையின் தலைப்பில் போய் உட்கார்ந்தன.

திருநீற்றைப் பூசிக் கொண்ட அலங்காரத்தம்மாள் துவைத்த துணிகளை ஒவ்வொன்றாகக் காயவைத்தாள். லைட்டு மரத்துக்கும், ஒதிய மரத்துக்கும் கட்டியிருந்த ஒயர் கம்பியில் ஒவ்வொரு துணியாக காயப்போட்டாள்.

“ஏன் ஆத்தா! நடுங்குற குளிருல? உனக்கு இது தேவையா”ன்னு பாப்பாத்தி கேட்டாள்.

“தண்ணியில எறங்குற வரைக்குந் தாண்டி குளிருல்லாம்... எறங்கிப்பாரு.... அந்த கதகதப்பே வேற” என்று சொல்லிக் கொண்டே வீட்டிற்குள் நுழைந்தார்கள். திண்ணையில் போடப்பட்டிருந்த பதினாறு கட்டம் தாயக்கட்டத்தை, எதிரும் புதிருமாக அமர்ந்து கொண்டார்கள். “ஈரஞ்சு நேரத்துக்கு அப்புறம் தாயம் உருட்டக்கூடாது ஆத்தா. வேணும்னா, ராவிக்கு ஆடலாம்”.

“கீழவெளி முழுக்க யாரு ஆத்தா சாஸ்திரம் பார்க்குறா?” என்று பாப்பாத்தி கேட்டுவிட்டு, “ஏதாச்சும் கத இருந்தா சொல்லு கேப்போம்னுதான வந்தோம்”, என அப்பாவியாய் முகத்தை வைத்துக் கொண்டு கேட்டாள் பாப்பாத்தி.

“அரசாங்கம், புதுசா முப்போக விவசாயத்தை செய்யச் சொல்லுது...”

“ஆமா ஆத்தா! தமிழரசு பத்திரிகையில நானும் படிச்சேன். ஒனக்கு எப்படி தெரியும்?”

“அந்த ராசாங்கம் பயதான் சொல்லிக்கிட்டு திரியுறானே...”

“அவுக வந்திருந்தாங்களா?”, என மாராப்பை சரி செய்தாள் பாப்பாத்தி.

“ஏதாவது செவ்வாய்கிழமைக்கு தோதா ஒரு கதை சொல்லுவியா... முப்போகம், கிப்போகம்னு கிட்டு...”

தெருவில் இருந்த நான்கைந்து பெண்கள் அதற்குள் சுற்றிலும் கூடிவிட்டார்கள். ஒருத்தி, அரிக்கேனை பளபளப்பாகத் துடைத்து ஏற்றினாள். மற்றொருத்தி, மேய்ந்து கொண்டிருந்த கோழிகளைக் கூடையில் போட்டுக் கவிழ்த்தாள். இன்னொருத்தியோ, ஆடுகளையும் குட்டிகளையும் மற்றொரு திண்ணையில் தள்ளி, படலை சாத்தினாள். பின் எல்லாருமாகக் கூடி, சுற்றிலும் அமர்ந்து கொண்டு அலங்காரத்தம்மாவை கதை சொல்லத் தூண்டினார்கள். சிறு குழந்தைகள் அம்மாவைத் தேடி ஓடி வந்தனர். வந்த பிள்ளைகளுக்கு மாங்காய் வத்தலைக் கையில் கொடுத்து, சப்பிக்கொண்டே போகும்படி செய்தார்கள் பெண்கள்.

பெண்களின் கூட்டம் அதிகரித்தது. லயன்மேன் பீஸ்கட்டையைப் போட்டவுடன், லைட் மரத்துல குண்டு பல்பு மஞ்சள் நிறத்தில் எரியத் துவங்கியது. பச்சைக்கிளிகள் தங்கள் கூட்டிற்குத் திரும்பின. தெருநாய்கள் புழுதி பறக்க அங்கும் இங்கும் சுற்றிவிட்டு, குளிருக்கு அடக்கமாக அவிழ்த்து விடப்பட்டிருந்த பாறை வண்டிகளுக்கு அடியில் மண்ணில் குழிபறித்து படுத்துக்கொண்டன. சிவன் கோவிலின் மணிச் சத்தம் லேசாகக் கேட்டது. அலங்காரத்தம்மாள் கையைக் கூப்பி, கண்களை மூடி பிரார்த்தித்துக் கொண்டாள்.

கூட்டத்திலிருந்த ஒருத்தி, "ஏனாத்தா! அந்தக் கதையத்தான் சொல்லுன்னா... சொல்லமாட்ரியல!"

அலங்காரத்தம்மாள் தொண்டையைக் கனைத்துக் கொண்டு, பாட ஆரம்பித்தாள்.

பிள்ளையாரைப் பற்றிய பாடல் என்றாலும், கொச்சை வார்த்தைகளும் காமமும் கலந்த பாடலாக இருந்தது. பெண்கள் சிரித்து குதூகலித்தார்கள். பிள்ளையாரை ஆணாகவும் பெண்ணாகவும் சித்தரித்து பிள்ளை பெற்றுக் கொள்ளும் கதையைப் பாட்டிலேயே கொண்டுவந்தாள். ஒருத்தி எழுந்து போய், படலை சாத்திவிட்டு வந்து அமர்ந்தாள்.

"தப்புனா தை... மறந்தா மாசி... அயத்தா ஆடி."

"அது என்னடி கணக்கு?"

செவ்வாய்க்கிழமையில... ராத்திரி ஊரடங்குனப்புறம், சாமி கும்பிடுவாங்களாம். ஆம்பளைவோ வரவே கூடாது. பொண்ணுங்க மட்டுந்தான் கலந்துக்கணும். அதான் ஆத்தா, கிழவியம்மன கும்புட்றதா?

"அது செல்லத்தங்கச்சி கத..."

"இன்னொருத்தி சொன்னா, செட்டிமாருல்ல... செட்டிமாரு... அவிங்க வூட்டுல கும்புடுறது."

இன்னொருத்தி, "ஆமாத்தா! நடுவூட்ல கோலம் போட்டு, பச்சரிசி மாவிடிச்சு, இருபத்தொரு இழையெடுத்து, விளக்கேற்றி கும்புடறது தான்... செட்டிமாரு கும்புடறது."

இன்னொருத்தி, அதுக்குப் பேரு "அவ்வைப்பாட்டி ராத்திரி"

எல்லாரும் சிரித்துவிட்டார்கள்.

"இவ, ராத்திரியிலேயே... இருக்கா."

"அட! பகல்லயும் இருக்காங்குறேன்."

"பாயும் கையுமாக அலையுறாங்குறேன்."

"அட! பாயாவது... படுக்கையாவது...! பொழுதேறியிருக்கும். கதவு சாத்துனபடிக்கேல்ல இருக்கு."

“ஏன்டி! வேலைக்கு கீலைக்குப் போறானா?”

“அட! சும்மாயிரு ஆத்தா. நீதான் சொல்லேன்.”

“செவ்வாக்கிழம ராத்திரிக்கு... பச்சரிசி ஊறபோட்டு, மாவ இடிச்சு, சலிச்சு, உப்பு போடாம... ஆணும் பெண்ணுமா பொம்ம செஞ்சு, மாவுப் புள்ளையாரு, மஞ்சப் புள்ளையாரு, சாணிப் புள்ளையாரு புடிச்சு, கும்புடறதுக்குப் பேருதான்... “செவ்வாப் புள்ளையாரு”, என அலங்காரத்தம்மாள் நீட்டி முழக்கினாள்.

அலங்காரத்தம்மாளின் வீட்டிற்கு வெகு தூரத்தில் இருந்த பனைமரத்தின் அடியில் டார்ச் லைட் எரிந்து எரிந்து அணைந்தது. பாப்பாத்தி, கண்கொட்டாமல் பார்த்துக் கொண்டிருந்தாள். “வயிறு கனக்குது ஆத்தா!” என சொல்லிக்கொண்டு எழுந்து போனாள் பாப்பாத்தி.

அலங்காரத்தம்மாள் தன் கதையைத் தொடர்ந்தாள். “ஊரெல்லாம் சீராட்டி... சீமாட்டி பெத்த புள்ள, சிங்காரம் பண்ணிக்குமாம். சிங்காரம் பண்ணயில, சீமக்கோழி கொத்த வந்தா, கல்தோட்ட விட்டெறிஞ்சு காத தூரம் ஓட்டிருவா.”

“கல்லு தோட்டவா?”

“ஆமான்டி! அண்ணமாரு ஏழு பேரு. ஏழு பேரும் சீமையில. சீமையில சேத்த காசு ஏழு கப்பல் நெரஞ்சிருக்கும். நெரஞ்ச கப்பல் கொண்டு வந்து, ஏழு ஊரு வாங்குனாங்க. ஏழு ஊரு வாங்குனதும், ஏழு ஊரு சீமாட்டி நம்ம செல்லத்தங்கச்சி... பல்லக்குல போயி வந்தா. யான குதுர பின்தொடரும். பல்லு வெளக்க பசும்பாலு... கால் அலம்ப பன்னீரு. பட்டு, பசும்பொன்னு, மாணிக்க கல்லுன்னு... சீராட்டி கொடுத்தான் பொண்ண. சீமாட்டி கல்யாணம்... ஊரெல்லாம் கொண்டாட்டம். ஏழு நாளு, ஏழு தேரெல்லாம் போச்சு. எருமைக்கு ஆச்சு! எடுத்தா விரதம் “செவ்வாப் புள்ளையாருக்கு”, கஷ்டம் போக காப்பாத்து சாமின்னு... கால பிடிச்சாளாம். மனமுருகி புள்ளையாரும்... உப்பில்லா கொழுக்கட்டைய, சொக்கத்தங்கமாக்கிக் கொடுத்தாராம்”, என்று சொல்லி நிறுத்தி விட்டு அலங்காரத்தம்மாள் கதை கேட்டவர்களை கேலி

பேசினாள். "வேலை இல்லாத நாய வெளக்கமாத்தால அடி! கத கேட்ட நாய கல்லால அடி! சிரிச்சு வெச்ச நாய செருப்பால அடி!", என்று கதைத்துக் கொண்டே போனாள். குறுக்கிட்ட பெண்களுக்கு ஆண்வசியம் கற்றுக் கொடுத்தாள்.

"செட்டி வூட்டுல, நம்மள மாதிரி நெனச்சப்பல்லாம் கும்புட மாட்டாங்க. சஷ்டி திதியும், சதய நட்சத்திரமும் ஒன்னு சேரனும். பெரிய கார்த்திகைக்கு அப்புறம் இருபத்தொரு நாள் கழிச்சுதான் கும்புடு நடக்கும்", என்று ஒருத்தி வாயால் அளந்து கொண்டு இருந்தாள்.

வயிறு கனப்பதாகச் சொல்லிவிட்டுப் போன பாப்பாத்தி, நேராக முந்திரி மரங்கள் அடர்ந்திருந்த தோப்பில் மறைவான இடத்திற்குப் போய் காத்திருக்கத் தொடங்கினாள். தூரத்தில் மினுக்கட்டான் பூச்சியைவிட சற்று பெரிதாக டார்ச் லைட்டின் வெளிச்சம் நகர்ந்து வருவதைப் பார்த்துக்கொண்டே, கோட்டானைப் போல் சத்தம் எழுப்பினாள். பாப்பாத்திக்கு பக்கத்துப் புதர்களில் இருந்து காட்டு முயல்கள் பயந்து ஓடின.

எல்லாக் காலத்திலும் அவள் குடிப்பதில்லை. அவன் எப்பொழுதெல்லாம் அவளோடு இருக்கிறானோ, அப்பொழுது மட்டுமே குடிக்கும் பழக்கம் அவளுக்கு இருந்தது. தூரத்தில் ஆறடி உயரம், தேக்கு மரம் போல அசைந்து வந்தவனுடைய கையில், நீண்ட கண்ணாடி சீசா ஒன்று ஆடியபடி வந்தது. வந்தவன், அவளருகே வந்ததும் குடை போல விரிந்து பரந்து கிடந்த முந்திரி மரத்திற்கு நடுவே அப்படி ஒரு ரகசிய இடம் இருப்பது எவருக்கும் தெரியாது. பாப்பாத்தி அந்த இடத்தை கூட்டி, பெருக்கி, சாணி மொழுகி தயார் செய்துவைத்திருந்தாள். முந்திரி மரத்தின் ஒவ்வொரு கிளையிலும் கயிறு கட்டி, பெரிய பெரிய கற்களைப் பிணைத்து தாழ இறக்கிவிட்டிருந்தாள்.

வந்தவன் குனிந்து, உள்ளே நுழைந்து போடப்பட்டிருந்த ஈச்சம் பாயில் அமர்ந்து கொண்டான். டார்ச் லைட்டின் தலையை திருகி பின்பக்கத்தில் இணைத்தான். மேலே பல்பு மட்டும் மெழுகுவர்த்தியைப் போல் எரிந்தது. அவன் கொண்டுவந்திருந்த சாராயத்தை கொட்டாங்குச்சியில் ஊற்றி

குடிக்க ஆரம்பித்தாள். தாமரை இலையில் வாழை நார் கொண்டு கட்டிய வாத்துக்கறி அவிழ்த்து வைக்கப்பட்டது. இரண்டு பேரும் எதுவும் பேசிக்கொள்ளவில்லை. சுரைக் குடுவையில் இருந்த தண்ணீரை ஊற்றி ஒருவர் மாற்றி ஒருவர் குடிக்க ஆரம்பித்தார்கள். இரண்டு பேருமே தங்கள் நிலை மறந்து காதலோடு கட்டித் தழுவினார்கள். சீசா காலியாகியிருந்தது. வாத்துக்கறி இல்லாமல் தாமரை இலை காற்றில் பறந்தது. ஈச்சம்பாய் சுருட்டிக் கொள்ளாமல் ஆவேசமாய் அவளைப் புணர்ந்தான். அவளுக்கும் அந்த வேகம் பிடித்திருந்தது. கால்களை அகட்டி அவனிடத்தில் தன்னை முழுமையாக ஒப்புக்கொடுத்தாள். எங்கிருந்தோ தூரத்தில் ஆந்தை அலறும் சத்தம் கேட்டது. வின்சிஸ்டர் டார்ச் லைட் அணைந்து போயிருந்தது. நல்லதும் சாரையும் பிணைந்து கிடப்பது போல் இருவரும் கிடந்தார்கள். எத்தனை நேரம் அப்படி இருந்திருப்பார்கள் எனத் தெரியாது.

திடீரெனக் கண்விழித்தவன், அவளைத் தூக்கிக்கொண்டு நடக்கத் துவங்கினான். வயல்வெளிகளைத் தாண்டி பண்ணை நிலத்தில் இருந்த மாட்டுக்கொட்டகையில் கவனையில் அவளைப் படுக்க வைத்து விட்டு வெளியேறினான். தூரத்தில் பனைமரங்களில் கேட்ட சலசலப்பை இன்னதென அறிய முயற்சித்தவனுக்கு தலை சுற்றியது. பண்ணை வீட்டை நோக்கிப் போனவன், அங்கே மறைவாய் நிறுத்தி வைக்கப்பட்டிருந்த புல்லட்டை உதைத்து இயக்கினான். அடுத்த வினாடி தேவூர், நாகப்பட்டினம் நோக்கி வண்டி பறந்தது.

பாப்பாத்திக்கு நினைவுகள் பின்னோக்கிப் போயின. இயக்கத்திற்காக எதையும் செய்வதற்கு அவள் சபதம் ஏற்றாள் என்ற போதிலும், அவனுடனான உறவை மட்டும் அவளால் துண்டித்துக் கொள்ள முடியவில்லை. பகல் முழுவதும் இரயிலடியும் படிப்பகமுமாகக் கிடப்பவளுக்கு, அந்தி சாய்ந்தால், அவன் தேவைப்படுவது இயல்பாகி விட்டது. அவன் இல்லாமல் அவள் இல்லை. ஒரு சந்தர்ப்பத்தில் அவனுடைய நடவடிக்கைகளை நெருக்கமாக கண்காணிக்கவே

அவள் பணியமர்த்தப்பட்டிருந்தாள். இப்பொழுது எல்லாம் கைமீறிப் போய்விட்டது. விருப்பம் அன்பாய், காதலாய், ஏக்கமாய், தகித்து எரிய துவங்கிய போது அதனை அவனே அணைத்தான். எல்லாம் ஓர் இரவிற்குள் நடந்து முடிந்து விட்டாலும் ஒவ்வோர் இரவிலும் இன்றுவரை தொடர்ந்து கொண்டுதான் இருக்கிறது. பாப்பாத்தியின் நடவடிக்கையை எல்லாரும் ரகசியமாய் ரசித்துக் கொண்டுதான் இருந்தார்கள். மார்கழிக் குளிருக்கு மருந்தாய் இருந்தது அவனுடைய அணைப்பு.

திடீரென தன்னைச் சுற்றிலும் ஒரு கதகதப்பை உணர்ந்தாள். கண்விழித்துப் பார்த்த போது, நான்கு பேர் அவளைத் தூக்கிக்கொண்டு போவது தெரிந்தது. எதுவும் செய்ய இயலாதவளாய் அரை மயக்கத்தில் இருந்தவளை, பார்வதியின் கூக்குரல் தான் காப்பாற்றியது.

வீரம் வெளஞ்ச மண்ணு...

தூண்டிக்காரன் காத்த மண்ணு...

தாமரை பூத்த மண்ணு...

தங்கச்செல நீ சிரிச்ச மண்ணு...

தாயோளி பொறந்த மண்ணு...

தப்பாட்டம் ஆடுன மண்ணு...

தங்கக்கிளி நீ பறந்து திரிஞ்ச மண்ணு...

என்று ஒப்பாரி வைத்தாள் பார்வதி. ஆனாரூனாவும் ஆய்மூராரும் போனபிறகு குடிசைக்குள் அழைத்துப்போய் சோற்றை உருட்டி திங்கக் கொடுத்தாள். தண்ணீரை ஊற்றி முகத்தைத் துடைத்து படுக்க வைத்தாள் பார்வதி.

21

கீழ்வேளூரிலிருந்து கிளம்பிய லூர்துசாமி சிறிது தூரத்திலேயே ஆலங்குடி - தேவூர் சாலையின் எதிரில் மாடு ஓட்டி வந்தவனிடம், "ஏன்டா! இங்க வா. நீ வாண்டையார் வீட்டில தான வேலை பாக்குற!"

"ஆமா சாமி!"

"எங்க போற?"

"அவுங்க மாப்புள வூட்டுல உட்டுட்டு, திருவாரூருக்குப் போகலாம்னு போறேன் சாமி!"

"நேத்திக்கு நீ எங்கடா இருந்த?"

"ஐயா வூட்டுல தான். நாங்க என்ன சீமைக்கா போக முடியும்!"

"இருஞ்சியூர்ல நோட்டீஸ் ஒட்டுனவன் யார்ரா?"

"ஏன் சாமி! நான் எந்த ஊர்ல இருக்கேன், நீங்க எதப் பத்தி கேக்குறீங்க?"

"நீதானடா புதுசா செங்கொடி சங்கத்துல சேர்ந்துருக்க!"

"செங்கொடி சங்கமா? அப்படின்னா என்னங்க சாமி?"

"எல்லாம்... உன் பேரெல்லாம் லிஸ்ட்ல இருக்குடா!"

"நாகப்பட்டினத்திலிருந்து வந்து கீவளூர்ல உக்காந்து, நான் ஒண்ணும் மாவாட்டிகிட்டு இல்ல!"

"சாமி! நீங்க பெரியவங்க."

"இப்ப எதுக்குடா நீ திருவாரூர் போற?"

"ஐயா வூட்டுல ரோக்கா குடுத்துவுட்டாங்க. மளிய கடையில குடுத்துப்புட்டு சாமான் வாங்கிக்கிட்டு காலையில மொதோ பஸ்சுக்கு வரச்சொன்னாங்க."

"எங்க, அந்த ரோக்காவ காட்டு!"

தலை முண்டாசிலிருந்து அவிழ்த்து, நான்காக மடித்து வெற்றிலைப் பொட்டலத்தில் வைத்திருந்த நோட்டு புத்தகத்தை லூர்துசாமியிடம் கொடுத்தான்.

தேவரீர்,

எண்ணெய் செட்டி சமூகத்திற்கு....

என்று எழுதப்பட்டிருந்த லிஸ்டைப் பார்த்தார்.

"ஏன்டா! பற்று வரவு நோட்டல்லாம்மா உன்ன நம்பிக் கொடுக்குறாங்க?"

"அந்த தேவநாராயணப்பெருமாள் சாட்சியா சொல்றேன் சாமி, ஒரு தப்பும் செஞ்சதில்ல. நானும் எங்க ஆத்தாளும், எங்க அப்பன் வெச்சிட்டுப் போன கடனுக்கு, நாயால்ல விசுவாசமா இருக்கோம்."

"ஏன்டா! அந்த பர்வதம் தான் உன்ன சங்கத்தில் சேர்த்துவிட்டாளா?"

"சாமி! யாரப் பத்தி சொல்றீங்கன்னு தெரியலீங்க."

"உன்னைய இப்படி எல்லாம் கேட்டா சொல்ல மாட்ட, லாடம் கட்டுனா தான் உண்மை வெளியில வரும்."

"எதுக்கும் எங்க அய்யா வூட்ல கேட்டுக்கோங்க சாமி. வாண்டையார பகைச்சிக்காதீங்க", என்று மிரட்டும் தொனியில் லூர்துசாமியிடம் பேசினான்.

லூர்துசாமி இதற்குமேல் விசாரிக்க அவனிடம் ஏதும் இல்லாததால், அவனைத் துரத்திவிட்டு சைக்கிளை மிதித்தான்.

மிக மோசமாகப் பாதிக்கப்பட்டிருந்த பள்ளத் தெருவுக்குள், பர்வதம் தனி ஆளாக நுழைந்தாள். தெரு முழுவதும் அழுகையும் ஒப்பாரியும் கேட்டுக்கொண்டிருந்தது. ஒவ்வொரு வீட்டிலும் யாரோ ஒருவர் இன்னதென்று தெரியாத விஷக் காய்ச்சலில் பாதிக்கப் பட்டிருந்தார்கள். தெருவின் ஓரத்தில் குடிசைகளுக்கு வெளியே தலைவிரிகோலமாக பெண்கள் செய்வதறியாது அழுது, வற்றிப் போன கண்களுடன் அமர்ந்திருந்தார்கள். வயிறு உப்பிப் போன குழந்தைகளின் கண்களில் ஈக்கள் மொய்த்துக் கொண்டிருந்தன. துணிமணிகள் இல்லாமல் அம்மணமாய் வயோதிக ஆண்களும் பெண்களும் எலும்பெல்லாம் வெளியில் தெரிய, சதைப் பிண்டமாகக் கிடந்தார்கள்.

பர்வதம் தன்னார்வத் தொண்டர்களை, கிறிஸ்துவ செவிலியர் குழுக்களை அழைத்துக் கொண்டு உள்ளே நுழைந்தாள். ஒரு சிறிய குழு, தெருவை சுத்தம் செய்யத் துவங்கியது. நான்கு ஐந்து பேர் தெருமுனையில் இருந்த கிணற்றில் நீர் இறைத்து, குழந்தைகளையும் வயோதிகர்களையும் குளிப்பாட்டினார்கள். பல்வேறு ஊர்களில் இருந்து சேகரித்துக் கொண்டு வந்திருந்த துணிமணிகளை, அவர்களுக்கு அணிவித்தார்கள். பழைய கோரைப் பாய்கள், குடிசைக்குள் இருந்த அழுக்குத் துணிகள், குப்பை கூளங்கள் என எல்லாவற்றையும் சேகரித்து, தெருக்கோடியில் இருந்த குட்டை அருகே குவித்து நெருப்பு வைத்துக் கொளுத்தினார்கள். தெருவின் எல்லாப் பெண்களையும் அழைத்து, கூட்டம் போட்டு தேங்கிக்கிடந்த சாக்கடைகளில் மண் அள்ளிப் போட்டு மூடச் செய்தார்கள்.

மாதா கோவிலில் இருந்து கொண்டுவந்திருந்த பிளீச்சிங் பவுடரையும் சுண்ணாம்பையும் தெருவிலும் குடிசைகளுக்குப் பின்புறத்திலும் தூவினார்கள். மருத்துவக் குழு ஒன்று எல்லோருக்குமான தடுப்பூசிகளைப் போட்டது. ஒரு குழுவானது ஒரு மாதத்திற்குத் தேவையான ஒரு வேளை உணவிற்கு மாவு மூட்டைகளைப் பிரித்துக் கொடுத்தது. ஆட்டுக் கொட்டகை, கோழிக்கூடு போன்றவற்றையும் சுத்தம்

செய்தது. இரண்டு-மூன்று மணி நேரத்திலேயே அந்தத் தெருவைப் பளீரிட வைத்தது. ஈயையும் கொசுவையும் விரட்டியடிக்கும் மருந்துகளைத் தெளிப்பானால் தெளித்தது. சுகாதார அறிவைச்சொல்லிக் கொடுத்து, அவர்களுக்கு நம்பிக்கையூட்டியது. இவ்வளவையும் செய்து முடித்தபின் தன்னுடைய குழுவை அழைத்துக் கொண்டு வெளியில் வந்தாள் பர்வதம்.

"இத்தனை துயர்மிகுந்த கொடிய நோயை அரசாங்கம் கண்டுகொள்ளாததை கண்டித்து நாகப்பட்டினம் - திருவாரூர் சாலையில் தர்ணா போராட்டத்தில் ஈடுபட மக்களைத் திரட்ட வேண்டும்", என்று தன் சக தோழர்களுடன் பேசினாள்.

"நாட்டில் புதிய ஆட்சி வந்திருக்கிறது. நம்பிக்கை தரும் பிரதிநிதிகளும் வெற்றி பெற்றிருக்கிறார்கள். அவர்களிடம் நாம் முறையிடலாம்", என்றும் சில குரல்கள் ஒலித்தன.

"ஜனநாயக மாண்பின் மீது நம்பிக்கை வைப்போம். ஓரிரு நாளில் சுற்றி இருக்கும் கிராமங்களில் மருத்துவ முகாம்களை அரசு நடத்தாவிட்டால், நாம் போராட்டத்தை முன்னெடுக்கலாம் தோழர்", என்று அவளை விட மூத்த அனுபவசாலியான வீரையன் பேசினார்.

விவாதம் எங்கெல்லாமோ நீண்டு மாநிலத்தின் முதலமைச்சர் நோய்வாய்ப்பட்டிருப்பதில் வந்து முடிந்தது. விவசாயத் தொழிலாளர் சங்கத்தின் எழுச்சியை எப்படிக் கையாள்வது என்று, அரசாங்கம் ஆலோசிப்பதாக பர்வதம் கூட்டத்தில் எடுத்துரைத்தாள். சட்டமன்றத்தில் நாம் நம்முடைய பிரதிநிதிகளைக் கொண்டு மேலும் பல உரிமைகளைப் பெற வேண்டும். கீழத் தஞ்சை மாவட்டத்திற்கெனப் பிரத்யேகமாக, நாட்டிலேயே முதல் முறையாக இயற்றப்பட்ட சட்டமான, விவசாயக் கூலி உயர்வு சட்டத்தை ஆண்டுதோறும் புதுப்பிக்க வழி செய்யவேண்டும். எப்பாடுபட்டாவது அந்தச் சட்டம் காலாவதி ஆகாமல் பார்த்துக் கொள்ளவேண்டும் என்றும் முழங்கினாள்.

வீரையன் எழுந்து, வரப்போகும் சட்டமன்றக் கூட்டத்தொடரில் இரட்டைக் குவளை முறையை ஒழிப்பதற்கும், தீண்டாமைக்

கொடுமையிலிருந்து நம் மக்களை விடுவிப்பதற்கும் சாதியின் பெயரால் இழைக்கப்படும் கொடுமைகளிலிருந்து சட்டப் பாதுகாப்பை பெற்றுத் தரவும், வலிமையானதொரு சட்ட முன்வடிவை கொண்டுவர, நம்முடைய பிரதிநிதிகள் மூலம் நாம் முயற்சி செய்வோம் என்றார். அருகில் இருந்த அனைவருமே ஆமோதித்து கோஷமிட்டார்கள்.

வெல்வோம்! வெல்வோம்!

விடுவிப்போம்! விடுவிப்போம்!

என்று கையை உயர்த்தினார்கள். பர்வதம் அமைதியாக "மக்கள் அறிஞர் குழு" ஒன்றினை அழைத்து, நம்முடைய அனைத்துத் துயரங்களுக்கும் தீர்வு காண்பதற்கான சட்ட முன்மாதிரியை வகுத்து அரசிடம் கொடுப்பதற்காக ஓர் ஏற்பாட்டினைச் செய்யலாம் என்பது என்னுடைய தாழ்மையான எண்ணம் என்று சொன்னாள். தோழர்களும் அதனை ஏற்றுக் கொண்டார்கள். சீனிவாசராவ், மணலி கந்தசாமி போன்ற மூத்த தோழர்களிடம் பேசலாம் என்றும் ஆலோசிக்கப்பட்டது. உச்சிவெயில் பர்வதத்திற்கு, அன்று இரவு இயேசு பிறக்கப் போவதை நினைவூட்டியது.

22

சோமசுந்தரம், மடத்தின் முக்கியமான காரியதரிசி. ஆயிரம் வேலி நிலம் கொண்ட இருபத்தேழு கோவில்களுக்கு அதிபதி, அந்த மடத்தின் சந்நிதானம். இருபத்து ஏழாயிரம் வேலி நிலத்தை நிர்வகிப்பதற்கு ஒரு மிகப்பெரிய சாம்ராஜ்யம் மடத்திற்கு உள்ளே செயல்பட்டு வந்தது. தெற்கே திருநெல்வேலி, குற்றாலம் துவங்கி வடக்கே காசி வரை மடத்தின் சொத்துகள் பரந்து விரிந்து கிடந்தன.

13 நூற்றாண்டுகளாக மடம் வியாபித்து, பரந்து, விரிந்து இருந்தது. மடத்தின் சந்நிதானம் இளமையும், அழகும், தேஜசும் கொண்டவர். ஒருவகையில் செம்பியன்மாதேவி பட்டினத்தில் இருக்கும் சீனிவாசம் பிள்ளைக்கு அக்கா மகன் ஆவார். காவி, காஷாயம் பெற்றுவிட்டால் பிரம்மச்சரியத்தைக் கடைப்பிடிக்க வேண்டும் என்பது மட்டுமே அந்த மடத்தின் ஒரே விதி. தமிழ், சித்தாந்தம், தேவார திருவாசகம், இதிகாச புராணங்கள், பக்தி இலக்கியம் போன்றவற்றில் புலமை பெற்றிருக்க வேண்டும். சிறுவயதிலேயே மடத்தில் சேர்ந்து, பத்து ஆண்டுகள் பயிற்சி பெற்றபின் ஏதாவது ஒரு கோவிலில் கட்டளைத் தம்பிரானாக இருந்து, நிர்வாகம் செய்து வரவேண்டும். சந்நிதானம், தனக்குப் பிறகான இளைய மடாதிபதியைத் தேர்வு செய்வார். தற்போதைய சந்நிதானம், கட்டளைத் தம்பிரானாக இருந்தபோதே சோமசுந்தரம் திராவிட இயக்கத் தலைவர்களோடும் மிகுந்த நெருக்கத்தில் இருந்தவர்.

மடத்தில் குழப்பம் நேரும்போதெல்லாம் சோமசுந்தரமே காப்பாற்றி வந்திருக்கிறார்.

ஒவ்வோர் ஊரிலும் ஒரு கோர்ட் ஏஜென்டின் தலைமையில் குத்தகை, வாடகை வசூல் நிர்வாகம் நடக்கும் அதைப்போலவே சம்பளம் வழங்குதல், ஏனைய நிர்வாகப் பணிகளை மேற்கொள்வதற்கு ஒரு சிறிய அரசாங்கத்தையே மடம் நடத்தி வந்தது. அதன் தலைமை காரியதரிசியாக சோமசுந்தரம் இருந்தார். நேரடியாக மடம் அரசாங்கத்தையும், விவசாயக் கூலித் தொழிலாளர்களையும் எதிர்க்காவிட்டாலும், திரைமறைவில் பண்ணையார் பாதுகாப்பு சங்கத்திற்கும், பெரு விவசாயிகளுக்கும் ஆதரவாக செயல்பட்டு வந்தது. ரகசியங்கள் அனைத்துமே அறிந்தவர் சோமசுந்தரம். சோமசுந்தரத்திற்கு எல்லா ஊர்களிலும் காதுகளும், கண்களும், கைகளும் இருந்தன.

ஆண்டொன்றுக்கு ஒரு வேலி நிலத்திற்கு வருமானமாக, ஒரு போக சாகுபடிக்கு 120 மூட்டை 240 கலம் நெல், எல்லா செலவுகளும் போக கிடைத்துக் கொண்டிருந்தது என்றால், 27000 வேலி நிலத்தின் ஆண்டு வருமானத்தைக் கணக்கிட்டுக் கொள்ளுங்கள். இன்றைக்குப் புதிதாக வந்திருக்கும் முதலமைச்சரின் ஒட்டுமொத்த மாநிலத்திற்கான நிதி நிலை அறிக்கையை விட, மடத்தின் வருமானம் அதிகம்.

நிலச் சீர்திருத்தச் சட்டம், குத்தகைதாரர் பாதுகாப்புச் சட்டம், பண்ணை ஆள் பாதுகாப்புச் சட்டம், கீழத்தஞ்சை கூலி உயர்வுச் சட்டம் போன்றவற்றால் எல்லாருமே பாதிக்கப்பட்டிருந்தார்கள். இங்கு எல்லாரும் என்பது சீனிவாசம் பிள்ளை உட்பட, கப்பக்கார செட்டியார், கோவிந்தராஜுலு நாயுடு, கருப்பம்பலம் தேவர், குன்னியூர் ஐயர், வடபாதிமங்கலம் பெருநிலக்கிழார், வலிவலம் தேசிகர், மூப்பனார், வாண்டையார் போன்ற எல்லாருடனும் சேர்ந்து மடமும் பாதிப்புக்குள்ளாகி இருந்தது. அதன் காரணமாகவே இருஞ்சியூர் கோபாலகிருஷ்ண நாயுடு இவர்களுக்குத் தலைவராக தலைமையேற்று வழிநடத்தினார்.

பின்னிருந்து, இவர்கள் எல்லோரையும் சோமசுந்தரமே இயக்குவதாக அந்த வட்டாரத்தில் ஒரு பேச்சிருந்தது. மாயவரம்

தாலுகா துவங்கி தஞ்சை மாவட்டத்தின் பதினைந்து தாலுகாக்களிலும் சோமசுந்தரத்தின் கொடி ரகசியமாகப் பறந்தது. சோமசுந்தரத்தின் தீவிரமான விசுவாசிகள் அவரோடு தொடர்பில் இருந்தார்கள். சந்நிதானம் பல்வேறு ஊர்களில் தொடுப்பு வைத்திருப்பதற்குப் பாதுகாப்பாய் ஆட்களை வைத்தார் சோமசுந்தரம்.

வடக்கில் இருந்து தனக்கு ஆபத்து நேரும் என்று தெரிந்து வைத்திருந்த சந்நிதானம், தன்னுடைய படுக்கையறை சுவர்கள் முழுவதிலும் மின்வேலி அமைத்திருந்தார். மின்சாரம் தடையில்லாமலிருக்க ஏற்பாடுகளும் செய்யப்பட்டிருந்தன. 24 மணி நேரமும் மடத்தைச் சுற்றி விசுவாசமான மெய்க்காவலர்கள் துப்பாக்கியுடனும், வேட்டை நாய்களுடனும் காவல் இருந்தார்கள். மடத்தைச் சுற்றியிருந்த நான்கு வீதிகளிலுமே, மடத்தில் வேலை பார்ப்பவர்கள் குடியிருந்தனர். அதைச்சுற்றி தோப்புகளும், நீர்நிலைகளும், சந்நிதானங்களின் சமாதிகளும், காவிரி ஆறும் இருந்தது. சந்நிதானம் புறப்பட்டு நித்திய பூஜைக்கு வந்து செல்லும் வழியெல்லாம் பாதுகாக்கப்பட்டதாக இருந்தது. சந்நிதானத்திற்கு இத்தனை பாதுகாப்பையும் செய்வித்தவர் சோமசுந்தரம்.

தமிழ்மொழியின் மீது பற்றின் காரணமாக பல்வேறு சுவடிகளை அச்சில் கொண்டு வரும் வேலையை முக்கியக் கடமையாக மடம் கொண்டிருந்தது. கூடவே தமிழ்க்கல்லூரி ஒன்றையும் நிறுவி நடத்தி வந்தார்கள். விவசாயம், சைவ கோவில்களை நிர்வகித்தல், தமிழ் மொழியில் பக்தி இலக்கியத்தை வளர்த்தெடுத்தல், உலகமெல்லாம் தமிழ் மொழியைப் பரப்புதல் போன்றவையே மடத்தின் முக்கிய பணியாக இருந்த போதிலும், தஞ்சை மாவட்டத்தின் முழுமையான சமூக அரசியல் போக்கினைக் கட்டுக்குள் வைத்திருப்பதையும் மடம் மேற்கொண்டது.

சோமசுந்தரம் டிரங்கால் புக் செய்து பட்டினத்தில் யாருடனோ நீண்ட நேரம் உரையாடிவிட்டு, அந்தச் செய்தியை நாகப்பட்டினத்திற்கும் மாயவரத்திற்கும் தெரிவித்தார். செய்தி "இன்று இரவு ஏசு பிறக்கப் போகிறார்" என்பதுதான்.

நீண்ட காலர் வைத்து பெரிய பெரிய பூக்கள் போட்டுத் தைக்கப்பட்டிருந்த முழுக்கைச் சட்டையின் கை கப்புகளை சற்று கீழே மடித்து விட்டிருந்தான். கோரை முடியைச் சிலுப்பியபடி, பாக்கெட் சீப்பை வைத்து இரயில் பெட்டியில் தாளம்போட்டு பாடல் ஒன்றைப் பெருங்குரலெடுத்துப் பாடிக் கொண்டிருந்தான். அவனைச் சுற்றி கூட்டம் ஈயாய் மொய்த்தது. தயிர்சாதம் விற்பவன், ஒரு பொட்டலம் தயிர் சாதத்தை அன்பாய் அவனுடைய பாட்டிற்கு பரிசாய்க் கொடுத்தான். தலையில் சும்மாடு கட்டி முந்திரிப்பழம் விற்று வந்தவள், "அண்ணே! சினிமா படம் எடுக்கப் போறீங்களாக்கும்? எனக்கு ஒரு வேஷம் கொடுப்பீங்களா?", என்று சொல்லி, தளர்த்தி கட்டியிருந்த புடவைக்கு மேலே தெரிந்த அடிவயிற்றை ஆட்டிக் காண்பித்தாள்.

கூட்டத்தில் ஒருவன், "அண்ணனுக்கு பின்னாடியும் ஆட்டிக் காமிக்க மாட்டியா?", என்று கேட்டான்.

தலையில் கூடையோடு இருந்தவள், தலைச்சுமையோடு சற்று தூரம் நடந்துபோய் பின்பக்கமாகத் திரும்பி பின்னழகை ஆட்டிக் காண்பித்தாள். கூட்டம் ஆரவாரம் செய்தது. பிளாட்பாரத்தின் முழு கவனமும் அவனுடைய பாடல் மீதும், அந்தக் கூட்டத்தின் மீதுமே இருந்தது.

கரி இன்ஜின் புகையைக் கக்கியது. நின்றிருந்தவர்கள் மேலெல்லாம் கரி படிந்தது. அவசரமாக வெள்ளை வேட்டிகளை உதறியவர்கள், மேல் துண்டால் முகத்தை துடைத்தவர்கள், புடவைத் தலைப்பில் முக்காடிட்டவர்கள், பெரியவர்களின் பின்னே முகம் புதைத்து மூக்கைத் தேய்த்த குழந்தைகள் என சிறிது நேரம் எல்லாருடைய கண்களும் மூடித் திறந்தன. பாடிக் கொண்டிருந்தவனைக் காணாமல் கூட்டம் அலைமோதியது. யாருடனோ உரக்க சண்டையிட்டுக் கொண்டிருந்தான். எதுகை மோனையில் வார்த்தைகள் தெறித்து விழுந்தன. ஸ்டேஷன் மாஸ்டர், அவர் வைத்திருந்த சீட்டுக்கு ஏதோ விளக்கம் கேட்டு கொண்டிருந்தார். பதிலுக்கு அவனும் எதுகை மோனையில் பேசிக் கொண்டிருந்தான்.

"மிஸ்டர் கோல்டு மெடலிஸ்ட்! உங்க வரம்பை நீங்க மீறுறீங்க", என்றார்.

"சரிங்க ஆபீஸர். இனி அப்படி நடக்காது", என்றான்.

அவர் கொடுத்த பயணச்சீட்டினை வாங்கிக் கொண்டு, இரயிலின் இரண்டாம் வகுப்பு படுக்கை வசதி கொண்ட பெட்டிக்குள் நுழைந்தான். இரயில் வண்டி புறப்படத் தயாராவதற்கு மணி அடிக்கப்பட்டது. எல்லாரும் தங்கள் இருக்கைகளில் அமர்ந்தார்கள். வழியனுப்ப வந்தவர்கள் விடைபெற்று, பிளாட்பாரத்தில் இறங்கிக் கொண்டார்கள். கடைசிப் பெட்டியிலிருந்து பச்சை விளக்கு காண்பிக்கப்பட்டது. இஞ்சினுக்கு முன்னால் இருந்த கைகாட்டி மரம் கீழே இறங்கியது. பெரும் ஓசையென சங்கு ஒலிக்க இஞ்சின் புறப்பட்டது. கரிய புகையும் வெண்ணிற ஆவியும் கலந்த கலவை இரயில் நிலையத்தை மேகமென மூடியது. ஒருவரை ஒருவர் பார்த்துக் கொள்ள முடியாமல் தவித்தார்கள். கைகாட்டி மரத்தைத் தாண்டி நகர்ந்து கொண்டிருந்த இரயிலின் கடைசி இரண்டு பெட்டிகள் பிளாட்பாரத்தில் இருக்கும்பொழுதே, யாரோ ஒருவரால் அவசரகால சங்கிலி இழுக்கப்பட்டு கிரீச்சிட்டு சற்று இழுத்துக்கொண்டு போய் நின்றது. தண்டவாளங்களின் ஓரத்தில் குவித்து வைக்கப்பட்டிருந்த கரி மூட்டுகளின் மேல் நான்கு ஐந்து இளைஞர்கள் குதித்து வயல்வெளிகளில் புகுந்து ஓடினார்கள். கோல்டு மெடல் இவற்றைக் கண்ணுற்றான். ஏதோ பொறி தட்டியவனாக பெட்டியிலிருந்து இறங்கி, அதிகாரிகள் நடந்து வந்த பாதைக்கு எதிர்த்திசையில் நடந்தான். இரயில்வே போலீசார் ஒவ்வொரு பெட்டியாகச் சோதனையிட்டு கொண்டே வந்தார்கள்.

ராசாங்கம் இருந்த பொதுப் பெட்டியில்தான் சங்கிலி கீழே தொங்கிக்கொண்டிருந்தது. இரயில்வே தொழில்நுட்ப ஊழியர் அந்த பெட்டிக்குப் பின்னே இழுவிசையைச் சரிசெய்யும் இணைப்பானை முடுக்கி இரயிலை விடுவித்தார். இரயில்வே போலீசார் இதுகுறித்த தகவல்களைத் தென்னக இரயில்வே அலுவலகத்திற்குத் தெரிவித்துவிட்டு காத்திருந்தார்கள். பாயிண்ட்ஸ் மேன்கள் தண்டவாளங்களை சோதிக்கச் சென்றார்கள். ஸ்டேஷன் மாஸ்டர் அடுத்தடுத்த இரயில் நிலையங்களை உஷார்ப் படுத்தினார்.

கையில் வைத்திருந்த தயிர்சாதப் பொட்டலத்தைப் பிரித்து சாப்பிட ஆரம்பித்தான் கோல்டு மெடலிஸ்ட். அருகிலிருந்த

வாய்க்காலில் கையைக் கழுவிக் கொண்டு சாலையை நோக்கி நடக்கலானான்.

மாயவரம் கடைவீதி களைகட்டியிருந்தது. காளியாக்குடி கிளப்பு கடையில் கூட்டம் அலைமோதியது. பக்கத்தில் இருந்த கடையில் நின்று கொண்டு கடைவீதியை நோட்டம் பார்த்தான். எட்டு கல் பேசரியும், கழுத்தில் காசுமாலையுமாக ஜொலி ஜொலிக்க, இரண்டு பெண்கள் மடத்தின் சாலையில் அவிழ்த்து விடப்பட்டிருந்த கூண்டு வண்டியில் ஏறுவதற்கு வண்டிக்காரனைத் தேடினார்கள். வண்டிக்காரன் விஜயாவில் படம் பார்க்கப் போய் விட்டதாக ஒரு பொய்யைச் சொல்லி, தானே வண்டியை பூட்டி அவர்களை ஏற்றிக் கொண்டு மடத்தை நோக்கி பயணப்பட்டான் கோல்டு மெடலிஸ்ட்.

23

உலகத்தின் எல்லா மூலைகளிலிருந்தும் வந்து போகக்கூடிய வாய்ப்பு இருக்கும் ஊர்களில்தான் அவன் குடியிருந்தான். ஒவ்வொரு நாளும் அவனுக்கு நண்பர்கள் புதிது புதிதாகவே கிடைத்துக் கொண்டிருந்தார்கள். அப்படி கிடைத்த நண்பர்களில் "மம்மது" முக்கியமானவன். ஒரு சமயம் அவனுக்கு காய்ச்சல் அதிகமாக இருந்த போது, மம்மது தான் வைத்தியம் செய்தான். மம்மதுக்கு அதிகமாக வைத்திய முறைகள் தெரியாது. இசுலாமிய வழக்கப்படி அவன் அறிந்து வைத்திருந்த மிகச்சிறிய முறையில், தனக்குத் தெரிந்தவர்களுக்கு மட்டும் வைத்தியம் பார்ப்பதை வழக்கமாக கொண்டவன்.

ஒருமுறை "வைத்திய கலாநிதி" எனும் புத்தகத்தை எங்கிருந்தோ வாங்கிக் கொண்டு வந்தவன், தொடர் பரிசோதனையில் இறங்கினான். அதில் ஒவ்வொரு நோய்க்கும் தனித்தனியே கசாயம், சூரணம், பஸ்பம், லேகியம் போன்றவை சொல்லப்பட்டிருந்தன. அன்றிலிருந்து அப்புத்தகத்திற்கு அவன் அடிமையாகிப் போனான். மதுபானப் பழக்கத்திற்கு அடிமையானவர்களை விடுவிப்பது பற்றிய ஆராய்ச்சியில் அவன் ஈடுபட்டிருந்தான். மது வகைகளை உபயோகிக்க, அதனை வெறுப்பதற்காக பிரத்தியேகமான பானங்களை செய்யும் முயற்சியில் அதிகமாக

ஈடுபட்டான்.ஒருமுறை அதற்கான பச்சிலைகளை பறிக்கச் சென்ற போது, அவனுக்கு விஷமுறிவு பச்சிலையும் சேர்ந்தே கிடைத்தது. பின்னர் "பரிமாண சூலை" என்றழைக்கப்பட்ட ஒரு தேவையற்ற உடல்கோளாறை, அறுவை சிகிச்சை இல்லாமல் சரி செய்யப் பழகியிருந்தான். அதற்கான ஔஷதங்களை செய்து வைத்திருப்பான். அபாயங்களில் உண்டாகும் நோவுகளுக்கு பிரதம முன்உதவி செய்வது பற்றிய அறிவு அவனுக்கு உண்டு.

எலும்பு முறிவு, வெட்டுக்காயம், தீக்காயம் போன்றவை நிகழ்ந்துவிட்டால் முதலுதவி செய்வது அவனுக்குக் கைவந்த கலை. குறிப்பாக முகத்தில் ஏற்படும் காயங்கள். பல்வேறு காலங்களில் கிடைத்த குறிப்புகளையும் அனுபவத்தில் எழுதிவைத்தான். உதாரணத்திற்கு, மங்குஸ்தான் பழத்தை நிழலில் உலர்த்தி, சீதபேதி வந்தவர்களுக்குக் கொடுத்தால் நல்ல பலன் உண்டாகும் என்ற ஒரு குறிப்பை எழுதி வைத்தான். ஆமணக்கு, இலவங்கப்பட்டை, சீரகம், ஏலக்காய், ஓமம், இலவங்கப்பத்திரி, மஞ்சள், நாககேசரம், மரமஞ்சள், திப்பிலி, அமுக்கிரா கிழங்கு, சுக்கு, சிற்றாமுட்டி, மிளகு, வட்டத்திருப்பி, கிரந்திதகரம், கொட்டக்கரந்தை, சித்திரமூலம், வாய்விடங்கம், தாமரைக்கிழங்கு, காவட்டம்புல், நரிஞ்சை, ஜடாமாம்சி, கோஷ்டம், கிச்சிலிக்கிழங்கு, தேவதாரு, வாமுளுவை, கடுக்காய்த்தோல், தண்ணீர்விட்டான், தான்றிக்காய், நெல்லிக்காய் இவற்றோடு பசுவின் பாலும், முப்பத்திரண்டு பலம் கல்கண்டு, எட்டு பலம் நெய் சேர்த்து நன்கு பதமாக வரும் வரை கிளறி வஸ்திர களிதம் செய்து சேர்த்துவிடுவான். இவற்றின் சூரணத்தை உள்ளுக்குக் கொடுத்து வருவான். ஏரண்டபாகம் என்கிற இந்த ஔஷதம் வயிறு சம்பந்தமான நோய்களை, மூத்திரப்பை நோய்களை, இடுப்பு வலி, வாதம், வாயு போன்ற எல்லா நோய்களையும் தீர்க்கும் என்று சொல்லுவான்.

வேலுப்பிள்ளை அவனுடைய நெருங்கிய நண்பனாய் இருந்து, பல்வேறு மூலிகைகளையும் பச்சிலைகளையும் தெரிந்துகொண்டான். பல்வலிக்கான கரி உப்பு, இந்து உப்பு, படிகாரம் எல்லாவற்றையும் தோலா எடையில் கலந்து,

கொதிக்கும் நீரில் இட்டு, இரண்டு வேளை வாய் கொப்புளித்தால் சரியாகிவிடும். வேலங்குச்சி பல் ஈறுகளில் உள்ள புண்களை சுத்தம் செய்யும் என்றும் வேலுப்பிள்ளை கற்றறிந்திருந்தான். பெண்களுக்கு உண்டாகும் வியாதியான பெரும்பாடு நோய்க்கு வேலுப்பிள்ளையிடம் நல்ல மருந்திருந்தது. தென்னை மரத்தில் கதண்டு கொட்டினாலும், விஷம் ஏறாத பச்சிலையைப் பாதுகாத்து வந்தான் வேலுப்பிள்ளை.

பிராணிகளுக்கான வைத்திய முறையைப் பிரத்யேகமாகத் தெரிந்து வைத்திருந்தான் வேலுப்பிள்ளை. குதிரை, காளை, யானை முதலியவற்றுக்கு வைத்தியம் பார்ப்பதில் வல்லவனாய் இருந்தான். விரல், கை, கால்கள் துண்டிக்கப்பட்டால் ஒரு நாளுக்குள் அவற்றை ஒட்டிக் கொள்ளும்படி செய்யும் ஔஷதத்தை, மூலிகையை, எண்ணெய்யை மம்மதுவுக்குக் கூடத் தெரியாமல், வேலுப்பிள்ளை கைவசம் வைத்திருந்தான். இயக்கத்தின் தோழர்களுக்கு வேலுப் பிள்ளையின் தேவை அதிகமாக இருந்தது. குறிப்பாக ரகசியமாகச் செய்யப்படும் காரியங்களில் ஏற்படும் உடல் உபாதைகளிலிருந்தும், அபாயகரமான முதலுதவிக்கும் வேலுபிள்ளையே நிவாரணம். இரகசியத்தை காப்பதிலும், இரவில் சிகிச்சை அளிப்பதிலும் வேலுப்பிள்ளை நம்பிக்கைக்குரியவனாக இருந்ததால், வேலுப் பிள்ளையிடமே தோழர்கள் அதிகமாகப் போய் வந்தார்கள்.

அன்று இரவு, பாப்பாத்தியைத் தூங்கச் செய்த பார்வதி, வேலுப்பிள்ளையை அழைக்க ஓடினாள். ஔஷதங்கள் அறிந்து வைத்திருந்த வேலுப்பிள்ளைக்கு, மருத்துவச்சி செய்யும் வேலைகள் பழக்கமான ஒன்றுதான். அரசாங்க ஆசுபத்திரியில் கம்பவுண்டர் வேலை பார்த்து வந்தான். சைக்கிளில் இரண்டு பக்கங்களிலும் மரத்தால் ஆன பெட்டி மாட்டப்பட்டிருக்கும். ஒன்றில் ஆங்கில மருந்தும், மற்றொன்றில் இந்திய மருந்தும் வைக்கப்பட்டிருக்கும்.

24

எல்லா ஊர்களையும் போலத்தான் கோபாலகிருஷ்ண நாயுடுவுக்கு நாகப்பட்டினமும். வடுகச்சேரியில் இருந்து கிளம்பியவர் பிளைமூத்தை சிறிது தூரம் ஓட்டிச் சென்றார். தூரத்திலிருந்து முண்டாசில் மாவிலையைச் செருகிக் கொண்டு ஓட்டமும் நடையுமாக நடுரோட்டில் பண்ணை ஆள் ஓடி வருவதைக் கண்டு பிரேக் பெடலை மிதித்தார். வண்டி நின்றவுடன் அருகில் வந்தவன் முண்டாசை அவிழ்த்து இடுப்பில் கட்டினான். ஆள் அடையாளம் தெரிந்தவுடன் நாயுடு கார் கண்ணாடியைக் கீழே இறக்கினார். வந்தவன் சொன்ன செய்தியைக் கேட்டு ஒரு முடிவுக்கு வந்தவராக, அவனைப் பின்னால் வரச் சொல்லி காரை மெதுவாக ஓட்டிக் கொண்டுபோய்க் களத்துமேட்டில் நிறுத்திவிட்டு பண்ணையாளைப் பாதுகாப்புக்கு அங்கேயே இருக்கச் சொன்னார். குறுக்கு வழியில் நடக்க ஆரம்பித்தார். தார்சாலை வந்தவுடன் அங்கே தயாராக இருந்த மாரிஸ் மைனரை எடுத்துக்கொண்டு புறப்பட்டார். துணைக்கு ஆள் இல்லாமல் இதுதான் முதல் முறை. சிறிது தூரம் வண்டி தார்ச்சாலையில் போய், பின்னர் செம்மண் சாலையில் திரும்பியது. கவனமாக வண்டியை செலுத்தியவர் விரைவாகவே பாப்பாகோவில் சந்திப்புக்கு வந்து சேர்ந்தார். எதிர்பார்த்தது போலவே பெரிய வண்டிகள் போக

முடியாத வண்ணம் சாலை வெட்டப்பட்டிருந்தது. மாரிஸ் அகலம் குறைந்த வண்டி என்பதால் சாலையில் இருந்து கீழே இறங்கி பாப்பாகோவிலின் சந்தை மேட்டிற்கு வந்து நின்றது.

காரை ஓரமாக நிறுத்திவிட்டு, இறங்கி அத்தர் விற்பவனைத் தேடினார். சந்தை மேட்டில் பிளசர் கார் வந்து நிற்பதைப் பார்த்த குழந்தைகள் ஓ! வெனக் கத்திக்கொண்டு அதை நோக்கி ஓடின. சந்தை மேட்டில் ஆங்காங்கே நிழலுக்கு ஒதுங்கியவர்களின் கவனம் அதை நோக்கி திரும்பியது. ஊரில் அவருக்குத் தெரிந்த இரண்டு பேர், "வாங்கோ நாயுடுகார்!", என்று சலாமிட்டார்கள்.

"ஒசத்தியான இளம் ஆட்டுக்கறிப் பிரியாணி இருக்கு. ஒரு வாய் சாப்பிட்டுப் போங்க." என்று சொன்னவர்கள், அவரை அழைத்துப் போய் பெரிய வீட்டிற்குள் நுழைந்தார்கள். அங்கே கூடியிருந்த இரண்டு மூன்று பெரியவர்களும் சில இளைஞர்களும் அவரை வணங்கி வரவேற்றார்கள். உள்ளே பெரிய கூடத்தில் எல்லாரும் அமர்ந்து கொண்டு பேசத் துவங்கினார்கள்.

"நம்ம பெரியமரைக்காயர் பண்ணைக்கு, அறுப்புக்கு ஆள் போகக்கூடாதுன்னு கட்டுமானம் போட்டுருக்காங்க."

"எதுக்காகவாம்?", என நாயுடு வினவினார்.

சுற்றிலும் இருந்தவர்கள் ஒவ்வொருவரும் ஒரு காரணத்தைச் சொன்னார்கள்.

"குடிமராமத்துக்குக் கூலி கொடுக்கணுமாம். வாய்க்கால் வெட்டுறது பண்ணையாள் சம்பளத்துல வராதாம். இரண்டு கலம் நெல்லு அதிகமாக ஒரு ஆளுக்கு கேக்குறாங்க. பண்ணையில் குடியிருக்கிற இடத்தை அவர்களுக்கே பட்டா போட்டு கொடுக்கணுமாம். நம்ம பிள்ளைங்க படிக்கிற பள்ளிக்கூடத்துல அவங்க பிள்ளைகளையும் படிக்க வைக்கணுமாம். ஊருக்குப் பொதுவான சுடுகாட்டில்தான் பிணத்தை எரிக்கவோ புதைக்கவோ செய்வார்களாம். இன்னொண்ணும் கேக்குறாங்க. வூட்டுக்கு ஒரு ஏக்கருன்னு நிலத்தைப் பிரிச்சுக் கொடுக்கச் சொல்லி அரசாங்கம் போட்ட உத்தரவ மதிச்சு நிலத்தை அளந்து கொடுக்கச் சொல்கிறார்கள்."

மரைக்காயர் தொண்டையை கனைத்துக் கொண்டு பேச ஆரம்பித்தார். "வாப்பா காலத்துல இருந்து இந்த கிராமத்தை நான் நிர்வாகம் பண்றேன். இதுவரைக்கும் என்கிட்ட யாரும் நின்னு பேசுற மாதிரி வெச்சுக்கிட்டதில்ல. எல்லாரும் நல்லா இருக்கணுங்குற அல்லாவோட ஆணையை தொழுது நிறை வேத்துறன். இன்னைக்கு இப்படி ஒண்ணு கிளம்பியிருக்குன்னா, இதுக்குப் பின்னாடி யாரோ இருக்காங்க. அவங்களக் கண்டுபிடிக்காம இந்த பிரச்சன ஓயாது."

"பாய் சொல்றது சரிதான். அவங்களுக்கு சொந்தப் பணத்தைப் போட்டு உங்க அப்பா காலத்துல பெரிய பள்ளிக்கூடம் கட்டிக் கொடுத்தீங்க. உங்க தாத்தா காலத்திலேயே தனியா ஒரு ஆசுபத்திரியும் சுடுகாட்டுக்கு நிலமும் ஒதுக்கி கொடுத்தவங்க, கல்யாணம், கருமாதி, காதுகுத்து எல்லாத்துக்கும் கணக்கு பாக்காம வாரிக் கொடுத்தீங்க. உங்களுக்கே இப்படின்னா, நாளைக்கு....", என்று சொல்லி நிறுத்தினார் கூட்டத்தில் ஒரு பெரியவர்.

"சும்மாவா செஞ்சீங்க? எல்லாம் எங்க உழைப்பு! எல்லாம் எங்க நிலம்!", என்று மார்தட்டுவதாகவும் கேள்வி என்றார் மற்றொரு பெரியவர்.

"கிராம நிர்வாகம் அவ்வளவு சுலபம் இல்லைங்குறது அவர்களுக்கு தெரியல. யாரோ நாலுபேரு சொல்லிக்கொடுத்த வசனத்த இவங்களும் பேசுறாங்க."

மரைக்காயர் தொண்டையைக் கனைத்துக்கொண்டு, "100 வேலி நிலத்தையும் டிரஸ்ட்டுக்கு எழுதிட்டேன். இனிமேல் பாதிய தரிசாப் போட்டுட்டு, மீதி நிலம் பூரா சவுக்கு போட்றலாம்னு ஒரு முடிவு எடுத்துருக்கேன்."

எல்லாரும் ஒரே சமயத்தில் "ஓ!" என்று அலறினார்கள். ஒருவர் எழுந்து, "கறம்பா போயிடும்யா!" என்றார்.

மரைக்காயர், "நல்லா யோசிச்சுதான் இந்த முடிவுக்கு வந்துருக்கேன். புதுசா வந்துருக்குற சர்க்கார், நெல்லுக்கு விலை கொடுக்காது. நாம் அரிசி ஆக்கி வேறு மாவட்டங்களுக்கு வியாபாரத்திற்கு அனுப்பவும் முடியாமல் ஒரு சட்டத்தைக் கொண்டு வந்திருக்கிறது. தஞ்சை மாவட்டத்தில் விளையும்

நெல் அரசாங்கத்திற்கே சொந்தமாம். நெல்லுக்கு விலையை அரசே தீர்மானிக்கும் என்கிறார்கள். வெளி மார்க்கெட்டை விட பத்து மடங்கு குறைவான விலையை அரசு நிர்ணயிக்கப் போகிறது என்றும் செய்தி வருகிறது. உரமூட்டையின் விலை அதிமாகிக்கொண்டே போகிறது. இதையெல்லாம் கணக்கில் எடுத்துப் பார்த்தால் நம்மால் லாபகரமாக விவசாயம் செய்ய முடியாது.''

மற்றொருவர் எழுந்தார். ``புதுசா நான் ஒண்ணும் சொல்லப் போறதில்லை. ஒரு போகம் சாகுபடி பண்ணி அறுத்து வீட்டுக்கு வந்தாத்தான் போச்சுங்குற நிலைமைதான் இன்றைக்கு இங்க இருக்கு. நடுவுல வைக்கப்போரக் கொளுத்துறது, வெளஞ்ச நெல்லக் கொளுத்துறதுன்னு ஆனதுக்கு அப்புறம் நஷ்டம் தலைக்கு மேல போயிடுச்சு. கடன் கழுத்துக்கு மேல இருக்கு. புரோ நோட்டு எழுதிக் கொடுத்தே காலம் ஓடிடும் போல இருக்கு'', என்று புலம்பினார்.

கூட்டத்தில் இருந்த மொத்த பேருமே, ``உண்மைதான்! உண்மைதான்!'' என்றார்கள்.

``வித்துப்புட்டு பட்டினத்தைப் பாக்கப் போகலாம்னா, நம்ம பகுதியில நிலத்தை வாங்க ஆள் இல்லையே. ஒரு குழி நூறு ரூபாய்க்கு விக்கலைனாலும், பத்து ரூபாய்க்காவது விற்கணும்ல'', என்று அங்கலாய்த்தார் மற்றொருவர்.

மரைக்காயர் கூட்டத்தில் பேசினார். ``உப்புத்தண்ணி ஏறிகிட்டே போகுது. அதனாலதான் பேப்பர் மில்லுக்கு ஒப்பந்தம் போட்டு சவுக்கப் போடலாம்னு முடிவெடுத்துருக்கேன். பத்து வேலி நிலத்துக்கு ஒரு ஆள் இருந்தா போதும். மொத ஆறு மாசம் தண்ணி ஊத்திட்டா, பிறகு ஏழு வருசத்துக்கு நமக்கு வேலையே இல்ல. மில்லுக்காரனே வந்து வீட்டுல பணத்தை கொடுத்துட்டு, அவனே வெட்டிக்கிட்டுக் போய்விடுவான்'', என்றார் மரைக்காயர்.

``அப்ப! செலவு இல்லாம வட்டியோட சேத்து இரண்டு மடங்கு காசாயிடும்னு சொல்லுங்க!''

"மரைக்காயருக்கு மெட்ராஸ்ல கடை இருக்கு. நாகப்பட்டினத்துல யாவாரம் இருக்கு. நாங்க சாப்பாட்டுக்கு என்ன பண்றது?"

மரைக்காயர் சொன்னார், "ஐந்து மா போதும். சாப்பாட்டு அரிசிக்கும் உளுந்து பயிருக்கும். மத்ததெல்லாம் நாம முதல் போட்டு எவனோ அறுத்துத் திங்க எதுக்கு விடணும்."

மரைக்காயர் சொல்வது சரிதான் என்பதுபோல் எல்லாரும் தலை ஆட்டினார்கள்.

"சவுக்கப் போடாம கிடக்கிற காட்ட என்ன பண்ணப் போறீங்க?"

"ஆரஸ்பதி மரமும் மூங்கிக் குத்தும் வைக்கலாம்னு இருக்கேன்." "இதுக்கு கூலிக்காரனுவோ ஒத்துப்பானுவளா?"

"மூணு ஊரு உங்க நிலத்தை நம்பி பிழைக்குது."

"மூணு ஊர்லயும் நம்ம நிலத்துக்கு வராம பாத விட்டு வேலி போட சொல்லப்போறேன். நாம நடத்துற பள்ளிக்கூடத்தையும் அவுங்களக் கூப்பிட்டுக் குடுத்துறப் போறேன். நிலத்துல வேலைக்கு தெக்கத்தி ஆளுவோ இராமநாதபுரத்தானுவள கூட்டிட்டு வந்து வேலைக்கு வைக்கப் போறேன். இதுக்கு உங்க எல்லாருடைய ஒத்துழைப்பையும் கேட்டுக்குறேன்."

"எங்களுக்கும் யோசனை சொல்லுங்க. நாங்களும் இதுல சேர்ந்துக்குறோம்." என்றார்கள் இரண்டொருவர்.

எல்லாவற்றையும் பொறுமையாகக் கேட்டுக் கொண்டிருந்த கோபாலகிருஷ்ண நாயுடுவுக்கு, நெல் உற்பத்தியாளர் சங்கத்தை அனைத்து விவசாயிகள் பாதுகாப்புச் சங்கம் என மாற்றி விடலாம் என்று யோசனை தோன்றியது. கோபாலகிருஷ்ண நாயுடு கூட்டத்தைப் பார்த்து, "சரியான யோசனைதான். கடைமடைக்கு தண்ணீர் வரத்து குறைந்து போய்விட்டது. தஞ்சாவூர் சீப் இன்ஜினியர் போன வாரமே சொல்லிட்டார். காவேரி ஒப்பந்தம் காலாவதி ஆகப்போகிறது என்றும், அப்படியே தண்ணீர் வந்தாலும் கீழத்தஞ்சைக்கு கிடைக்காது" என்றும் உறுதியாக புள்ளிவிவரத்தோடு பேசினார்.

இன்றைக்கு இருக்கக்கூடிய ஒருபோக சாகுபடியும் ஒன்றிரண்டு ஆண்டுகளில் அற்றுப் போய்விடும். நிலத்தை வைத்துக்கொண்டு மாரடிப்பதில் எந்த பயனும் இல்லை. ஐந்து ஏக்கர் "ஸ்டாண்டர்டு சீலிங்" கொண்டுவரப்பட்ட பிறகு, இனி குடிமராமத்துப் பணிகளை விவசாயிகளால் செய்ய முடியாது. அரசாங்கம் செய்வதற்கு வழி இல்லை. பாய்கால்களும் வடிகால்களும் விரைவிலேயே தூர்ந்து போய்விடும். நிலத்தடி நீரை நம்பி தான் இனி விவசாயம் செய்ய வேண்டியிருக்கும். கீழத்தஞ்சையில் கடைமடையில் பதினைந்து அடிக்கும் கீழே உப்புத்தண்ணீர் தான். அதற்கும் சாத்தியமில்லை. மரைக்காயர் சொல்வது போல் மானாவாரிக்கு மாறினால் கடன் இல்லாமலாவது தப்பிக்கலாம். ஆட்களை வேலையிலிருந்து நிறுத்துவது, இயந்திரங்களை வாங்குவது, வெளிமாவட்டத்தில் இருந்து வேலைக்கு ஆட்களை கொண்டு வருவது, மாற்றுப்பயிர் திட்டங்களை அமுல்படுத்துவது, தண்ணீர்பந்தல், அன்னசத்திரம், பள்ளிக்கூடம், ஆசுபத்திரி போன்ற தர்ம சொத்துகளை நிர்வகிக்காமல் தரிசாய் போடுவது போன்ற பல்வேறு வழிகளைக் கையாண்டால் மட்டுமே நம் குடும்பத்தின் கவுரவத்தைக் காப்பாற்ற முடியும்", என்று பேசி நிறுத்தினார்.

கூட்டத்தில் இருந்த ஒவ்வொருவருமே வாயடைத்துப் போனார்கள். சற்று சுதாரித்துக் கொண்ட மரைக்காயர், "தலைவர் சொல்வது முற்றிலும் சரி. மாற்று வழியாக சினிமா எடுப்பது, தொழிற்சாலையில் முதலீடு செய்வது, பங்குச்சந்தைக்குப் போவது, மதராசையும் தவிர்த்துவிட்டு பம்பாய்க்குக் குடிபெயர்வது என்று பல்வேறு காரியங்களை விரைவாக நாம் முன்னெடுக்க வேண்டும். இன்றைக்கு நிலங்கள் விற்காவிட்டாலும், தரிசாய்ப் போட்டால் யார் கேட்கப்போகிறார்கள். நம்முடைய நிலம், நமது உரிமை", என்றார்.

அதற்குள்ளாக, வீட்டிற்குள்ளேயே திருமணம் நடத்துவதற்காகக் கட்டப்பட்டிருந்த கூடத்தில் பந்திப்பாய் விரிக்கப்பட்டு, மஞ்சள் கலந்த தண்ணீரைத் தெளித்து, தரையைச் சுத்தமாக மெழுகி, சாம்பிராணி புகை போட்டு, நறுமணம் ஏற்றி, வாழை இலை போடப்பட்டு, வெள்ளி டம்ளரில் ஒவ்வோர் இலைக்கும்

தலைப்பில் தண்ணீர் வைக்கப்பட்டிருந்தது. இளைஞர்கள் இரண்டு பேர் மரைக்காயர் முன் கைகட்டி நின்றார்கள். புரிந்துகொண்டவர் எழுந்து அனைவரையும் கைகூப்பி விருந்துக்கு அழைத்தார். கோபாலகிருஷ்ண நாயுடு முன்செல்ல, அனைவரும் பின் தொடர்ந்தார்கள்.

முற்றத்தில் வைக்கப்பட்டிருந்த பித்தளை அண்டாவில் தண்ணீரை மொண்டு முகம், கை, கால்களை அலம்பித் துடைத்துக்கொண்டு ஒவ்வொருவராக பந்திக்கு வந்தார்கள். மரைக்காயரின் இளைய மகன் ஒவ்வொருவருக்கும் நெற்றியில் ஜவ்வாது பொட்டு வைத்து அனுப்பி வைத்தான். சப்பளம் கொட்டி அமர்ந்த பெருநிலக்கிழார்கள் சைவ, அசைவமாய் பிரிந்து உணவு அருந்தினார்கள்.

தொழுகை முடிந்து தர்காவில் அன்னதானம் வழங்கப்பட்டது. வேகமாக மரைக்காயர் அருகில் வந்தவன், ரகசியமாக ஏதோ சொல்லிவிட்டுப் போனான். தலையை ஆட்டியவர், "மாரியம்மாளின் தொந்தரவு தாங்க முடியவில்லை" என்று முணுமுணுத்துக் கொண்டார். சாப்பிட்டுக் கொண்டிருந்த பக்கத்து இலைக்காரருக்குப் புரை ஏறியது. தலையில் தட்டியவர் சொன்னார், "சேதி தெரியுமா? இன்று ஏசு பிறக்கப் போகிறார்."

25

“உண்மையாகவே உங்களுக்கு என் மீது அன்பு இருக்கிறதா?”, என்று முகத்தைக் கோணினாள்.

“இந்த உலகத்துல சிவபெருமானுக்கு அப்புறம், நான் கும்புடுற சாமி நீதான்.”

“சாமின்னா? வெச்சி அலங்காரம் பண்றதோட சரியா போச்சா?”

“அப்படி இல்ல... எல்லாம் முறைப்படி நடக்கணுமுல்ல.”

“பொம்பள நானே... வெட்கத்தைவிட்டு கேக்குறேன். கூட்டிட்டுப் போயிடு”, என்றாள் அல்லி.

“என்னதான் உனக்கு நான் கட்டிக்கிற முறையாக இருந்தாலும், காசு பணம் இல்லாத வெறும்பய தான.”

“அத்தை போகும்போது வச்சிருந்த சொத்ததான, எங்க அப்பன் எடுத்துட்டு விட்டாரு. அத்தையோட நகையும் பணமும் இல்லன்னா, இவருக்கு ஏது இந்த வாழ்வு?”

“என்னதான் நீ சொன்னாலும், ஐயா என்னை வளக்கலன்னா இப்படி நான் வளர்ந்திருப்பனா?”

“என்னத்த வளத்தாரு... படிக்க வெச்சு உத்தியோகமா வாங்கிக் கொடுத்தாரு?”

“எனக்கு என்ன கொறச்சல்ங்குற? இயக்கம் எனக்கு

இரண்டு மொழிகளையும் சொல்லிக் கொடுத்திருக்கிறது. ஐயாவை விட எனக்கு தான் மரியாதை கூடுதல்."

"சீலிங்கு, அதான் "நில உச்சவரம்புச் சட்டம்" ஒண்ணு வரலன்னா, உம்பேருலயும் எம்பேருலயும் நிலத்தை எழுதியா வைப்பாரு? நாம ரெண்டு பேருமே படிச்சிருக்கோம். நிலத்தை இந்த மக்களுக்குக் கொடுத்துட்டு வடக்க போயி பொழச்சுக்கலாம். வாயான்னு கூப்பிட்டா வர்றியா?"

"எல்லாத்துக்கும் ஒரு காலமும் நேரமும் இருக்குல்ல. அம்மாவும் அப்பாவும் காதலிச்ச காலத்துல இயக்கம் கேரளாவுக்கு கூட்டிட்டு போயி வாழ வெச்சுது. இப்போ அப்படி செய்ய முடியுமா அல்லி."

"என்னத்த காலமோ... என்னத்த நேரமோ... நம்ம ஜூனியர் பசங்களுக்கு இருக்குற தைரியம் கூட உனக்கு இல்லையே."

"ஐயாவுக்கு எதிரா நிக்க மனசு வரல. ஆனா அவரோட எந்த செயல்பாட்டுலயும் எனக்கு உடன்பாடில்லை."

"அதான் தெரியுமே. உன்னை மதிச்சு அவர் எதையுமே சொன்னதில்லன்னு."

"இருக்கட்டும். ஒரு நாள் இந்த மக்களுக்கு விடுதலை கிடைக்கும். அன்றைக்கு நாமும் சுதந்திரம் பெறுவோம்."

"மாமாவை அத்தை காதலித்து கை புடிச்சப்பவே, புரட்சிக்கு விதை ஊனியாச்சு. உனக்கு தான் இன்னமும் என் கையை புடிச்சுக் கூப்பிட்டுட்டுப் போற தைரியம் வரல."

"அப்பா விட்டுட்டுப் போன பள்ளத்தெரு குடிசையைத் தவிர, என்கிட்ட வேற என்ன இருக்கு அல்லி."

"உன்னுடைய சிந்தனை, உழைப்பு, உறுதியான கொள்கைப் பிடிப்பு, நேர்மை போதாதா நாம் வாழ. வேறென்ன வேண்டும் சொல்."

"இந்த மக்களின் விடுதலையை நாம் கண்ணால் பார்க்க வேண்டும் அல்லி."

"இன்றைக்கு என்னை அழைத்துக்கொண்டு போய்விடு.

பர்வதம் அத்தையின் இயக்க அலுவலகத்தில் என்னை விட்டுவிடு. அதன் பிறகு எது வந்தாலும், அவள் பார்த்துக்கொள்வாள்."

"ஆயிரம் ஆண்டுகளுக்கு முன் இந்த சதுர்வேதிமங்கலம் எரிக்கப்பட்ட வரலாற்றை நீ அறியாமலா இருக்கிறாய்?"

"ஆமாம்! அறிந்தே இருக்கிறேன்."

"சாதிய வேறுபாடுகளால் ஊர் பிராமணர்களின் சொத்துகள் முழுவதும் எரிக்கப்பட்டு அழிக்கப்பட்ட இந்த ஊர்தான், பின்னால் செம்பியன்மாதேவியால் புனரமைக்கப்பட்டு மீண்டும் கட்டி எழுப்பப்பட்டது என்ற கல்வெட்டு செய்தியும் இங்கு இருக்கிறது."

"ஆமாம் அல்லி! நம் பொருட்டு நம் தாய் தந்தையருக்கு நிகழ்ந்ததைப் போல இந்த ஊர், நம்முடைய மக்கள் மீண்டும் ஒருமுறை பாதிப்புக்குள்ளாவதை நான் விரும்பவில்லை."

"நீ அவநம்பிக்கையோடு பேசுகிறாய். நாம் கற்ற கல்வி, எடுத்த செயல், அத்தனை எளிதில் நம் மக்களை இழந்து விடுவோம் என்று நினைக்கிறாயா? நம் மக்களையே நமக்கு எதிராக திருப்பி முன்பு போல் விரட்டியடித்து விடுவார்கள் என்று நம்புகிறாயா?"

"சதுர்வேதிமங்கலமான இந்த செம்பியன்மாதேவி பட்டினம் சிவபெருமான் சாட்சியாக, நம் பொருட்டு ஒரு துளி இரத்தம் சிந்த நான் அனுமதிக்க மாட்டேன். மகாத்மா வழியில் நின்று போராடி, நம் மக்களை மீட்பேன்."

"கேட்பதற்கு நன்றாக இருக்கிறது. ஆனால் நம் இளமையை எண்ணிப் பார். எவ்வாறேனும் நாம் வாழ்வதற்கான வழியே இல்லையா?"

"அர்த்தமற்ற திருமணச் சடங்கில் எனக்கு விருப்பமில்லை அல்லி."

"நாம் சேர்ந்து வாழ்வதற்கு எனக்கு உடன்பாடுதானே. உன்னை ஒத்த கருத்துடையவள்தானே நானும். உன்னுடைய எல்லா கொள்கைகளுக்கும் முழுமையான சம்மதத்தை

கொடுத்து தூய்மையான என் காதலையும் கொடுத்தவள் இல்லையா நான்."

"ரகசிய இயக்கத்தில் இருப்பவர்களை மரணம் எப்பொழுதும் தழுவலாம் அல்லி. எனக்குப்பின் என் கொள்கைகளை முன்னெடுக்க, எனக்கு நீ தேவையாய் இருக்கிறாய்."

"என் அன்பிற்கு விலை வைக்கிறாயா? என் காதலைக் கொள்கைக்குப் பயன்படுத்துகிறாயோ? உன்னைப் போலவே நானும் வீரமரணம் எய்துவேன். முன்னதாக பர்வதமும் உன்னுடைய அப்பாவும் முன்னெடுத்த வாழ்வுக்கு நீ சாட்சியாக இருப்பது போல, நாமும் ஒரு வாழ்வை முன்னெடுப்போம். வருங்கால இளைய தலைமுறைக்கு, உன் தந்தையும் என் அத்தையும் வழிகாட்டியாக இருக்கிறார்கள். பல ஊர்களில் அவர்களுடைய பிரச்சாரத்தால் மனம் மாறியவர்கள் ஏராளம். ஆனால் கலப்பு திருமணங்கள் அதிகரிக்கவில்லை. சடங்கில்லாத வாழ்வு இன்னமும் துவங்கவில்லை. மதங்களில் இருந்து விடுதலை எவருக்கும் கிடைக்கவில்லை. இதன் பொருட்டே சொல்லுகிறேன், நீயும் நானும் சேர்ந்து வாழ்ந்து மக்களுக்கு சாதியிலிருந்து, தீண்டாமையிலிருந்து விடுதலையை பெற்றுத் தருவோம் வா."

முத்தையனும் அல்லியும் உறுதியாக இருந்தார்கள். பர்வதம் எங்கு இருக்கிறாள் என்று யோசிக்கத் தொடங்கினார்கள். சீனிவாசம் பிள்ளை மதிய உணவிற்குப் பின் முன்கட்டு ஊஞ்சலில் படுத்து ஆடிக்கொண்டிருந்தார். மாட்டுக் கொட்டகையைத் தாண்டி வைக்கோல்போருக்குப் பின்பக்கம் ஓடிய வாய்க்கால் கரையில் அமர்ந்து பேசிக்கொண்டிருந்த முத்தையனும் அல்லியும், தூரத்தில் கையை உயர்த்தி சிவப்புத் துணியை சுழற்றியபடி ஓடி வந்து கொண்டிருந்தவனைப் பார்த்தார்கள். அல்லிக்கு அப்பொழுது "அன்றிரவு ஏசு பிறக்கப் போகிறார்" என்று தெரியாது.

26

கச்சனம் கிராமத்திலிருந்து ஆத்தங்கரையில் மூன்று மைல் போனால் கொலப்பாட்டுக்கு முன்னாலேயே கொல்லம் பட்டறை ஒன்று இருந்தது. அறுப்பரிவாள், மண்வெட்டி, நீர் இறைக்கப் பயன்படும் சவுல், சகடை, வாளி, ஊஞ்சல் சங்கிலி, வாரித்தகடு, வளையம், கடப்பாறை, இரும்புக் கூடை, அரிவாள், அரிவாள்மனை, கத்தி போன்ற இரும்பு துத்தநாகம் சம்பந்தமான விவசாயக் கருவிகளை செய்து கொடுப்பதும், பழுது பார்ப்பதும், அந்தப் பட்டறையின் வேலை.

எல்லாக் கிராமங்களில் இருந்தும் மக்கள் அங்குதான் வந்து போவார்கள். சிறு தெய்வ வழிபாட்டிற்கான சூலம், வேல், கட்டாரி போன்றவையும் அங்குதான் அடித்துத் தரப்படும். சாலையிலிருந்து விலகி சிறிய பனைமரத்தைத் தாண்டினால், மூன்று மா நிலத்தில் பரந்து விரிந்திருந்த கொல்லம் பட்டறையில் இரண்டு மூன்று துருத்தி அடுப்புகளில் நெருப்பு கனன்று கொண்டிருந்தது. துவச்சல் போடுவதற்கு பாஷாணம், க்ரூடாயில், தண்ணீர் போன்றவை தகர பீப்பாய்களில் நிரப்பி வைக்கப்பட்டிருந்தன. பட்டறைக்காரர்கள் கவனமுடன் சுளுக்கிகளின் முனைகளைத் தயார் செய்து கொண்டிருந்தார்கள். கல்லாங்கழிகள், ஒரு பக்கம் வாய்க்கால் ஊறலில் இருந்து எடுத்து வரப்பட்டு, நன்றாகக் காய வைக்கப்பட்டு சுளுக்கிக்குத் தோதாக சிலபேர் தயார் செய்து கொண்டிருந்தார்கள். முனைகள் கூர் தீட்டப்பட்டு

கொக்கி வெட்டப்பட்டு, கல்லாங்கழிகளின் முனைகளில் பொருத்தும் வேலையை சிலர் செய்து கொண்டிருந்தார்கள். வேறு சிலர் அரிவாள் அடிப்பதற்கு இரும்புப் பட்டைகளைப் பழுக்கக் காய்ச்சி சம்மட்டியால் அடித்து வடிவம் தந்து கொண்டிருந்தார்கள்.

எல்லா சத்தமும் சேர்ந்து கலவையாக அன்பழகனைத் தொந்தரவு செய்தது. வாரித்தகடு அடிக்க, நாகத்தகடு ஏற்றிக் கொண்டுவந்து போட்டவனை, "இப்ப முடியாது. ஒரு மாசம் ஆகும். இன்னைக்கு ராவிக்குள்ள ஐம்பது அருவா, இருபத்தஞ்சு முப்பது சுளுக்கி எல்லாம் கொடுத்தாகணும். ஏற்கனவே ஐம்பது நூறுன்னு போயிருக்கு. இன்னைக்குள்ள கொடுக்கலன்னா வர்ற காசும் வராம போயிடும்."

"என்னண்ணே! குறவனுவோளுக்கு சுளுக்கி, வருஷத்துல ஒண்ணு ரெண்டு தான செய்வீங்க. இப்பல்லாம் அவனுவோளயும் இந்தப் பக்கம் பாக்க முடியலையே. அதுவும் எட்டடி பத்தடிக்கு செஞ்சி வெச்சிருக்கீங்க. அணில் குத்துறதுன்னா இருபது இருபத்தஞ்சி அடி வேணுமே", என்று அடுக்கிக் கொண்டே போனான்.

"அதெல்லாம் தெரியாதுப்பா. திருத்துறைப்பூண்டியில இரும்புக் கட ஆரம்பிக்கப் போறாங்களாம். டாட்டா கம்பெனியில மம்பட்டியும் கடப்பாரையும் செஞ்சி வருதாமே. இருப்பு சட்டியும், இரும்புக் கூடையும் அருவாவும் கூட கம்பெனியில் இருந்து வருதாமே."

"ஆமாண்ணே! நான் கூட பார்த்துருக்கேன். அருவாள்ல தொவச்சலும் இருக்காது. கறுக்கும் இருக்காது. புடியும் இரண்டு வெட்டுக்குத் தாங்காது. அதுதான் ஒசத்தி இரும்புன்னு விக்குறானுவோ."

"அத வாங்கிட்டு வந்து நம்மகிட்ட கறுக்கு ஏத்தி தொவச்ச போட்டு கருங்காலி மரத்துல கடஞ்ச புடிய போட்டுகிட்டா சோக்கா இருக்கும்பா."

"சரி அத வுடுங்க. இந்த சுளுக்கியையும் இதையும் யாரு காசு குடுத்து வாங்குறா?"

“அட நீ ஒண்ணு! காசாவது பணமாவது! மனுசனுக்கு வாழ்க்க முக்கியம்பா. வித்தா காசு விக்கலன்னா பேரு.”

“திருத்துறைப்பூண்டி இரும்புக் கடையில வெச்சி விக்கப் போறீங்களாக்கும்!”

“அத வுடுப்பா. நம்ம...” ரகசியமான குரலில் அன்பழகனிடம் ஏதோ சொன்னான்.

“எல்லாம் நல்லதுக்கான்னு தெரியல. நானும் பல வருஷமா பாத்துட்டன். இப்படியே இருந்து என்ன பண்ணப் போறோம். நாமளும் இருந்தோம், தின்னோம், செத்தோம்னு இல்லாம நம்ம மக்களுக்கு, நம்ம சாமிக்கு ஏதாவது செஞ்சிட்டுப் போவோம்” என்றான் அன்பழகன்.

அடுப்பிலிருந்து பழுக்கக் காய்ச்சி எடுத்த இரும்புப் பட்டையின் மேலே சம்மட்டி வேகமாக விழுந்தது. தீப்பொறிகள் பறந்தன. அடிக்கப்பட்ட வேகத்திற்கு இலகுவாய்ப் பட்டையை நகர்த்தி அரிவாளாக மாற்றிக் கொண்டிருந்தான் கொல்லன்.

அன்பழகன் எழுந்து போய் வண்டி மாட்டை அவிழ்த்துக்கொண்டு வாய்க்காலில் தண்ணி காட்டினான். வண்டியில் இருந்த வைக்கோலைப் பிரித்து மாடுகளுக்கு வைத்தான். கரையில் இருந்த மரத்தில் கட்டிப் போட்டான். மேற்குத்தி மாடுகள் இரண்டும் சாணி போட ஆரம்பித்தன. அன்பழகன் சட்டையையும் கைலியும் முண்டா பனியனையும் அவிழ்த்து சுருட்டி மரத்தின் கிளையில் செருகினான். தலையில் கட்டியிருந்த முண்டாசை அவிழ்த்து இடுப்பில் கட்டி அரைக்கால் டவுசரை அவிழ்த்து மரத்தின் மேல் போட்டான். வாய்க்காலில் இறங்கி அலர குளித்தான்.

தூரத்தில் கச்சனத்தில், சாமியார் மடத்தில் பூசைக்கான சங்கு ஊதப்பட்டது. சாமியார் மடம், வழக்கம்போல காளி உபாசனையில் ஈடுபட்டிருந்தது. பதினாறு கை, நீளமாகத் தொங்கிய நாக்கு, பிதுங்கி விரியும் கண்கள், பெரிய பெரிய முலைகள், தொடையும் வயிறும் மிகப்பெரியதாய், யோனியில் இருந்து பாம்பு ஒன்று படமெடுத்து வெளியில் வருவது போன்ற கருப்பும் சிவப்பும் கலந்த நிறத்தில், அச்சமூட்டும்

விதமாய் எருமைக் கடாவைக் காலில் மிதித்து, கபால மாலை அணிந்து, கைகளில் அரிவாள், கத்தி, இன்னபிற ஆயுதங்களோடு காளிமாதா அம்மணமாய்க் காட்சி தந்தாள்.

பத்து அடிக்கும் மேல் உயரம் கொண்ட சிலை எதிரே, மிகப்பெரிய நெருப்புக் குண்டம் எரிந்து திகிலூட்டியது. காளி உபாசகரான சாமியார், குண்டத்திற்கு நெய் ஊற்றி மந்திரங்களைச் சொல்லிக் கொண்டிருந்தார். சீரான இடைவெளியில் சங்கை ஒருவன் ஊதிக்கொண்டிருந்தான். மற்றொருவன் காண்டா மணியை ஒலிக்கச் செய்தான். பம்பை, உடுக்கை, தப்பு போன்ற வாத்தியங்களோடு எக்காளமும் கொம்பும் ஊதப்பட்டன. கையில் சலங்கையை வைத்திருந்தவள், அவ்வப்பொழுது அதை ஆட்டி ஒலி எழுப்பிக் கொண்டிருந்தாள். மண்டபம் முழுவதும் இருள் சூழ்ந்திருந்தது. குண்டத்தில் இருந்து கிளம்பிய புகையும் நெருப்பும் மண்டபத்திற்கு மேலே இருந்த சதுர வடிவிலான திறப்பின் வழியாக வானத்தை நோக்கிச் சென்றன. சூரிய வெளிச்சம், நேராக நெருப்புக் குண்டத்திற்கு மட்டும் கிடைத்தது. சாம்பிராணியின் வாசனை மண்டபம் முழுக்க பரவியிருந்தது. மண்டபத்தின் ஒரு மூலையில் ஆட்டுக் கிடா பலி கொடுக்க, கட்டப்பட்டிருந்தது.

சாமியார் மந்திர உச்சாடனத்தில் இருந்தார். திடீரென அருள் வந்தவராய் கைகள் இரண்டையும் உயர்த்தி,

"ஜெய் காளிமாதா!"

என கூக்குரலிட்டார். எல்லா வாத்தியமும் வேகமாக உச்சத்தில் முழங்கின. காளிமாதாவுக்கு தீப ஆரத்தியை பூசாரி காண்பித்தார். தட்டில் இருந்த குங்குமத்தை அள்ளிய சாமியார், குண்டத்தில் வீசி நெருப்பை தணித்தார். எல்லாரும் விழுந்து வணங்கினார்கள். எலுமிச்சம் பழமும் குங்குமமும் பிரசாதமாகக் கொடுத்தார். வாத்திய முழக்கங்கள் நிறுத்தப்பட்டன. நிசப்தம் நிலவியது. கையை ஊன்றி எழுந்து கொண்டவர், நேராக பலி கூடத்திற்கு அருகில் வந்து கையை நீட்டினார். தயாராய் வைத்திருந்த அரிவாளை அவருடைய கையில் கொடுத்தார் பூசாரி. ஆடு அவிழ்த்து விடப்பட்டது. தானாக ஓடிவந்து பலி பீடத்தின் மேலே வைக்கப்பட்டிருந்த அகத்திக் கீரையில்

வாயை வைத்தது. சாமியார் அரிவாளை அதன் கழுத்தில் இறக்கினார். இரண்டு துண்டாக வெட்டப்பட்ட ஆட்டின் தலை தரையில் விழுந்து, துடித்து நெருப்புக்குண்டத்தில் போய் விழுந்தது. மண்டபம் முழுவதும் கூடியிருந்தவர்கள்,

“ஜெய் மா காளி!

ஜெய ஜெய காளிமாதா!”

என முழங்கினார்கள். திரும்பிப் பார்க்காமல் சாமியார் நடந்து போய்விட்டார். கதவுகள் சாத்தப்பட்டன. ஆட்டின் உடல் அப்புறப்படுத்தப்பட்டது. ஆடு வெட்டிய அரிவாள் காளிமாதாவின் காலடியில் வைக்கப்பட்டது. மண்டபத்தை பூட்டி சாவியை இடுப்பில் செருகிக் கொண்டார் பூசாரி. சாமியார் உள் அறையில் நிர்வாகிகளிடம் பேசிக்கொண்டிருந்தார்.

சாமியார் மடத்திற்கு ஏராளமான சொத்துகள் இருந்தன. அவற்றை நிர்வகிப்பதுதான் சாமியாரின் முதல் வேலை. நிர்வாகிகள் எல்லாரும் போன பிறகு காரியதரிசியிடம் சாமியார் கேட்டார், “எப்பவும் அவ ஒருத்தி தான் கிடைப்பாளா?”

“ஆமாங்க சாமி. உங்க வேகத்துக்கு வேற யாரும் வர மாட்டங்குறாளுவோ.”

“என்னய்யா பேசுறீரு. எவ்வளவு குடுக்குறோம். எல்லாம் தாங்குறதுக்குத் தான.”

“சரிதான் சாமி. எல்லாத்துக்கும் ஒரு அளவு இருக்குல்ல. உங்களுக்கு வெறி ஏறிட்டா, கண்ணுமண்ணு தெரிய மாட்டேங்குது. அங்கயும் இங்கயும் கடிச்சு வச்சுருறீங்க. புண்ணு ஆறரதுக்கு பல நாள் ஆகுது. போன தடவ வந்தவளுக்கு அந்த இடத்துல கடிச்சு, நாய் கடிக்கு போடுற ஊசியப் போட்டுத்தான் சரிபண்ண வேண்டியிருந்தது.”

மௌனமாக சாமியார் அவனையே வெறித்துப் பார்த்தார். “இவ மட்டும் எப்படி?” என்ற ஒற்றை வரியில் சாமியாரின் விரக்தியை புரிந்து கொண்டவனாக, “இவ உங்களல்ல கடிச்சு வைக்குறா” என்றார் சிரிப்பை அடக்க முடியாமல்.

“அதானய்யா வேண்டாங்குறன்.”

“தங்கபஸ்பம் சாப்பிடுறதக் கொறச்சுக்கோங்க சாமி. அதுதான்

இத்தனைக்கும் காரணமுன்னு சொல்றாளுவோ. வெறப்பு எறங்கவே அரைநாள் ஆச்சுன்னா, எவளாலதான் தாங்க முடியும். மொளக் குச்சிய சீவி அடிச்சாப்புல இருக்குன்னு பயப்படுறாளுவோ. நாகப்பட்டினத்துக்கு பம்பாயிலிருந்து ரெகுலரா வர்றவ எல்லாருமே சாமியார் மடம்னா வேண்டான்னு சொல்ற அளவுக்கு உங்க புகழ் பரவியிருக்கு."

"அவளுவோ மட்டும் லேசு பட்டவளுவோன்னு நினைக்காத. எல்லாம் நாக்குக்கு கீழ எதையோ அதக்கிக்கிட்டு குதுர கணக்கா நம்மள உண்டு இல்லன்னு பண்ணிடுவாளுவோ."

"சாமி! ஒண்ணு சொல்றேன்னு தப்பா நினைக்காதீங்க. நம்ம டாக்டர், தங்கபஸ்பத்த தெனமும் சாப்பிட்டா மூத்திரப் பை சீக்கிரம் கெட்டுப் போயிடும்னு சொல்லிட்டார். உடனே நிறுத்தலன்னா இரத்தத்துல பாதிப்பு வருமாம். இந்தப் பழக்கத்த விட்டுறுங்க."

சாமியார் நீண்ட யோசனைக்குப் பிறகு, "சரிய்யா! இனிமேல் பஸ்பம் கிஸ்பம்லாம் வேண்டாம். செய்ற வரைக்கும் செஞ்சுட்டு செத்துப் போறேன்."

"உங்க வாயில இருந்து அமங்கலமான சொல் எதுக்கு சாமி. ஏற்கனவே நாலு ஊரு ஆளுங்க உங்களக் குறி வைச்சுட்டாங்க. எல்லா ஊர்லயும் நீங்க கை வச்சிட்டீங்க. இந்த பிரச்சனை பெருசாப் போய்க்கிட்டு இருக்கு. இன்னைக்கோ நாளைக்கோ நேரம் பாத்துக்கிட்டு இருக்காங்க. எத்தனை நாளைக்குத்தான் பாதுகாப்போட வெளியில போயிட்டு வர முடியும்?" என வருத்தப்பட்டான் காரியதரிசி.

"என்னயப்பத்தி வுடுயா. நான் கவலப்படுறதெல்லாம் காளிமாதாவுக்கு பூஜ நின்னுச்சுன்னா இந்த ஊர் அழிஞ்சு போயிடும். அதுக்குத்தான்யா இத்தனையும்."

காரியதரிசி முணுமுணுத்துக் கொண்டான். "உள்ள எல்லாம் தயாரா இருக்கு", என்றவன் அவருடைய பதிலுக்கு காத்திராமல் வெளியேறினான்.

சாமியார் எழுந்து மேலே போர்த்தியிருந்த துண்டை உதறி சட்டத்தில் போட்டார். இடுப்பு வேட்டியை அவிழ்த்தார்.

கோவணம் அவிழ்த்து உதறி சட்டத்தில் போடப்பட்டது. முழு நிர்வாணமாய் நின்ற அவருக்கு மெல்லிய வாசனை உள் அறையில் இருந்து வந்தது. மெதுவாக நடந்து அறைக்குள் நுழைந்தார். அங்கே கனமான கதவு ஒன்றினை சாத்தி தாளிட்டு பக்கத்தில் இருந்த மெயின் சுவிட்சை மேலே தூக்கி விட்டபடி, நடு அறைக்கு வந்து நின்றார். தயாராய் இருந்தவள் சிரித்துக்கொண்டே விபூதியைக் கையில் அள்ளி சாமியாரின் உடல் முழுவதும் பூச ஆரம்பித்தாள். மார்பு, வயிறு, இரண்டு கைகள் என பூசிக்கொண்டு வந்தவள் ஆண் உறுப்பைக் கையில் ஏந்தி முத்தமிட்டாள்.

வெளியேறிய காரியதரிசி மடத்தின் குளத்துக்கு அருகில் இருந்த படிக்கட்டில் அமர்ந்து, குளத்து மீன்களுக்கு அரிசிப் பொரியை அள்ளித் தூவினான். சடசடவென கெண்டைக்கால் அளவுள்ள நூற்றுக்கணக்கான மீன்கள் படித்துறையைத் தாண்டி அவன் கைகளில் விழுந்து மீண்டும் தண்ணீருக்குள் நீந்தி மறைந்தன. ஒருசில மீன்களுக்கு மூக்குத்தி போடப்பட்டிருந்தது. குளத்தின் கரையில் சந்தனம் அரைத்துக் கொண்டிருந்தவள் எழுந்து, அவன் அருகில் வந்து அமர்ந்தாள்.

“எல்லாக் காரியமும் கச்சிதமாகச் செய்து வைத்திருக்கிறோம். உங்களுடைய ஒத்துழைப்பு இருந்தால் போதும்.”

“என்ன செய்யணும்னு சொல்லுங்க.”

“நீங்க எதுவும் செய்ய வேண்டாம். வழக்கம்போல நாளைக்கு மதியம் ஒருத்திய நாங்க அனுப்புறோம். அவள மட்டும் கூட்டிட்டுப் போயி வுட்டா போதும்.”

“வெளியில சுத்தமா அவுத்துப் பாத்துதான் உள்ள அனுப்புவாங்க.”

“தெரியும்.”

“எப்படி?”

“அத நாங்க பாத்துக்குறோம்.”

“ஏதாவது தப்பாச்சுன்னா, என் உயிரு என்னோடதுல்ல.”

“நீங்க நாளைக்கு ஒருத்தி வருவான்னு மட்டும் சொல்லிட்டுக் கிளம்பிடுங்க. நாகப்பட்டினம் போயி கிளப்புல சீட்டு ஆடுங்க.

சேதி வந்ததும் நேரா ஸ்டேஷனுக்குப் போயி புகார் எழுதிக் குடுத்துருங்க. உங்க மேல எந்த சந்தேகமும் வராம நாங்க பாத்துக்குறோம்."

"என்ன விஷயமாப் போகணும்னாலும் சாமியாரோட அனுமதி வேணும்."

"இப்ப நேரா உள்ள போங்க. அவசரமான சேதின்னு சொல்லுங்க. அவருக்கு இருக்குற அவசரமான நிலைமையில சரின்னு சொல்லிடுவாரு."

காரியதரிசி மௌனமாக அமர்ந்திருந்தான். அவள் மெல்ல அவனுடைய கைகளைப் பற்றினாள். எழுந்து கொண்டவன் தண்ணீரில் இறங்கி கைகளைக் கழுவி முகத்தை அலம்பிக் கொண்டு சாமியார் மடத்தை நோக்கி நடந்தான். உள்ளுக்குள் அவள் நினைத்துக்கொண்டாள், "கையைக் கழுவி விட்டால் சந்தனத்தின் வாசனை போய் விடுமா என்ன."

வாசக்காவல் காரியதரிசிக்கு வணக்கம் சொல்லி உள்ளே விட்டான். மெதுவாக நடந்து வாகன மண்டபங்களைத் தாண்டி நூலக அறைகளில் நுழைந்து, கஜானா இருந்த கூடத்திற்குள் வந்து நின்றான். சுற்றிலும் கணக்கு எழுதி கொண்டிருந்தவர்களிடம் சிறிது பேசிவிட்டு, அடுத்த கட்டுக்கு நடந்தவன் வலது பக்கம் திரும்பி வெள்ளிக்கவசம் போட்டிருந்த கதவைத் திறந்து கொண்டு அங்கே நின்றிருந்த காவலனிடம், "மெய்க்காவலை, உள்துறை மணியத்தைப் பார்க்க வேண்டும்" என்று சொன்னான். உள்துறை மணியமும் மெய்க்காவலும் வெவ்வேறு அறைகளில் அலுவல் பார்த்துக் கொண்டிருந்தார்கள். காரியதரிசி இருவரையும் தனித்தனியே சந்தித்துப் பேசினான். பின்னர் உள்கட்டு கதவு திறக்கப்பட்டது.

காரியதரிசி உள் நுழைந்தவுடன் கதவு சாத்தப்பட்டு பூட்டப்பட்டது. உள்ளே சென்றவன் நாய்களைப் பார்த்து கையசைத்தான். அவை கூண்டுக்குள் போய் அமர்ந்து கொண்டன. மின்சாரம் துண்டிப்பதற்கான காரியத்தைச் செய்தான். கதவு தானாகத் திறந்து கொண்டது. உள்ளிருந்து மகிழம்பூ நறுமணம் மெல்லியதாக வந்தது. தொண்டையைக் கனைத்துக் கொண்டு உள்ளே சாமியாரும் அவளும் ஈடுபட்டிருந்த லீலையைப் பார்த்தான்.

சாமியார் அவளிடம் ஆக்ரோஷமாக நடந்து கொள்ளவில்லை. அவள்தான் சாமியாரை பாடாய்ப் படுத்திக் கொண்டிருந்தாள். ஆணுறுப்புக்குப் பக்கத்தில் தொடையை அழுத்தமாகக் கடித்தாள். துடித்துப்போன சாமியார், திரும்பி கதவுக்கு வெளியில் இருந்த காரியதரிசியைப் பார்த்துக் கையசைத்தார்.

உள்ளே போனவன், "நாளைக்கு இருபத்து நான்காம் தேதி கோர்ட்டுல கேசு. பத்து வாய்தாவுக்கு அப்புறம் நேரில் வரச்சொல்லி ஜட்ஜு உத்தரவு போட்ருக்காரு. உங்களால வரமுடியாதுன்னும், உங்களுக்குப் பதிலா யாரையாவது பரிந்துரைக்கச் சொல்லி உள்துறை மணியம் சம்மன்ல பேர் எழுதி வாங்கிட்டு வரச் சொன்னாரு. இன்னைக்கு கோர்ட்டு நேரத்துக்குள்ள குடுக்கலன்னா உங்க பேர்ல பிடிவாரண்டு போட்ருவாங்களாம்."

இவர்கள் பேசிக் கொண்டிருந்தபோதே அம்மணமாய் இருந்த சாமியாரின் உறுப்பு அவளால் சுவைக்கப்பட்டுக் கொண்டிருந்தது. அதில் மெய் மறந்து போன சாமியார் கண்களை மூடிக்கொண்டு, நீட்டிய காகிதங்களில் கையெழுத்துப் போட்டார்.

"நாளைக்கு உங்களுக்கு ஒருத்தியை அனுப்பி வைக்குறன்" என்று சொன்னவன், அவருடைய பதிலுக்காகக் காத்திருந்தான்.

அவளுடைய செய்கையில் சொக்கிப் போயிருந்த சாமியார், "நீயே கோர்ட்டுக்குப் போ" என்று சொல்லி அவனிடம் சைகை காண்பித்தார்.

வெளியில் வந்தவன் கதவை சாத்தி நாய்களை அவிழ்த்து விட்டு உள்துறை வழியாக மடத்தில் இருந்து வெளியேறினான். தயாராக இருந்த வில் வண்டியைப் பூட்டி கீழ்வேளூரை நோக்கிப் பயணப்பட்டான்.

மிகுந்த உற்சாகத்தில் இருந்த சாமியார், அவளை வழக்கத்திற்கு அதிகமாய் சுகித்து மகிழ்ந்தார். குளிரூட்டப்பட்ட அறையின் சுவர்களுக்கு வேர்க்கத் துவங்கியது.

27

விடியற்காலை. திருவாரூர் இரயில் நிலையத்தில் பெரிதாகக் கூட்டம் ஒன்றும் இல்லை. தஞ்சாவூரில் ஏற்றப்பட்ட பேப்பர் கட்டுகள் கீழே இறக்கிப் போடப்பட்டன. நான்கு ஐந்து பெண்கள் பொதுப் பெட்டியிலிருந்து இறங்கி தண்ணீர் குழாய் அருகே கூடினார்கள். முகத்தை அலம்பித் துடைத்துக் கொண்டு பிளாட்பார பெஞ்சில் அமர்ந்து கொண்டார்கள். தோளில் பெரிதாக ஒரு பையை தொங்கவிட்டுக் கொண்டு வந்தவனின் வலது கையில், டிரம் டீ கேன் இருந்தது. அவர்களுக்கு அருகில் வந்தவன், நின்று கிளாசை கழுவி டீயை பிடித்து அவர்களுக்குக் குடிக்கக் கொடுத்தான். அவர்கள் ஒருவரை ஒருவர் பார்த்துக் கொண்டார்கள். டீயை உறிஞ்சிக் குடித்த அவர்கள் கிளாசை எடுத்துக்கொண்டு போய்க் கழுவி, அவனிடமே திருப்பிக் கொடுத்துவிட்டு முந்தானையில் முடிந்து வைத்திருந்த கால் ரூபாய் காசை அவிழ்த்துக் கொடுத்தார்கள். காசை வாங்கியவன், காதில் செருகிக்கொண்டு சற்று நேரம் அவர்களையே பார்த்துக் கொண்டு நின்றுவிட்டான். முகம் தெரியாதவர்களாக இருந்தாலும் அவனுக்கு அவர்கள் பரிச்சயமானவர்கள் தான். வழக்கமாக நாகப்பட்டினம் போகக் கூடியவர்கள் எதற்காக இங்கு வந்திருக்கிறார்கள் என்று சந்தேகப்பட்டான்.

சிறிய வயதுடைய வாலிபனான அவனை, அவர்கள் கிண்டல் செய்து தங்கள் மொழியில் பாடல் ஒன்றைப் பாடி சிரித்தார்கள்.

"அதெல்லாம் இருக்கட்டும். எங்க இவ்வளவு தூரம்?"

ஒருத்தி அவனிடம், "எல்லாம் மாமனப் பாக்கத்தான்" என்றாள்.

"மாமன் தொறந்து போட்டா வெச்சிருக்கான். கண்ட கழுதைக வந்து பாத்துட்டுப் போறதுக்கு."

"தொறந்து போட்ருந்தா, நாங்க எதுக்கு வரப்போறோம். அந்தா! அந்த காக்காவே கொத்திட்டுப் போயிடாதா."

"கிண்டலுக்கு ஒண்ணும் கொறச்சல் இல்ல. நாகப்பட்டினத்துல ஆடுற காலுக்கு திருவாரூருல என்ன வேல."

"இங்க ஆடுனா பாக்க மாட்டீங்களா?" என்றவள் மாரைச் சிலுப்பினாள்.

"ஏய்! ச்சீ... ச்சீ... ச்சீ... காலையிலேயே கருமம் கருமம்."

தூக்கி கட்டிய பாவாடையைக் கீழே இறக்கி விட்டாள். அவளது தொடையில் போடப்பட்டிருந்த பெருக்கல் குறியின் வழியாக அவனுக்கு ஏதோ புரிந்தது. அடுத்த நிமிடம் பேப்பர் கட்டைப் பொறுக்கிக் கொண்டிருந்த பாப்பாத்தியைக் கை காட்டினான். மூவரும் அவன் தாவாங் கட்டையையும் ஆண்குறியையும் உருவி முத்தமிட்டுவிட்டு, பிளாட்பாரம் அதிர பாப்பாத்தியை நோக்கி நடந்து போனார்கள்.

"வாங்க! இவ்வளவு தூரம்!"

"இப்பதான் வழி தெரிஞ்சது."

"ஸ்டேஷனுக்கு வெளியில கூட்டிட்டுப் போவ ஆள் வந்திருக்கு", என்று சொல்லிக்கொண்டே ஒரு போஸ்டரை உருவி இரண்டாகக் கிழித்து நிலக்கடலை கொடுக்கச் சுருட்டுவது போல் சுருட்டி ஒருத்தியின் தலைக் கொண்டையில் தாழம்பூவாய் செருகிவிட்டாள்.

மூவரும் இரயில்வே ஸ்டேஷனில் இருந்து வெளியில் வந்தார்கள். குதிரை வண்டிக்காரன் மெதுவாக அவர்களுக்கு

சைகை காட்டினான். மூவரும் வண்டியில் ஏற, வண்டி கடைத்தெருவைத் தாண்டி திருவாரூர் - நாகப்பட்டினம் ரோட்டில் நுழைந்தது.

வழியில் ஒரு தென்னந்தோப்பில் மூவரையும் இறக்கிவிட்டு விட்டு வண்டி திரும்பிச் சென்றது. தோப்பில் இறங்கியவர்கள் ஒன்றாகக் கூடி நிற்காமல் ஆளுக்கொரு பக்கமாய் நடக்கத் துவங்கினார்கள். தெற்குப்பக்கமாக வரப்பில் தனித்தனியாக நடையைக் கட்டியவர்கள், பதின்மூன்று மைல் நடக்க வேண்டும் என்பதை அறிந்தே வைத்திருந்தார்கள். அலிவலம் வழியாக வயலில் இறங்கியவர்கள், நித்தியகல்யாண பெருமாள் கோவிலைத் தாண்டி நடந்தார்கள். வழியில் எதிர்ப்பட்ட கடுவனாறு, வெள்ளாறு, குதிரைவீரனாறு போன்றவற்றைத் தாண்டி தப்பலம்புலியூர் வரதராஜ பெருமாள் கோவிலுக்குப் பின்னால் கரையேறினார்கள். குளத்தில் குளித்துவிட்டுக் கோவிலுக்குப் போனவர்களுக்கு பிரசாதம் தயாராய் இருந்தது. புளியோதரையும் மிளகு வடையும் கொடுத்து பட்டர் உபசரித்தார்.

“ஏன் சாமி! கோவிலுக்கு உள்ளயே விடமாட்டீங்க. எங்களயெல்லாம் வாசல்லயே தொரத்தி வுட்டுடுவீங்க. இன்னைக்கு சோறெல்லாம் போடுறீங்க”, என்று கேட்டாள் ஒருத்தி.

“இன்னைக்குப் பெருமாளுக்கு திருக்கல்யாணம். வருஷத்துல ஒரு தடவை தான் மார்கழி திருவாதிரையில் ஆண்டாள் நாச்சியாரைப் பெருமாளோடு சேர்த்து ஊஞ்சலில் வைத்து உற்சவம் பண்றது இந்த கோவிலோட வழக்கம். அப்படி செய்யுற உற்சவத்துல இன்னைக்கு மட்டும், துலுக்கநாச்சியாரோட நாள். எல்லாரையும் கூப்பிட்டு விருந்து படைக்கிறது இந்த ஊரைச் சுத்தி நிலம் வெச்சிருக்கிற மரைக்காயரோட மண்டகப்படி. நம்ம பாப்பாகோவில் மரைக்காயர் கூட இதுக்காக செலவு பண்றார் தெரியுமோல்லியோ.”

“என்னமோ சாமி. பசி போனா சரி.”

தொன்னையில் வைத்து நெய் ஒழுக அக்கார அடிசிலைக் கையில் தூக்கி தொட்டு விடாமல் கவனமாகப் போட்டார்.

மூவரும் இரண்டு கைகளையும் ஏந்தி பெற்றுக் கொண்டார்கள். ஊஞ்சலில் பெருமாளும் துலுக்கநாச்சியாரும் ஆண்டாளும் அருகருகே இருந்து சேவை தந்தார்கள்.

செவ்வாய்க்கிழமையான இன்று இப்படி ஒரு சாப்பாடு கிடைக்கும் என அவர்கள் நம்பவில்லை. அங்கிருந்து புறப்பட்ட அவர்கள் கல்யாணசுந்தரபுரத்து பரசேரியில் கரையேறினார்கள். அங்கே தங்காமல் தொடர்ந்து நடந்து கொலப்பாட்டை நோக்கி வந்தவர்கள், வழியில் விஞ்சியூர் தென்படவே தங்களின் ஆட்கள் எவரேனும் இருக்கிறார்களா எனப் பார்ப்பதற்காக, களத்துக்குப் பக்கத்தில் அடர்ந்திருந்த இலுப்பைத் தோப்பில் ஆசுவாசப்படுத்திக்கொண்டு உட்கார்ந்துகொண்டார்கள்.

செல்வி வளர்த்த நாய்க்குட்டி தாமரையைச் சுற்றிச் சுற்றி வந்து குரைக்க ஆரம்பித்தது. நேரம் ஒரு பதினொன்றரை இருக்கலாம் என நினைத்தாள். முதல்நாள் இரவு அவளுக்குக் கொடுக்கப்பட்டிருந்த வேலையின் நினைவு வந்தவளாகக் கையை உதறினாள். தாமரை ஐந்து மைல் மணலூருக்கு நடக்க வேண்டும். வெயில் உச்சியைக் தொடவில்லை. "ஏட்டி! இந்த குஞ்சி குளுவானுவளப் பாத்துக்க. அந்தி சாயும் போது அடச்சி வுட்டுடு. நான் வர நேரமாயிடும். செல்விய தாத்தா பாத்துக்குவாரு", என்று சொன்னவளின் கால்கள் நிற்காமல் ஓட்டமும் நடையுமாக மணலூரை நோக்கி ஓடின. வழியில் இருந்த குளத்தைத் தாண்டி வயல்வரப்புகளில் விழுந்து தன்னலப்பாடி பரசேரியில் ஏறினாள். அங்கே இருந்து கிளம்பியவள் வீரங்கோவில் மேட்டில் போய்தான் மூச்சு விட்டாள். கோவிலுக்கு அவள் வந்துவிட்டதைச் சொல்லும் விதமாக அங்கிருந்த விளக்கை எரியவிட்டு, மேலே தொங்கிக்கொண்டிருந்த காகிதக் கூண்டினை இறக்கி, அதில் இருந்த மெழுகுத்திரியை ஏற்றி வைத்தாள். ஊதா நிறத்தில் இருந்த காகிதக்கூண்டு எரிந்த மெழுகுத்திரியால் சூடாக்கப்பட்டு காற்றில் மெல்ல மெல்ல மேலே எழுந்தது.

வீரங்கோவிலில் இருந்து மேலே பறந்த ஊதா நிறக் கூண்டை யார் பார்த்தார்களோ தெரியாது, விஞ்சியூரில் இருந்த அந்த மூன்று பேரும் பார்த்தார்கள். அந்தத் திசையை நோக்கி நடக்கத் துவங்கினார்கள். கண்ணுக்கு வீரங்கோவில் திட்டு தெரிந்தவுடன்

மூவரும் ஒருவர் பின் ஒருவராக வரப்பில் வேக வேகமாக நடந்தார்கள். தூரத்தில் மூன்று பேர் வருவதை மரத்தின் மேலே இருந்து பார்த்த தாமரை, மேலே பறந்து கொண்டிருந்த ஊதா நிறக் காகிதப்பையைக் கையில் வைத்திருந்த கவணில் சிறு கல்லைப் பொருத்தி அடித்து வீழ்த்தினாள். யாரும் பார்த்திராத பொழுதில் அது நடந்தது என்று அவள் நினைத்துக்கொண்டாள். சொல்லப்பட்ட விஷயங்களைத் தாண்டி எதையும் அவள் யோசிப்பாள் இல்லை.

மூவரும் வீரங்கோவில் திட்டில் ஏறியவுடன் தாமரையைப் பார்த்துக் கும்பிட்டார்கள். சுற்றும் முற்றும் பார்த்தவள் குனிந்து கணுக்காலில் உரசிய பாவாடையைத் தூக்கி இடுப்பில் செருகினாள். மூவரில் ஒருவர் கைகளைப் பின்னந்தலையில் கட்டி, இடுப்பை ஒடித்து நின்று இடது காலை முன் வைத்து ஒரு சுற்று சுற்றி வருவதற்குள் அரை வட்டமாய் நிலத்தில் அரிவாள் வரைந்து காட்டப்பட்டது. தாமரைக்குப் புரிந்து போனது. அவர்களைக் கட்டி அணைத்தாள். தலைச்சுமையாக எதையும் கொண்டுவரவில்லை. அடிவயிற்றில் கட்டப்பட்டிருந்த பையை எடுத்து மூவரும் ஒருவருக்கொருவர் பரிமாறிக் கொண்டார்கள். அங்கே யாரும் எதுவும் பேசிக்கொள்ளவில்லை. “கொலப்பாட்டுக்கு போறதுக்கு முன்னாடி நாலுபேருமே பிரிஞ்சிடணும்”, என செய்கையில் சொன்னாள் தாமரை.

புரிந்து கொண்டவர்கள், கொலப்பாட்டின் கொல்லன் பட்டறையில் புகைச்சல் கண்ணுக்குத் தெரியும் வரை சேர்ந்து போவது என முடிவெடுத்தார்கள். வீரங்கோவில் திட்டில் அடுத்த சமிஞ்கைக்காகக் காத்திருக்கத் தொடங்கினார்கள். ஒருத்தி மட்டும் இடதுபக்க கடவாய்ப் பல்லுக்கு முந்தையப பல்லைத் திருகிக் கழற்றினாள். உள்ளே மெல்லிய ஊசி போன்றதொரு உலோகம் இருந்ததை தாமரை ஆச்சரியத்தோடு பார்த்தாள். ஊசியை லேசாக இழுக்க அது சேவல் சண்டையில் சேவல்களின் கால்களில் கட்டப்படும் கத்தியை ஒத்த வடிவத்திற்கு மாறியது.

“ஆத்தாடி! இது என்ன அதிசயமால்ல இருக்கு. பாஷாணம் பல்லுல பட்டா விஷமுன்னு சொல்லுவாங்க. இங்க பல்லே... பாஷாணமால்ல இருக்கு”, என்று கை விரல்களை நொடித்தாள்.

தாமரையின் வாயைப் பொத்தியவள் கண்களால் ஜாடை காட்டினாள். வலதுகை விரல்கள் இரண்டையும் சேர்த்து அந்த கத்தியை மறைத்துப் பிடித்துக் காண்பித்தாள். வீரங்கோவில் திட்டில் முளைத்திருந்த வாழைக்கட்டையைக் கையை வைத்து ஒரு சுற்று தடவியவள், கையை எடுத்தவுடன் இரண்டாகப் பிளந்து கீழே சாய்ந்தது. சாய்ந்த கட்டையில் இருந்த நான்கு வாழை இலைகளையும் வெட்டி, வாய்க்காலில் கழுவி, சுருட்டி எடுத்துக் கொண்டாள். திரும்பவும் கத்தியை அலசி மடக்கி மேல் தாடையில் பொருத்திக்கொண்டாள். கொண்டு வந்திருந்த பச்சரிசி அவல், அரிசிப் பொரி, பொட்டுக்கடலை, மாங்காய்த்துண்டு, எலுமிச்சை சாறு, அச்சுவெல்லம் எல்லாவற்றையும் ஒன்றாய்க் கலந்து இலையில் மடித்து, ஒவ்வொருவருக்கும் ஒரு பொட்டலத்தைக் கொடுத்தாள்.

“இதென்ன?”

“எத்தன நாழி சோறு தண்ணி இல்லாமக் கெடப்போம்னு தெரியாது. பசிச்சா சாப்பிட்டுக்கோங்க.”

தாமரை வீரங்கோவில் திட்டில் குட்டையாய் வளர்ந்திருந்த தென்னை மரத்திலிருந்து நீள நீளமான காய்களைப் பறித்து கல்லில் அடித்து மட்டையை உரித்தாள். ஒவ்வொரு காயாக உரித்தப் பிறகு தேங்காயை இரண்டாக உடைத்து தண்ணீரை அவர்களுக்குக் குடிக்கக் கொடுத்தாள். தேங்காயைக் கீறி அசை போட்டுக்கொண்டு இருந்தவர்களுக்கு, தூரத்தில் கரும்புகை நிறம்மாறி ஊதாவாகப் புகைவது தெரிந்தது. ஆட்டக்காரங்க அடுப்பு பத்தவச்சுட்டாங்க. வாங்கடி போவோம் என நால்வரும் கிளம்பினார்கள்.

கொலப்பாட்டிலிருந்து கச்சனத்திற்குப் போகும் வழியில் வயலில் கொட்டகை போட்டு “அரவான் களப்பலி” நாடகம் நடந்துகொண்டிருந்தது. அன்று ஒன்பதாம் நாளாக மதிய வேளையில் ஒத்திகை பார்த்துக் கொண்டிருந்தார்கள். நால்வரும் அங்கு போய்ச் சேர்ந்ததும், வாத்தியார் அவர்களை முகமன் கூறி வரவேற்றார்.

கோவிந்தராஜுலு நாயுடு ரெங்கவிலாச தொலைபேசியில் நீண்ட நேரம் பேசிக்கொண்டிருந்துவிட்டு, காரியதரிசியை அழைத்து,

“போனவனுவோ ஏதாவது சேதி சொல்லி வுட்ருக்கானுவோளா?” எனக் கேட்டார்.

காரியதரிசி, ரெங்கவிலாசத்தின் மூத்த அனுபவசாலி. குஞ்சிதபாதம் குனிந்து, ரகசியமான மொழியில் “காலையில திருவாரூர்இரயிலடியில மூணுபேர்வந்து இறங்கியிருக்காளுவோ. ராசாங்கம் தரங்கம்பாடிக்கு போயிருக்கான். சாமியார் மடத்துக் கேசு இன்னைக்கு நாகப்பட்டினம் கோர்ட்டுல டிரயலுக்கு வருது. பர்வதம் பள்ளத்தெருவுல கூட்டம் போட்ருக்கா. சுகுமாரன் கிளப்புக் கடை ஐயரோட பேசிட்டு இருக்கார். சீனிவாசம் பிள்ளையும் ஆய்மூராரும் ஊர்லதான் இருக்காங்க. ராமையா ராத்திரி கூட்டத்துக்கு திருவாரூருக்குப் போகப்போறான். நேத்தி அன்பழகன கொலப்பாட்டுல பாத்ததா சொல்றாங்க. மரைக்காயர் பண்ணை நிலவரம் ஒண்ணும் சரியில்லையாம். உங்களப் பாக்க வருவதா சொல்லி இருக்காரு. சோமசுந்தரம் பணம் கொடுத்து அனுப்பியிருக்காரு. ஆள் திரட்டுறதுக்கு எவ்வளவு வேணும்னாலும் கொடுக்குறதா சொல்றாரு. வெளியில பேர் வராம பாத்துக்கணுமாம். மாயவரம் கிட்டப்பாவும் திருத்துறைப்பூண்டி எம்.எல்.ஏ -வும் அண்ணாதுரையைப் பாக்க மெட்ராசுக்குப் போயிருக்காங்க. நாகப்பட்டினம் எம்.எல்.ஏ ஊருல தான் இருக்காரு. லூர்துசாமி இன்னைக்குள்ள கண்டுபிடிக்கிறதா சொல்லியிருக்காரு. ஊருக்குள்ள நடமாட்டம் பெருசா இல்ல. “அரவான் களப்பலி” நாடகத்தைத் தவிர வேற எதுவும் விசேசமில்லை”, என்று முடித்துக்கொண்டார்.

பொறுமையாகக் கேட்டுக் கொண்ட நாயுடு, “ஆளுவோ எத்தன பேரு?” என்று குஞ்சிதபாதத்தைப் பார்த்தார்.

“ஒவ்வொரு பண்ணைக்கும் பத்துப் பேர் காவல். அது இல்லாம அறுப்பு வயலுக்கு ரெவ்வெண்டு பேரு. களத்து மேட்டுக்கு மூணு பேரு. ஒவ்வொரு ஊரையும் சுத்தி வளச்சு இருபது பேர். மொத்தமப் பாத்தா பத்து ஊருக்கும் சேத்து அறுநூறு பேராவது தேறும். பறத் தெரு ஆளுவோள பள்ளத்தெருக்குள்ள விட மாட்டாங்க. அதனால நமக்குக் கவலையில்ல. தனித்தனியாப் பாத்துக்கலாம்”, என விவரித்தார்.

கோவிந்தராஜுலு தொண்டையைக் கனைத்துக் கொண்டு, “ஏதாச்சும் நடந்துட்டா பாதுகாப்புக்கு வக்கீல் சொல்லி வச்சிருக்கா?”

“ஆமாங்க, மேல்கோர்ட்டுக்கும் சொல்லியிருக்கு; கீழ்கோர்ட்டுக்கும் சொல்லியிருக்கு.”

“சரிய்யா! ரெங்கவிலாசத்தச் சுத்தி இராமநாதபுரத்தானுவோ ஒரு நாப்பது பேர பலமா போட்டுடு.”

“சரிங்கய்யா”, என்று சொல்லிவிட்டு குஞ்சிதபாதம் வெளிக்கட்டுத் திண்ணைக்கு வந்தார். ஏற்கனவே அங்கு இரண்டு மூன்று பேர் அவருடைய வருகைக்காகக் காத்திருந்தார்கள். அதில் ஒருவர் பொறையாரு பஸ் கம்பெனி மேனேஜர்.

“சொல்லுங்க, என்ன விஷயம்?”

“எல்லாம், நம்ம ரூட்ல ஓடுற பஸ்சுங்க அடிக்கடி பஞ்சராவுது. ரோடு சரியில்ல. சரியான நேரத்துக்கு டிரிப்பு எடுக்க முடியல. இதுல வேற கைகாட்டுற இடத்துல எல்லாம் நிறுத்தணும்னு சொன்னா டீசல் தான் வீணாப் போகுது. எல்லாரையும் உக்கார சொல்லக் கூடாதுன்னு பிரச்சனை வேற பண்றாங்க. பெரியபிள்ளை வீட்டுல, உங்க கிட்ட சொல்லி கண்டிச்சு வைக்கச் சொன்னாங்க.”

குஞ்சிதபாதம் சிரித்துக்கொண்டே, “பஸ்ச... தகரம் வெச்சு தடுத்துப்புடுங்க. பின்னாடி ஏர்றவனுவோ நின்னுகிட்டே வரட்டும். முன்னாடி ஏர்றவனுவோ உக்காந்து போனாப் போதாதா?” என்றார் கிண்டலாக.

வந்திருந்த மேனேஜர், “ரோடு இன்ஸ்பெக்டர் அதுக்கெல்லாம் சரின்னு சொல்ல மாட்டானே”, என்றார் பாவமாக.

“சரி. நான் கூப்பிட்டுச் சொல்றன். இனிமே இந்த பிரச்சனை வராமல் பாரத்துக்குறன். நம்ம ஆளுவோ யாராவது கையக் காட்டுனா நிறுத்தாமப் போயிடப் போறான். அந்த பாண்டியன் பய மேல ஒரு கண்ணு வச்சுக்கோங்க. அவனோட போக்கு சரியில்லை.”

“ஆமாங்க! அவன் உள்ளயே தொழிற்சங்கம் ஆரம்பிக்கணும்னு கொடி பிடிக்கிறான்.”

“பெரியபிள்ளை கிட்ட சொல்லி வைக்கிறன். ஏதாவது ஒரு கேசுல தூக்கி உள்ள போட்டுருவோம்.” என்று சொல்லி விட்டுக் கிளம்பினார். வழக்கம்போல ரெங்கவிலாசம் பரபரப்பானது.

28

"மரணம் எங்கிருந்து கிடைத்தாலும் சாஸ்வதமே", என்று நினைத்துக் கொண்டாள். உடல் எடை கூடிக் கொண்டே போனது. ஒவ்வொரு நாளும் அவனைப் பற்றிய நினைவு அவளைத் தின்று கொண்டிருந்தது. எப்படியும் இன்றைய பொழுதுக்குள் அவன் வந்துவிடுவான் என எதிர்பார்த்துக் காத்திருந்தாள். காத்திருப்பு, ஒரு மிகப் பெரிய போராட்டமாக மாறும் என்று அவளுக்கு அப்போது தெரிந்திருக்கவில்லை. குழந்தைகள் தெருவில் காத்தாடி விட்டுக் கொண்டிருந்தார்கள். அது பறக்க முடியாமல் பறந்து முருங்கை மரத்தின் கிளையில் சுற்றிக் கொண்டது. முருங்கை மரத்தின் அடி மரத்தில் முசுக்கட்டைகள் அடை அடையாய் ஊர்ந்து கொண்டிருந்தன. கிளுவை ஒடிக்கும் அளக்கை எடுக்க ஒருத்தி ஓடினாள். தெரு பரபரப்பானது. அங்கும் இங்கும் ஓடித் திரியும் ஆட்களிடமிருந்து இரகசியக் குரலில் செய்தி பரிமாறப்பட்டது.

ஓடித் திரிந்த பிள்ளைகளை அசமடக்கி குடிசையில் வைத்துப் பூட்டினாள். அவர்களுக்கு சோத்தைப் போட்டு தூங்கவைத்தாள். எல்லாப் பிள்ளைகளும் தூங்கிய பிறகு எழுந்து வெளியில் வந்து வெறிச்சோடிப் போன வீதியைப் பார்த்து தாமரை தெற்கு நோக்கி, ஓட்டமும் நடையுமாக, ஒற்றைப் பனைமரம் நோக்கி நகர்ந்தாள்.

அங்கும் இங்கும் தட்டான்கள் பறக்கத் துவங்கின. சூரியன் இன்னமும் அஸ்தமனம் ஆகவில்லை. ஆட்கள் தயாரானார்கள், சுளுக்கி, கல்லாங்கழி, உண்டிவில் என்று அவரவர் பயன்படுத்தும் ஆயுதங்களோடு.

மேல் சட்டை போடுவது அந்த ஊரில் யாருக்கும் பழக்கமில்லை. தலையில் கட்டிய முண்டாசு, இடுப்பில் கட்டிய வேட்டி இரண்டுமே நாலு முழம். கறுத்துக் கிடந்த அவர்களுடைய உடல் வெப்பம் ஏறித் தகித்துக் கொண்டிருந்தது. ஓட்டமும் நடையுமாய்ப் போனவள், ஏதோ சமிக்ஞை செய்து ஒவ்வொருவரையும் பதுங்கச் சொன்னாள். நெல்லிக்காய் மூட்டையைக் களத்து மேட்டில் அவிழ்த்து விட்டால், எப்படிச் சிதறி ஓடுமோ அப்படி அவர்கள் தலைகள் மறைந்தன. வெகு தூரத்திலிருந்து மோட்டார் வண்டியின் உறுமல் சத்தம் பேரிரைச்சலாய்க் கேட்டது. புழுதிப் படலம் லேசாகப் புலப்பட்டது.

முத்தையன் ஒருவன் மட்டும் அவளிடம் நெருங்கி வந்து குத்துக்காலிட்டு வயலில் அமர்ந்தான். பக்கத்தில் கிடந்த குச்சியை எடுத்து சிலுவைக் குறி போட்டான். அவளும் அதைப் பார்த்து, கண்களாலேயே அவனுக்கு மறுமொழி கூறினாள். இரண்டு பக்கமும் மறைத்திருந்த வரப்பைப் பயன்படுத்தி வாய்க்காலுக்குள்ளேயே ஓடத் துவங்கினான். தான் சுற்றியிருந்த புடவையை அவிழ்த்து, ஒரு முனையை மரத்தில் கட்டி, மறுமுனையை இடுப்பில் செருகி, முலைகள் தெரிய வெறும் பாவாடையோடு சாலையில் வரப்போகும் எவருக்கும் நன்றாகத் தெரியும்படி நின்று கொண்டாள்.

29

உலகை ஆளும் ஜெகன்மாதா பூசை முடிந்து அவள் அம்மணமாக எழுந்து குளியலறைக்குச் சென்றாள். களைப்புற்ற சாமியார், புகைந்து கொண்டிருந்த நறுமணத்தின் சுகந்தத்தில் லகித்து, கண்கள் சொக்கிப்போய் வலிகளை மறந்து வெற்றுடம்புடன் கிடந்தார். சாமியாரின் அறையைச் சுற்றி சூடேறிப் போன சுவர்களுக்கு வியர்வை அடங்க வெகு நேரமானது. அறையின் உள்ளும் வெளிப்புற பாதுகாப்பு சுவருக்கும் இடைப்பட்ட தூரத்தில் நாய்கள் சுற்றித் திரிந்தன. வெட்டப்பட்ட ஆட்டின் இறைச்சி பதமாக வேகவைக்கப்பட்டு, அவற்றுக்குக் கொடுக்கப்பட்டிருந்தது. ஒரு கன்றுக்குட்டியை ஒத்த ஆறு ஏழு நாய்கள் சுற்றித் திரிந்தன. மேலே வானம் வெட்ட வெளிச்சமாய் பறவைகள் அங்கும் இங்கும் அலையத் துவங்கின. வில்வண்டி காரியதரிசியைச் சுமந்து கொண்டு கீவளூரிலிருந்து நாகப்பட்டினம் கிளப்பை நோக்கி விரைந்து கொண்டிருந்தது.

இராமா நாயுடுவோடு பங்கஜத்தம்மாள் கம்பீரமாக கிளப்பில் நின்று அனைவரோடும் உரையாடிக் கொண்டிருந்தாள். வெற்றிலைப் பெட்டியை வைத்திருந்தவள், எச்சில் பாத்திரம் பிடித்தவன் என்று உதவியாளர்கள் புடைசூழ கிளப்பு ஆரவாரமாய் காட்சியளித்தது.

சுவரில் மாட்டப்பட்டிருந்த புகைப்படம் அவனுக்கு இந்தக் கதையைச் சொல்லி பாதியில்

நிறுத்தியது. இருவரும் ஒருவரையொருவர் பார்த்துக் கொண்டார்கள். எதிரே இருந்த கித்தானில் லூசியன் ஃபிராய்டால் வரையப்பட்டிருந்த அவளிடம் திரும்பி நின்று தலை தாழ்த்தி வணங்கி கேட்டார்கள், "பிறகு என்னதான் நடந்தது?"

அவள் பேச ஆரம்பித்தாள். ஒவ்வொரு சொல்லும் ஒரு யுகத்தின் கதையை, ஒரு யுகத்திற்கு அப்பால் நடக்கப்போகும் கதையை, ஒரு யுகத்திற்கு முன்னே நடந்து முடிந்த கதையைச் சொல்லுவதாய் இருந்தன.

என்றைக்கும் இல்லாமல் அரசாங்கத்தின் சைரன் வைத்த வண்டிகள் வரிசைகட்டி வந்ததும், எல்லாருமே பதட்டத்திற்கு ஆளானார்கள். பெரிய அதிகாரிகளைத் தவிர இங்கு எவருக்கும் மோட்டார் வண்டி கிடையாது. மதராசிலிருந்து அல்லது தஞ்சாவூரிலிருந்து வர வேண்டும். இறங்கி கிளப்பின் படிக்கட்டுகளில் ஏறினான் அருள். சாமிநாத முதலியாருக்கு வணக்கம் சொல்லி, பாதம் தொட்டு வணங்கினான்.

"நல்லாருப்பா! I.G ஆயிட்டியாமே!"

"உங்க ஆசீர்வாதம் ஐயா!"

அங்கவஸ்திரத்தைச் சரி செய்தவர், "மன்னார்குடியில நம்ம ஹாஸ்டல்ல படிச்சவன். லண்டன் போயிட்டு இப்பதான் திரும்பி வந்திருக்கான்", என்று அறிமுகம் செய்தார்.

இடையில் இராமா நாயுடு அவருக்குக் கைகுலுக்கி, "ராயல் கிளப்பில் உங்களைப் பார்த்திருக்கிறேன். நினைவிருக்கா?", எனக் கேட்டார்.

"எப்படி மறக்க முடியும்? எனக்கே தெரியாமல் என்னுடைய ஓராண்டு கல்வி கட்டணத்தை ஏற்றுக் கொண்டிருந்தீர்களே", என்று அவரையும் வணங்கிவிட்டு, "நேற்று மதராஸ் ஸ்டேட் I.G - யா சார்ஜ் எடுத்துக் கொண்டேன்" என்று சொல்லியவன் ஒதுங்கி நின்று கொண்டான். அவனுக்காக எல்லாரும் காத்திருந்தது சற்று கூச்சத்தை ஏற்படுத்தியிருக்க வேண்டும். அவனிடம் கைகுலுக்கிய பங்கஜத்தம்மாள், அவனுக்கு பருத்தி நூலில், தன் கைராட்டையில் நூற்று மாலை கட்டி வைத்திருந்தாள். அதனை அணிவித்து உள்ளே அழைத்துச் சென்றாள். கொண்டாட்டம் ஆரம்பம் ஆனது.

30

வரிசையாக அடுக்கப்பட்டிருந்த ஒயின் கிளாசுகள் அனைத்தும் நிரம்பி வழிந்தன. பக்கத்தில் அழகாக வறுத்த நாட்டுக்கோழி, எலும்பில்லாத ஆட்டுக்கறி, மீன், முட்டை, நறுக்கி அடுக்கப்பட்ட பழவகைகள், மேல் நாட்டிலிருந்து தருவிக்கப்பட்ட உருளைக்கிழங்கு வறுவல் போன்றவை டவுன்ஹால் என்று அழைக்கப்பட்ட அந்த இடத்தை ரம்மியமாக மாற்றிக் கொண்டிருந்தன. சரிகை வேட்டியும், பட்டு அங்கவஸ்திரமும், மேல் கோட்டும், தங்க பொத்தானும், இடுப்பில் செருகிய கடிகாரமும், தலைப்பாகை, கண்ணாடி சகிதம் டவுன்ஹாலில், செகரட்டரி எல்லோரையும் வரவேற்று அந்த மாலைப் பொழுதின் பாராட்டு விழாவிற்கு வருகை தந்தவர்களை முகமன் கூறி வரவேற்றார். ஒவ்வொருவரும் தங்களுக்குள் கூடிப் பேசி, கைகளில் ஒயின் கிளாசை ஏந்தி நடனமாடி, ஓ!.. ஓ!.. என்று சிரித்து மகிழ்ச்சியில் ஆழ்ந்தனர்.

சற்று தொலைவில் வந்து கொண்டிருந்த வில் வண்டியில் காரியதரிசி, கல்கி எழுதிய 'தியாகபூமி' புத்தகத்தைப் படித்துக் கொண்டு அமர்ந்திருந்தான். வண்டி விரைவாக நாகப்பட்டினம் டவுன்ஹால் கிளப்பை நோக்கி விரைந்தது.

மோட்டார் வண்டியில் வந்து கொண்டிருந்த மைனர் கண்களில் தூரத்தில் முலைகள் தெரியும்படி

நின்றிருந்தவளின் பிம்பம் தென்பட்டது. சற்றுத் தொலைவில் முத்தையன் வாய்க்காலுக்குள் அமர்ந்து கைகளை உயர்த்தி ஜாடை காட்டினான்.. மோட்டார் வண்டி நெருங்க நெருங்க சாலையின் இருபுறத்திலும் இருந்த பனை மரங்களில் வீணைக்குக் கட்டும் தந்திக் கம்பி போல் ஒன்றை இரண்டு புறத்திலும் சுற்றி சாலைக்குக் குறுக்கே இழுத்துக் கட்டினார்கள். மோட்டார் வண்டி வேகம் எடுத்து வரத் துவங்கியது. அவள் மேலும் தன்னை அவன் பார்க்க வசமாகத் திரும்பி நின்று கொண்டாள். அவளையே பார்த்தபடி வண்டியை ஓட்டி வந்த மைனர், கண்ணுக்குப் புலப்படாத கம்பி ஒன்று சாலையின் குறுக்கே கட்டப்பட்டிருந்ததைக் கவனிக்கவில்லை. கம்பியை நெருங்க நெருங்க சரியாக அவருடைய கழுத்து பட்டு அறுபடும் உயரத்துக்கு கட்டப்பட்டிருந்தது. அவளும் அதைத்தான் எதிர்பார்த்திருந்தாள். இடதுகாலை உயர்த்தியவள், பாவாடையை சற்று மேலே ஏற்றினாள். கடித்த கட்டை எறும்பை நசுக்கித் தூர எறிந்தாள். அவளது இந்த செய்கையால் திசைமாறிய மைனரின் பார்வையில், நூலாம்படை போல் கம்பி தட்டுப்பட்டு விட்டது. பொறி தட்டிய மைனர், மோட்டார் வாகனத்தை நிறுத்த முயற்சித்து தோற்றுப் போனார். வண்டியின் ஹெட்லைட்டில் நெற்றி படும்படி படுத்து வாகனத்தை முடுக்கி, இடது கையைத் தூக்கியதுதான் தாமதம்; கம்பியில் பட்டு சுண்டு விரலும் மோதிர விரலும் அறுந்தன.

கம்பியைத் தாண்டிய தூரத்தில் மோட்டார் வண்டி சாலையில் சறுக்கி அருகே வாய்க்காலில் விழுந்தது. சுதாரித்துக்கொண்ட மைனர் கீழே விழுந்த வேகத்தில் கைவிரல்களைப் பொறுக்கிக் கொண்டு ஓட ஆரம்பித்தார். சற்றுத் தூரத்தில் பனை மரத்தின் பின்னால் பதுங்கி இருந்தவனின் சுளுக்கி விலாவில் குத்தியது. தடுமாறி விழப்போனவரின் பின்மண்டையில் பலமாக எதுவோ தாக்கி மயங்கிச் சரிந்தார். ஆடு ஊட்டியை அறுத்து இரத்தம் பிடிப்பதுபோல் அவருடைய தலையை வெட்டி, நடுரோட்டில் அம்மணமாக்கி, பிறப்புறுப்பின் மேல் வைத்துப் பிடித்த இரத்தத்தில் அரிவாள் சுத்தியல் வரைந்து விட்டு, போகும் போது மோட்டார் வண்டியை கொளுத்தி விட்டு மறைந்து போனார்கள். நெருப்பின் சுவாலை ஒரு பனைமரம் தாண்டி

எரிந்ததால் ஊர் திரண்டு ஓடிவந்தது. சாலையில் கிடந்த பிணத்தின் கோலத்தைப் பார்த்து அரண்டு போய் விலகி ஓடியது கூட்டம். தண்ணீரை மொண்டு தீயை அணைத்தார்கள். கீவளூர் போலீசுக்குச் சொல்ல ஆள் போனது. லூர்துசாமி சைக்கிளை மிதித்தான். செய்தி ஒவ்வொரு ஊராய் எட்டி, ரெங்க விலாசத்திற்குப் போய்ச் சேர்ந்த பொழுது, இரவு காவல் அத்தனை பேரும் கூடிவிட்டார்கள். டிரங்கால் சோமசுந்தரத்திற்குப் போய் சேர்ந்தது. சோமசுந்தரம், மாயவரம் ஜங்ஷன் குதிரை வண்டிக்காரனுக்கு செய்தி அனுப்பினான். அதை அவன் ராசாங்கத்திற்குக் கொடுத்தான். ராசாங்கம் ஊருக்குப் புறப்பட்டான்.

பர்வதத்தம்மாவும் கேஆர்ஜி-யை பார்க்க நாகப்பட்டினம் போயிருந்தாள். அன்பழகன் வழக்கம் போல சாமியார் மடத்தைச் சுற்றி நோட்டம் விட்டான். கோபாலகிருஷ்ண நாயுடு கிளப்பில் பத்திரமாக இருந்தார். திருவாரூர் இரயில் நிலையத்தில் வந்து இறங்கிய மூன்று பெண்களும் மடத்திற்கு வந்து சேர்ந்தார்கள்.

50 ஆட்கள் காவல் காத்த ரெங்க விலாசத்தில் ராமையா சேர்த்துவிட்ட மூன்று பேரும் அடையாளம் தெரியாமல் கலந்திருந்தார்கள். ராமையா பள்ளிக்கூடத்திலிருந்து கிழக்கு நோக்கி நடக்க ஆரம்பித்தார். மாரியம்மாள் தன் சைக்கிளை எடுத்து மிதிக்கத் துவங்கினாள். எல்லாம் ஒரே நேரத்தில் நடந்து விட்டவைதான்.

மாதா கோவில் மணி ஓசை எழுப்பியது. சிதிலமடைந்த கட்டிடத்தின் உள்ளே நின்றிருந்த இருவரும் ஒருவரை ஒருவர் பார்த்துக்கொண்டார்கள். லூசியன் ஃபிராய்டின் கதை சொல்லும் கித்தான், கதையை நிறுத்தி விட்டு அவர்களிடம் பேசத் துவங்கியது.

“உங்கள் இருவருக்கும் கத்தோலிக்கர்களுக்கும் பிராமணர் களுக்குமான அடிப்படை தெரியுமா? பிராமணர்கள் இந்த நிலப்பரப்பில் என்னவாக இருக்கிறார்கள்? என்னுடைய நாட்டில் நான் ஆச்சாரமான கிருஸ்தவ குடும்பத்தில் பிறந்தவள். உங்கள் நாட்டில் அவள் அதே ஆச்சாரமான பிராமண

குடும்பத்தில் பிறந்தவள். அவள் பேரழகி, நடனக்காரி. நானும் ஒரு காலத்தில் அப்படித்தான். என்னை வரைந்தவன் உலகின் மிகப்பெரிய ஓவியன். அவளை உருவாக்கிய அவனும் அப்படியே. அவளுக்கும் எனக்குமான நோக்கம் ஒன்றுதான். இருவருக்குமான நோக்கம் சிதைக்கப்பட்டதா? நிறைவேற்றப் பட்டதா? யாருடைய கதையை, யாருக்கு, யார் சொல்வது சொல்லப்படுவதெல்லாம் கதையா? கதை கற்பனை சார்ந்ததா? கற்பனையில் யதார்த்தத்திற்கு இடம் இருக்கிறதா? எதார்த்தம், எதிர்காலமா? தற்காலமா? கடந்த காலமா? என்னைத் தேடி நீங்கள் வந்திருக்கிறீர்கள். யாருடைய கதையை கேட்கப் போகிறீர்கள்? என்னுடைய கதையையா, அவளுடைய கதையையா? என்னுடைய கதையை அவளிடமும், அவளுடைய கதையை என்னிடமும் கேட்பவர்களுக்கு, எந்தக் கதை நிஜக் கதையாய் இருக்கும் என்ற ஐயப்பாட்டை அவரவர்களுடைய கதைகளை அவரவர்களிடம் கேட்கும் போது, அவளுடைய கதை நான் சொன்ன அவளுடைய கதையாக இல்லாமல் போகலாம். என்னுடைய கதை அவள் சொன்ன என்னுடைய கதையாக இல்லாமல் போகலாம். ஆனால் கதை எப்பொழுதுமே கதையாகவே இருக்கிறது", என்று சொல்லிவிட்டு காலை மேலே தூக்கி சோபாவிற்கு அந்தப்பக்கம் போட்டுக்கொண்டது.

ஓவியத்தில் தெரிந்த யோனியின் வழியே வழிந்து ஓடி வந்த லென்சிட் ஆயில் நின்றிருந்த இருவரின் கால்களையும் நனைத்தது. லென்சிட் ஆயிலின் சூடுபட்டு, காலை உதறி, தாவிக்குதித்து சற்று தள்ளிப்போய் நின்று கொண்டார்கள் இருவரும். எதிரே இருந்த கருப்பு வெள்ளை புகைப்படம் அவர்களைப் பார்த்து கலகலவென சிரித்தது.

31

“ஒரு களப்பணியாளனுக்கும் கலைஞனுக்குமான தனித்த கடமைகள் என்ன? கலைஞன் சுதந்திரமானவனா? கலைஞனுக்கு எங்கிருந்து சக்தி கிடைக்கிறது? களப்பணி ஆற்றும் கலைஞனுக்கு உள்ளிருக்கும் ஆற்றாமைகளில் கலைஞன் மரித்துப் போய் விட்டான் என்றோ? கலைஞனாக வாழ்பவனுக்கு போராளி உள்ளே இருக்கிறான். வெளியில் வந்துவிட்டால் களப்பணியாளனாக மாறிவிடுவான் என்ற ஐயப்பாடு இருக்குமோ சுகுமார்?” கைகொட்டி சிரித்த புகைப்படம் துல்லியமாக தன் பெயர் சொல்லி அழைத்ததைக் கண்டு பதட்டம் அடைந்தான். ஒருவருக்கும் தெரியாமல் பாதுகாத்து வந்தவன், இயக்கத்தில் தனக்கிருந்த பெயரை பல ஆண்டுகளுக்குப் பிறகு அழைத்தது கண்டு பதட்டப்பட்டாலும், நிதானமாக ஒரு சிகரெட்டை எடுத்து பற்ற வைத்தான். ஓர் இழுப்புக்குப் பிறகு, “ம்..... சொல்லுங்க.”

“உங்களைப்போல படித்தவர்கள் நான் பார்த்ததில்லை. நான் மைசூரில் இருந்து புலம்பெயர்ந்து நாகப்பட்டினம் வந்த நாளிலிருந்தே உங்களை எனக்குத் தெரியும். KRG-ன், சீனிவாச ராவின் அருகிலிருந்தவர் நீங்கள். உங்களிடம் பேசுவதற்கு அப்போது எனக்கு நேரமில்லை. அம்மா பங்கஜத்தம்மாளின் கண்டிப்பு அப்படி. அதன் வழியாக நான் கற்றுக்கொண்ட நடனம்,

என்னுடைய படிப்பு, எல்லாம் நீங்கள் அறிந்ததே. அதோ கித்தானில் இருக்கிறாளே.. லூசியன் ஃப்ராய்டு தன்னை வரைந்து விட்ட கர்வத்தில், யோனியின் வழியே லென்சிடு ஆயிலை பீச்சி அடிக்கிறாளே, அந்த அகோரி போல் அல்ல நான். லூசியன் ஃப்ராய்டு தூங்கியவுடன் எழுந்து, அறை முழுவதும் துவம்சம் செய்யும் அரக்கி அல்ல நான். நீங்கள் அறிந்திருப்பீர்கள் சுகுமாரன். I.G அருள் பாராட்டு விழாவில், இதே டவுன்ஹாலில் நான் நடனமாடிய போது மதுக்கோப்பையைக் கையில் ஏந்தாமல், அபின் தடவிய வெற்றிலையைப் போட்டுக் கொள்ளாமல், என் நாட்டியம் முடியும் வரை ரசித்து கைத்தட்டி பாராட்டிய பிறகே உங்கள் பெர்க்லி சிகரெட்டைப் பற்ற வைத்தீர்கள். நான் விரக்தியின் எல்லையில் எனக்கொன்று கொடுங்கள் என்று கேட்ட போது, சற்று தள்ளியிருந்த தாம்பூல தட்டிலிருந்து கத்தக்கிராம்பை கடிக்கக் கொடுத்தீர்கள். என் பிடிவாதம் நாடறிந்தது. உங்கள் மேல் என் மரியாதை இன்றைக்கும் இருக்கிறது. உங்களைப் பற்றி அந்த ஆணவக்காரிக்கு என்ன தெரியும்? அவள் செய்த அவமரியாதைக்கு நான் மன்னிப்பைக் கோருகிறேன்", என்று சொல்லி புகைப்படத்தில் எழுந்து நின்று நடன பாணியில் வணங்கித் தொழுதாள். அருகில் இருந்தவன் பரபரப்பானான். சுகுமாரன் சிகரெட்டை லென்சிடு ஆயிலில் விட்டெறிந்தான். மெதுவாக நெருப்பு பற்றி எரியத் துவங்கியது.

முத்தையன் தயாராக இருந்த ஒற்றை மாட்டு வண்டியில் ஏறி சாமியார்மடம் நோக்கிப் பயணப்பட்டான். பர்வதம் சேதி கேள்விப்பட்டு நேராக கீவளூருக்கு விரைந்தாள். 50 ஆட்களும் இருஞ்சியூருக்கு விரைந்தார்கள். ரெங்கவிலாசத்திலிருந்து 200 பேர் இருஞ்சியூர் கீழவெளி நோக்கி கிளம்பினார்கள்.

சாமியார் வெதுவெதுப்பான நீரில் பன்னீர் தெளித்து குளித்துக் கொண்டிருந்தார். பம்பாயிலிருந்து வந்திருந்த அவளை அழைத்துக் கொண்டுபோய் உள்துறை மணியத்திடம் ஒப்படைத்தாள். அடுத்த அறையில் சோதனை போடப்பட்டது. ஒவ்வொன்றாக அவிழ்த்து முலையை அழுத்திப் பிடித்தார் உள்துறை மணியம். லேசாகச் சிணுங்கி, மடித்துக் கட்டியிருந்த வேட்டிக்குக் கீழே கையைக் கொண்டு போய், அவருடைய ஆண் உறுப்புக்குக் கீழே, ஓதம் வந்து தொங்கிக்கொண்டிருந்த

விதைப் பையை அழுத்திப்பிடித்தாள். வெள்ளி பூண்போட்ட, கையில் வைத்திருந்த பிரம்பால் அம்மணமாய் நின்றிருந்த அவளின் பின்பக்கத்தில் செல்லமாய்த் தட்டி உள் அறைக்கு அழைத்துச் சென்றார் உள்துறை மணியம்.

நீண்டு வெதுவெதுப்பாய் நீர் நிரம்பி இருந்த தொட்டியில் அவளை இறக்கிவிட்டு விட்டு வெளியில் வந்து அறைக் கதவைப் பூட்டி விட்டுச் சென்றார். உள்ளே வந்த கமலத்து ஆச்சி எண்ணெய் பூசி, அரப்பு தேய்த்து, பின் ரோஜா மொக்கு, தாமரைத்தண்டு, செம்பருத்திப் பூ, வெந்தயம், பாசிப்பருப்பு என்று 16 வகை சாமான் கலந்து அரைத்த வாசனைப் பொடியைப் பூசிக் குளிப்பாட்டினாள். பட்டிலும் மென்மையான பருத்தித் துணி கொண்டு போர்த்தி, அழுந்தத் துடைத்து அஜ்மீரிலிருந்து வரவழைக்கப்பட்ட அத்தரை, கால் இடுக்குகளில், கம்கட்டில், கணுக்கால்வரை புரண்ட மயிரைத் தூக்கி பின் கழுத்துக்கு கீழே என்று உடலில் 16 இடங்களில் பூசி விட்டாள். அறை முழுவதும் நறுமணம் கமழ்ந்தது. அழைத்துக் கொண்டுபோய் தங்கத்தகடு வேய்ந்த, வெண்கல மணிகள் தொங்கி ஆடிக்கொண்டிருந்த ஊஞ்சலில் அமர்த்தினாள். KDK மின்விசிறி சுழலத் துவங்கியது. அதன் பின்புறத்தில் வைக்கப்பட்டிருந்த குமுட்டி அடுப்பில் கனன்று கொண்டிருந்த நெருப்பின் சுவாலை எரிவதும் அடங்குவதுமாக, அவளுடைய பெருமூச்சுக்குத் தக்கவாறு விம்மி அடங்கியது.

வெப்பக் காற்றில் கலந்திருந்த சாம்பிராணி வாசனை ஈரமாய் இருந்த கூந்தலை விரைவாக உலர்த்தியது. இரண்டுபேர் சடை பின்னி பாம்புபோல் சுழற்றி உச்சியில் வைத்து கொண்டை போட்டு விட்டார்கள். லக்ஸ் சோப்பு விளம்பரத்தில் வரும் நடிகைகளின் சிகை அலங்காரத்துடன் தோற்றம் தந்தாள். எந்த நகையும் இல்லாமல் வெற்று உடம்பில் அத்தனை அழகாக ஒரு பெண் இருக்க முடியுமா என்று, அந்த அறையின் தூண்கள் பொறாமை கொண்டன. அதைக் கேட்டுவிட்டு ஒய்யாரமாய் நடந்து போய் வழவழப்பாக இருந்த முகம் காட்டும் தூண்களை கட்டி அணைத்து முத்தமிட்டாள். சட்டென விலகிய தூண்கள், தாழ்வாரம் கீழே விழுந்து விடாமல் ஒரு நொடிக்குள் தாங்கிப் பிடித்துக் கொண்டன. இதில் ஏற்பட்ட அதிர்வில் சாமியார்

குளித்து முடித்துத் தயாராய் மஞ்சத்தில் அமர்ந்திருந்தார். நடந்துபோய் சாமியாரின் அறைக்குள் நுழைந்தவுடன் கதவு சாத்தப்பட்டது. நாய்கள் அவிழ்த்து விடப்பட்டன. சுவர்களுக்கு மின்சாரம் பாய்ச்சப்பட்டது.

அன்பழகனும் நோட்டம் விட்டபடி மடத்திற்குத் தெற்கே இருந்த, தாமரை குளத்திற்குத் தண்ணீர் வரும் பாய்கால் மதகுக்கு அருகே வந்து நின்று கொண்டான். முத்தையனின் ஒற்றை மாட்டு வண்டியை மடத்திலிருந்து வடக்குப் பகுதியிலிருந்த குளத்தங்கரையில் நிறுத்திவிட்டு கரையிலேயே அமர்ந்து கொண்டான்.

உள்ளே போனவள் சாமியாரோடு சரசம் ஆடினாள். புணர்ந்து கொண்டிருந்த சாமியாரின் கழுத்தை இடது கையால் இறுக்கி, வலது காலை அவருடைய இடுப்பின் மேல் வைத்து அழுத்தி, இடது காலால் கணுக்கால் இரண்டையும் அழுந்தப் பிடித்தாள். சாமியாரின் தலை அவருடைய அவளுடைய இடது பக்க காதுக்கு அருகே மெத்தையில் அழுந்தி இருந்தது. நொடிப்பொழுதில் வலது கையில் கடவாய்ப் பல்லை திருகி ஆயுதத்தை மோதிரவிரலில் மாட்டினாள். அரை வினாடி நேரத்தில் நிகழ்ந்துவிட்ட இந்த அழுத்தத்தை உணர்ந்த சாமியார், ஆண்குறியால் யோனியை அழுத்தி, இடது கையால் அவளுடைய வலது கையை விலக்கி, இறுக்கிப் பிடித்தார். சாமியார் சுதாரித்துக்கொண்டதை உணர்ந்து திமிறியவளுக்கு, முன் கழுத்தில் இரும்பென இறங்கியது சாமியாரின் கை. மஞ்சத்தில் இருந்த மெல்லிய சங்கிலியில் அவளுடைய இரண்டு கைகளையும் படுத்த வாட்டத்திலேயே பிணைத்துக் கட்டி, ஒரே நேரத்தில் அவள் கட்டிலுக்கு மேலேயும், சாமியார் கட்டிலுக்கு கீழேயும் மறைந்து போனார்கள்.

கட்டிலுக்குக் கீழே வந்த சாமியார், தரையைத் திறந்து, படிகளில் இறங்கி, சுரங்கத்தில் புகுந்து, இருளில் மறைந்து போனார். கட்டிலின் மேல் இருந்தவள், கழுத்தைக் கத்திக்கு இரையாக்கி, இயக்கத்துக்குத் தன் உயிரைத் தியாகம் செய்தாள். காத்திருந்த இருவரும் சாமியார் வெளியேறும் வழியைக் கண்கொத்திப் பாம்பாய்க் கண்காணித்தார்கள்.

32

சுகுமாரன் ஊர் சுற்றும் பழக்கம் உடையவன். ஒவ்வொரு பயணத்திலும் கண்டு ரசிக்கும் காட்சிகளை அசை போட்டு ரசிக்கக்கூடிய அவன், புத்தகங்கள் வாசிப்பது, சத்யஜித்ரே படங்கள் பார்ப்பது, எம்.எல்.வசந்தகுமாரி, ஜி.என். பாலசுப்ரமணியம் கச்சேரிகளை மெய்மறந்து கேட்பது, பாலசரஸ்வதி நாட்டியம் பார்ப்பது என்று சுதேசி ரசனையில் திளைப்பவன். பொதுவுடமையும் சித்தாந்தமும் அவனைப் பெரிதும் ஈர்த்தன. ஒருமுறை கோயம்புத்தூரில் துவங்கிய விவாதம் சித்திரகூட்டில் போய் முடிவடைந்தது. ராசாங்கம் அங்குதான் அவனுக்கு அறிமுகம். ராசாங்கத்தின் நாட்டுப்புறப்பாடல் சுகுமாரனைக் கவிஞன் ஆக்கியது. சுகுமாரனுக்குள் இருந்த பொதுவுடமைவாதி கவிதைகளின் வழியே தெறித்து, வரட்டு பிரச்சாரமாக இல்லாமல் அழகியல் சார்ந்து அமைந்தன.

சுகுமாரன் பற்றவைத்த நெருப்பு கித்தானில் பரவத் துவங்க, லூசியன் ஃப்ராய்டு பயன்படுத்திய அழுக்குத் துணிகள் எல்லாம் பற்றி எரிந்தன. அலட்சியமாகப் படுத்திருந்தவள், சுற்றிலும் நெருப்பு பற்றி எரிவதைக் கண்டு கொள்ளாமல், சாவகாசமாக எழுந்து பருத்த முலைகளுடன் நடக்க முடியாமல் நடந்து அலட்சியமாக சட்டகத்திற்குள் இருந்து கீழே இறங்கி வந்து, சுகுமாரனிடம் தீப்பெட்டி கேட்டாள். “பற்றி

எரியும் நெருப்பில் பற்ற வைக்க முடியாது. அதற்கு கைக்கு அடக்கமாக, சொன்ன சொல் கேட்கும் சிறு நெருப்பு தேவையாய் இருக்கிறது. நீ, கையில் அள்ளிய நீர் போல... என்ற கவிதை வரிகளைக் கொண்டு இந்த நெருப்பை அணைத்து விடு", சொன்னவள் வெற்று உடம்புடன் சுகுமாரனை அணைத்து முத்தமிட்டாள். ஜிப்பாவிற்குள் கையை விட்டு தீப்பெட்டியையும் சிகரெட்டையும் எடுத்துக்கொண்டாள். டவுன்ஹாலில் சிதிலமடைந்த படிக்கட்டுகளில் ஏறி மேல் தளத்திற்குச் சென்று விட்டாள்.

இதையெல்லாம் பார்த்துக் கொண்டிருந்தவன், "ஏம்பா! போட்டோ கதை சொன்னுச்சு, சொன்ன கதைய நானும் கேட்டன். அப்புறம் டான்ஸ் ஆடுச்சு அத நீயும் பாத்த. இப்ப ஓவியம் தீப்புடிச்சு எரியுது. அத எப்புடி கவிதையில இருக்குற தண்ணிய கொண்டு அணைப்ப?", என்று கேட்டான்.

"இளங்கோவின் சிலப்பதிகாரத்தில், அறுந்த முலை பற்றி எரிந்தால், என் கையில் அள்ளிய தண்ணீர் கவிதை... இந்த வெற்றுத் தீயை அணைக்கும்", என்றான் சுகுமாரன்.

அணைந்த தீயின் கருகிய வாடை புகை மண்டலமாய்ச் சூழ்ந்தது. டவுன்ஹால், அதன் நடுவில் அவனும் அவளும் தனித்து விடப்பட்டார்கள். இருவரையும் நினைவுகள் பின்னோக்கி அழைத்துச் சென்று ஹம்பியில் விட்டன.

33

விசும்பல் ஒலி கேட்டதும் வீடு நடனக் கூடத்தில் ஒன்று கூடியது. ஆடிக் கொண்டிருந்தவள் ஆட்டத்தை நிறுத்தி விட்டு, துருத்திப்பெட்டி வாசித்தவளைப் பார்த்தாள். மைசூரிலிருந்து செய்தி வந்திருக்கிறது.

"அம்மா உடனடியாகக், கிளம்ப வேண்டும்", என்று சொல்லி முந்தானையை முகத்தில் பொத்தி, மீண்டும் விசும்பத் துவங்கினாள்.

அத்தனை பேரும் அவசரகதியில் தயாரானார்கள். தம்புரா, மிருதங்கம், தபேலா, ஆர்மோனியம், கஞ்சிரா என்று வரிசைகட்டி பக்கவாத்தியங்கள் தலைமை நட்டுவாங்கம் முதல் கை விசிறி வரை அத்தனை பேரும் மோட்டார் வாகனத்தில் ஏறிக் கொண்டார்கள். நடன அலங்காரங்களைக் களைந்தவள், கூந்தலை இலகுவாகப் பின்னி பட்டுப் பாவாடை மட்டும் அணிந்து, தளர்வான மேல்சட்டை போட்டிருந்தாள். எழுதிய கண்மை அப்படியே இருந்தது. அம்மாவிடமும் பாட்டியிடமும் வாய் ஓயாமல் கதைத்துக் கொண்டே பயணப்பட்டாள். ஒருநாள் முழுவதும் பயணப்பட்டு மைசூர் அரண்மனையை அடைந்தார்கள்.

மருத்துவர் ஐயா இறந்துபோய் இரண்டு நாட்கள் ஆகிவிட்டன என்ற செய்தி பெண்களுக்கு பேரிடியாய் இருந்தது. உடையார், அவர்களுக்கு

ஆறுதல் மொழி சொல்லி, ஆருயிர் நண்பன் ராமாநாயுடுவிடம் ஒப்படைத்தார். மதராஸ் மாகாணத்தின் ஆளுநராகப் பொறுப்பு வகித்த உடையார், ரகசியமான குரலில் ராமாநாயுடுவுக்கு சில கட்டளைகளைப் பிறப்பித்தார். மைசூரிலிருந்து நாகப்பட்டினத்துக்கு மகாராஜா கோச் இரயில் பெட்டி தயார் செய்யப்பட்டது. அரண்மனைக் காரியதரிசி ராமாநாயுடுவுக்கு ஹனுமந்த் வங்கி ரகசியக் குறியீட்டு எண்களைக் கொடுத்து, எப்பொழுதும் எவ்வளவு வேண்டுமானாலும் எடுத்துக்கொள்ள அனுமதிக் கடிதத்தை ஒப்படைத்தார். 18 யானைகள், 40 குதிரைகள் புடைசூழ பல்லக்கு பரிவாரங்களோடு பங்கஜத்தம்மாள் 600 பெட்டிகளை சுமந்துகொண்டு நாகப்பட்டினத்திற்கு பயணப்பட்டாள்.

சுகுமாரன் சிகரெட்டைப் பற்ற வைத்தான். "இதுல என்ன நாட் இருக்குன்னு எழுதிக்கிட்டு இருக்கீங்க?"

"சும்மா ஒரு நினைவு தான்."

"சரி... இவ்வளவு சுருக்கமா இதை எழுதணுமா?"

"வேற எப்படி?"

"நான் சொல்றேன்."

"சொல்லு."

விசும்பல் ஒலி நட்டுவாங்கத்தின் ஜதிக்கு ஏற்ப, ஏறி இறங்க ஆரம்பித்தது. தாளம் தப்பியதில் குழந்தையின் கால்கள் பின்னிக் கொண்டன. மிருதங்கம் நின்றுபோனது. திரும்பவும் முன்னெடுக்க, தாளம் தப்பி தப்பி, ஒரு கட்டத்தில் நிசப்தம் குடிகொண்டது. வீட்டில் மெல்ல மெல்ல இருள் சூழ ஆரம்பித்தது. குழந்தையின் கண்கள் குளமாயின. கன்னத்தில் பூசியிருந்த செந்தூரம் கரைந்து கண்மையுடன் கலந்தது. விளக்கெண்ணையில் ஏற்றப்பட்ட விளக்கு வெப்பத்தை உமிழ்ந்தது. எங்கோ தூரத்தில் அபசகுன ஓசை கேட்க ஆரம்பித்தது. பங்கஜத்தம்மாள் எல்லாவற்றையும் நிறுத்தி விட்டு அமைதியானாள்.

பேருந்துப் பயணம் அத்தனை சுகமாய் இருக்கவில்லை. ஒருவருக்கும் பசி இல்லாமல் போனது. யாரும் யாருடனும்

பேசிக் கொள்ளவில்லை. வாத்தியங்கள் எல்லாம் ஓசை மறந்தன. ஆந்தையும், கழுகும், வவ்வாலும் கண்ணாடியில் மோதி தங்களை மாய்த்துக் கொண்டன.

"கவிஞரே! சரியா தான் வருது."

"இதுக்கும் நாலு பேரு, எதார்த்தம் இல்ல, ரொம்பவும் அலங்காரமாய் இருக்கு, மனித உணர்ச்சியே இதனுடன் சேரல, அப்படின்னு சொல்லுவானுவளே...."

மீசையை முறுக்கி விட்ட சுகுமாரன், ஒரு சிரிப்பு சிரித்தான். "மனித உணர்வு...ம்..."

தண்ணீர் தாகம் அத்தனை பேருக்கும் நாக்கை இழுத்தது. வயிறு சுருண்டு இழுத்துக்கொண்டது. ஒருவருக்கும் கேட்கத் தோன்ற வில்லை. கொடுக்கப்பட்ட உணவினை அப்படியே சாலையின் இருமருங்கிலும் கூட்டமாய் திரிந்த வானரங்களுக்கு கொடுத்துவிட்டு, எல்லாரும் முகத்தை திருப்பிக் கொண்டார்கள். விஜய சாம்ராஜ்ய உடையார் அரண்மனை விளக்குகள் ஜொலித்து, அவர்களை வரவேற்ற போதிலும் ரசிக்கும் மனநிலையில் அவர்கள் இல்லை.

"இப்போ கொஞ்சம் சரியா வர்ற மாதிரி..."

"யோவ்! இது என்ன நல்லதங்காள் படமா எடுக்குறோம்? ஏதோ அந்த அம்மா ஒரு கதை கேட்டுச்சு, சொல்றோம்", சுகுமாரன் அலுத்துக் கொண்டான்.

"சரிதான். கட்டுக்கதையானாலும் கொஞ்சம் உணர்ச்சி, எழுச்சி, புரட்சி எல்லாம் சேத்துக்கணும்ல..."

"அதெல்லாம் பின்னாடி சேர்த்துக்கலாம்."

"சரி சொல்லுங்க... யானைகள் அழுதன...."

"யோவ்! யானை எங்கேயாவது அழுவுமாயா ? அதுக்குப் பேரு மதநீர். உன்கிட்ட கதை சொல்ல முடியாது. சரி, இத இப்படியே விடுவோம். வேற ஒரு கதை சொல்றேன்."

"கேரக்டர் இதேவா, இல்லையா?"

"அதுல சொல்றேன்."

ராமையா தாத்தா செல்வியைக் கொண்டு போய்ப் படுக்க வைத்துவிட்டு பள்ளிக்கூடத்துக்கு நடையைக்கட்டினார்.

"இப்பதானே அங்கிருந்து இங்கு வந்திருக்கோம். திரும்பவும் அங்கயா! என்னால முடியாதுப்பா."

இருவரும் கிண்டலடித்துக் குலுங்கிச் சிரித்துக் கொண்டிருந்தார்கள். கித்தானில் இருந்து இறங்கி மேல் தளத்திற்குச் சென்றவள். மேலே இருந்து படியிறங்கி வந்தாள்.

புகைப்படம் கைகொட்டிச் சிரித்தது. "இன்னும் உங்கள் இருவருக்கும் கதை கிடைக்கவில்லையா? நான் நடித்துக் கொண்டிருந்த காலத்தில் நீங்கள் வந்திருந்தால் ஆயிரம் கதைகளை எழுதிக் கொடுத்திருப்பேன். எனக்கு ஆங்கிலத்தில் மட்டுமே எழுதத் தெரியும்", என்று சொல்லி நிறுத்தியது.

கித்தானுக்குள் ஏறி ஒருக்களித்துப் படுத்த அவள், "நான் இத்தாலிய வீதிகளில் நடனம் ஆடியபோது வந்திருந்தால், இதைவிட நல்ல கதை ஒன்றைச் சொல்லியிருப்பேன்", என்று சொன்னது.

இருவரும் மெல்ல டவுன்ஹாலின் படிகளில் இறங்கி நாகப்பட்டினம் கடற்கரையை நோக்கி நடந்தார்கள்.

34

அண்ணாசாலை முழுவதும் மக்கள் திரண்டு நின்று கொண்டிருந்தார்கள். தமிழ்நாட்டின் குக்கிராமங்களில் சின்னச் சின்ன கோவில்களில் கூட பிரார்த்தனை நடந்தது. மக்கள் எல்லாரும் கண்ணீரோடு அண்ணா மீண்டு வரவேண்டும் என தங்கள் வழியில் அரற்றினார்கள். கடவுள் நம்பிக்கை இல்லா தம்பிமார்கள் திடமான சிந்தனையை இழந்திருந்தார்கள். ஒருவருக்கொருவர் முகமன் கூற அண்ணாவே தேவைப்பட்டார். எல்லா பத்திரிகைகளும் அடையாறு புற்றுநோய் மருத்துவமனையை, அங்கு சேர்க்கப்பட்ட முதலமைச்சர் அண்ணாதுரையைப் பற்றியே செய்திகள் வெளியிட்டன. செய்தித்தாள் சுமந்து கிராமங்களுக்குப் போகும் முகவர்கள் கண்களில் கண்ணீர் வழிந்தோடியது. ஒவ்வொரு முறையும் அண்ணாவின் சேதி வரும் பொழுது அவள்தான் உரக்கப் படித்துக் காட்டுவாள். அவளுக்கு சினிமா பற்றிய எந்த கனவும் இருந்ததில்லை. வீட்டில் ஆங்கிலம் படிக்கத் தெரிந்த ஒரே நபர் அவள்தான். அதன் பொருட்டே பங்கஜத்தம்மாள், ஆங்கில செய்தித்தாள் தருவித்தாள்.

இலண்டனில் படித்து விட்டு வந்து சினிமாவிற்கு அரங்கம் அமைத்து கொண்டிருந்த ராமாநாயுடு அவளுடைய அம்மாவை, அவளை திரைப்படத் துறையில் அறிமுகம் செய்து வைத்தார்.

அண்ணாவின் கட்சியில் அங்கம் வகித்த கதாநாயகன்தான் அவளுக்கும் கதாநாயகன். அதன்பொருட்டு படப்பிடிப்பு குறித்து அன்றைய நிலவரத்தைத் தெரிந்து கொள்ள, பங்கஜத்தம்மாள் ஆங்கிலத்தில் வாசிக்கச் சொல்லி கேட்டறிந்தாள்.

ஒவ்வொரு நாளும் சினிமா படப்பிடிப்புக்கு தனியாகத்தான் போய் வருவது அவளது வழக்கம். அன்றும் அப்படித்தான் புறப்பட்டுப் போனாள். கார் வாகினி ஸ்டுடியோவிற்குள் நுழைந்தது. படப்பிடிப்பு தளத்தில் முன்பே வந்து அமர்ந்துவிட கதாநாயகன், அவளிடம் அண்ணாவின் நிலைமை குறித்து விவாதித்தான். பாடல் காட்சி எடுப்பதற்கு இயக்குநர் தயாராகிவிட்டதாக சொன்னவுடன், எழுந்து போனார்கள்.

சுகுமாரன் அவளிடம் சில சந்தேகங்களைக் கேட்டான். "பங்கஜத்தம்மாள்... நடிகை தானே?"

புகைப்படம் பதில் கூறியது. "ஆமாம். பழம்பெரும் நடிகை"

"அப்போ... ராமாநாயுடு?"

"அவளுடைய உற்ற தோழன்"

"தோழன்னா...?!?!?"

"தோழன்னா.... தோழன்."

"ஓ...! நாகப்பட்டினத்துல... எப்படி? எதற்காக?"

"சொல்றேன்..."

"அதோ! அந்த ஆணவக்காரி இருக்காளே அவ எப்படி இங்க வந்தான்னு தெரியுமா?"

"தெரியாது."

"ராமாநாயுடுவும்..."

"ஏன்டா! நாமதான் அங்கிருந்து கிளம்பி கடற்கரைக்கு வந்துட்டோம். இன்னுமாடா புகைப்படம் உன் காதுல வந்து கதை சொல்லுது?", என்று கேட்டான்.

ராமாநாயுடு, பங்கஜத்தம்மாவையும், சரோஜினியையும் அழைத்துக் கொண்டு மெட்ராசுக்குப் புறப்பட்டார்.

பங்கஜத்தம்மாள், “வீட்டிற்குப் போய் எல்லாரையும் அழைத்துக் கொண்டு போகலாம்”, என்று சொன்னதையும், “பிறகு பார்த்துக் கொள்ளலாம்”, என்று சொல்லி, தயாராய் இருந்த காரில், முன் சீட்டில் சுகுமாரன் பின் சீட்டில் பங்கஜத்தம்மாள், சரோஜினி என்று நால்வரும் கிளம்பி, மாலை 3 மணிக்குள் மெட்ராஸ் வந்து சேர்ந்தார்கள்.

ராமாநாயுடு பங்களாவில் சகல வசதிகளும் இருந்ததால், சரோஜினிக்கு ஹம்பியும், மைசூரும், வடுகச்சேரியையும் விட அதிகம் பிடித்திருந்தது, அந்த பங்களாவில் இருந்த ‘புத்தக சாலை’. முழுவதும் ஆங்கில புத்தகங்களால் நிரம்பியிருந்த அந்த அறையில், அதிக நேரத்தைச் செலவிடத் துவங்கினாள். மெல்ல மெல்ல பங்கஜத்தம்மாள், ஊரிலிருந்து எல்லாரையும் வரவழைத்துக் கொண்டாள். சினிமா வாய்ப்புகள் அவளுக்கு தேடி வந்தன. சின்னவரின் படங்களில் வேலை செய்துகொண்டிருந்த ராமாநாயுடு, வடுகச்சேரியை, நாகப்பட்டினத்தை, மைசூரை, விஜய சாம்ராஜ உடையாரை மறந்து போனார். பங்கஜத்தம்மாள், தமிழ்ப் படங்களைத் தாண்டி சின்ன சின்ன வேடங்களில் நடித்துக் கொண்டிருந்தாலும், அவளுடைய நம்பிக்கையெல்லாம் சரோஜினி தான்.

மயிலாப்பூரில் பாட்டு, டி.நகரில் நடிப்புப் பயிற்சி, அண்ணாசாலையில் ஆங்கிலம் என சரோஜினி வெவ்வேறு கலைகளைக் கற்றுத் தேர்ந்தாள். வீட்டிற்கு வரும் இயக்குநர்கள், கொஞ்சம் கொஞ்சமாக திரைப்படத்திற்கு சரோஜினியை அழைக்கத் துவங்கினார்கள். முக்கோணக் காதல் கதைகளை எடுப்பதில் பிரபலமாக இருந்த இயக்குநர், ஒரு நல்ல நாளில் அவளை அறிமுகப்படுத்தினார்.

வலியும், வேதனையும், விரக்தியும் அவனைத் தொற்றிக்கொண்டன. தான் அவமானப்படுத்தப்பட்டதாக நினைத்தான். ஒவ்வொரு முறை வீட்டிற்கு வரும்பொழுதெல்லாம் தன்னை அவள் உதாசீனப் படுத்துவது எதன் பொருட்டு எனத் தெரியாமல் தவித்துப் போனான். ஒருநாள் பத்திரிகையில் வந்த அந்தப் புகைப்படம், மிகுந்த மன உளைச்சலை உண்டுபண்ணியது. தன்னுடைய நம்பிக்கைக்குரிய காரியதரிசியை அழைத்தவன், “என்ன செய்வீர்கள் என்று

தெரியாது, அந்த வீட்டிற்கு அவன் இனிமேல் வரக்கூடாது", என்று கட்டளையிட்டான்.

மெட்ராஸில் தெலுங்கு படப்பிடிப்புகள் நிறுத்தப்பட்டன. பல முன்னணி நடிகர்களுக்கும் ரகசியமாக செய்தி பரவியது. எல்லாரும் கூடிப் பேசி சில முடிவுகளை எடுத்தார்கள். அவனிடத்தில் போய் உறுதி கொடுத்த பிறகுதான் மீண்டும் படப்பிடிப்பு துவங்கியது.

இப்படி ஊரும் பேரும் இல்லாமல் ஒருவனைப் பற்றி பத்திரிகைகளில் வரும் செய்திகள், கிசுகிசு என ஏராளமாகப் பார்த்துவிட்ட சரோஜினிக்கு, இதை பார்த்ததும் சிரிப்பை அடக்க முடியாமல் கலகலவென சிரித்து விட்டாள். "இந்த சோப்ளாங்கி இல்லன்னா... இன்னொரு இடியட். அவ்வளவு தானே!" என்று தனக்குள் சொல்லிக் கொண்டே, தொலைபேசியை எடுத்து அன்றைய தமிழ்த் திரைப்படங்களின் ஜேம்ஸ்பாண்டுக்கு எண்களைச் சுழற்றினாள்.

இருவரும் சிகரெட்டைப் பற்ற வைத்தார்கள்.

"அது என்னவோ தெரியலடா. வேற ஒரு கதையைத் தான் தேடுறேன். திரும்பத் திரும்ப அந்தக் கதைதான் மைண்டுல வந்து வந்து போகுது."

"சரி விடு. நாம வேறு ஒரு நாள், வேறு ஒரு கதையை யோசிக்கலாம். இப்போதைக்கு லாஞ்சுல ஏறி, ஒரு சுத்து போயிட்டு வரலாம்", என்று பேசிக்கொண்டே கடற்கரையில் நின்றிருந்த லான்ச் ஒன்றில் ஏறி புறப்பட்டு போனார்கள்.

35

லாஞ்ச் புறப்பட்டு கடல் சுற்றி கரைக்குத் திரும்பியவுடன், பையில் வைத்திருந்த செல் போன் அடித்தது. எடுத்துப் பேசியவன், சுகுமாரனிடம், "நம்ம சி.எம்-ஐ அப்பல்லோல அட்மிட் பண்ணியிருக்காங்களாம்", என்று சொன்னான்.

"என்னாச்சுங்க...!!!" என்றான் அதிர்ச்சியாக.

"சன் டிவி ராஜால்ல, அவர்தான் பேசினாரு. போயஸ்கார்டனில் இருந்து ஆம்புலன்ஸ் அப்பல்லோ போயிருக்குதாம்"

"நான் அன்பிற்காக ஏங்கியவள். காதலுக்காக அல்ல. காதல், என்னைக் கடந்து போய் பல வருடங்கள் ஆகிவிட்டன. அன்பு எனதருகில் வரத் தயங்கி தூரத்திலேயே நின்று கொண்டது. ஒவ்வொரு முறையும் அன்பை அருகில் அழைத்து, ஆலிங்கனம் செய்து, ஒன்றாய் கலந்து விட நினைத்தபோதும், கைகூடாமல் போனதில் அன்புக்கு அதிக பங்கு இருக்கிறது.

காதல், சூறாவளியாய் சுழன்று என்னை தூக்கிப் போய் ஆழ்கடலில் விட்டுவிடும். பிறகு நீந்தி கரைக்கு வருவதற்குள் களைத்துப் போய் விடுவேன். ஆனாலும் அடுத்த சூறாவளிக்கு நான் தயாராகவே இருந்தேன். உடல் வலிமை மனதில் இருக்கிறது. என் மனம் அன்புக்காக ஏங்கித் தவிக்கிறது. அன்பின்வழி எத்தனையோ துரோகங்களைச் சந்தித்து மரத்துப்போய், எல்லாம்

மறந்து போய்விட்ட இந்நாட்களில், எவரேனும் ஒரு செவிலியர் என்னிடம் ஆதரவாய் இருந்தால், அதையும் இந்தத் தனிமை அறை பிரித்துவிட்டது."

"வீட்டுலேல்ல பார்த்துக்குவாங்க... இல்லனாலும், ராமச்சந்திராக்கு உள்ள போவாங்க..."

"தெரியலையே...."

சிகரெட் புகைந்து கொண்டிருந்தது. சுகுமாரனுக்கு, குங்குமத்தில் வேலை பார்த்த போது நடந்த நிகழ்வுகள் மனதில் ஓடின. இருவரும் பேசிக்கொள்ளாமல் மீன்பிடி துறைமுகத்தில் அமைதியாக நடந்தார்கள். இன்னைக்கு நடந்த மாதிரி இருக்கு. மக்கள் கூட்டம் கூட்டமாக மவுண்ட் ரோட்டை ஆக்கிரமித்தார்கள். சீர்காழி கோவிந்தராஜன், மேடை போட்டு எம்ஜிஆர் பாடல்களை பாடிக் கொண்டிருந்தார். ஸ்பென்சர் பக்கத்துல இருந்த பீடத்தில் கலைஞருக்கு ஒரு சிலை இருந்தது. அதை ரெண்டு பேர் இடிச்சுக்கிட்டு இருந்தாங்க. நாடே துக்கத்தில் இருந்தப்ப, எம்.ஜி.ஆர்-ன் இறுதி ஊர்வல இராணுவ வண்டியில் அம்மா ஏறும் போது, ரெண்டு பேர் கீழே தள்ளிவிட்றான். அரசியல் அவங்கள ரொம்பவே மாத்தியிருச்சின்னு தான் சொல்லுவேன்.

"இதையே ஏன் கதையா பண்ணக்கூடாது?"

"பண்ணலாம். அதுக்கொரு தெம்பு வேணுமே..."

"உங்களால முடியும்", என்று சொன்னவன், நின்றுகொண்டான்.

சற்று நேர மவுனத்திற்குப் பிறகு, காலையில் பிடித்து விலை போகாமல் அங்கே குவிக்கப்பட்டிருந்த மீன்களில் ஒன்று, இவர்களைப் பார்த்து கலகலவென சிரித்தது. திரும்பிப் பார்த்தவன், "உன் கிட்ட ஏதாவது கதை இருக்கா?", என்று கேட்டான்.

"அவள் அழகாக நீந்துவாள்."

"நன்றாக நீந்திவாளா? அழகாக நீந்துவாளா?"

"நீ கதை கேட்க லாயக்கற்றவன். மூடிட்டு கேள்."

போலியாக கைகட்டி, சுகுமாரன் அதன் முன்னே போலி பவ்யம் காட்டினான்.

கல கலவென சிரித்த மீன், “நீந்துவதில் அவளுக்கு நிகர் அவளே. ஒவ்வொரு முறையும் எதிர்நீச்சல் போட்டே பழகிக்கொண்டாள். கதாநாயகன் அவளோடு நெருக்கமாக இருந்து, அவளைத் தனிமைப்படுத்த நினைத்த போதெல்லாம் அன்புக்காக ஏங்கிய அவள், என்னோடு தொடர்ந்து பேசுவாள். அந்தரங்கமான பல விஷயங்களைப் பகிர்ந்து கொண்டிருக்கிறாள். அப்படி அவள் சொன்ன கதைகளில் ஒன்றை உனக்கு சொல்லுகிறேன். ஸ்ரீரங்கத்து பெருமாள் வீதி உலா துவங்கி வந்துகொண்டிருந்தபோது நமஸ்கரித்து எழுந்தவள் கழுத்தில், மாலை ஒன்று வந்து விழுந்தது. அங்கிருந்துதான் அவளது வாழ்க்கை வேறொன்றாக மாறிப்போனது. நாட்டியம், நாடகம், வாய்ப்பாட்டு, சினிமா என்று கொடிகட்டிப் பறந்தவள், நாடாளுமன்றத்துக்கு உறுப்பினராய்ப் போன பிறகு, நாட்டின் பிரதமர் அவளோடு நெருக்கம் காட்டிய அந்த வினாடியில், எல்லாம் தலைகீழாய் மாறிப்போனது.”

“எழுதுவதற்குக் கதையா இல்லை. எத்தனையோ இருக்கத்தான் செய்கிறது. எல்லாம் கதையாகிவிடுமா? எல்லாக் கதையும் எழுதுவதற்கு சாத்தியப்படாது. இந்த அம்மா கதையை இத்தோடு விட்டுவிடலாம். இது முழுக்க முழுக்க வலதுசாரிச் சிந்தனையாக இருக்கிறது. எனக்கு இதில் முற்றிலுமாக உடன்பாடில்லை. சர்வாதிகாரத்தின் வழியே கலைக்கோட்பாட்டை அணுக முடியாது. எனக்கு, லூசியன் ஃபிராய்டின் ஓவியம் சொன்ன கதைக்கே திரும்பப் போகிறேன். ஒவ்வொரு பெண்ணுக்கும் உடல் குறித்த சிந்தனை இருக்கும். அழகு குறித்த கர்வம் இருக்கும். அறிவு குறித்து தெளிவு இருக்கும். எல்லாவற்றையும் மீறி இளமையுடன் வேகம். அந்த கதை எனக்கு பிடித்திருக்கிறது”, என்று சுகுமாரன் சொன்னவுடன், கலகலவென்று சிரித்த மீன், துள்ளி குதித்து கூட்டத்திற்குள் புகுந்து மறைந்தது.

“கருவாடெல்லாம் கதை சொல்ல ஆரம்பிச்சா... இப்படித்தான்”, என்று சலித்துக் கொண்ட சுகுமாரன், “இந்தக்

கதையை நாம எழுதினா... ஒருத்தன், கவித்துவம் இல்லம்பான். இன்னொருத்தன், அழுகாச்சி இல்லம்பான். அதாவது, எமோஷன். ஒருத்தன், கோட்பாட்டையே காணோம்பான். ஒருத்தன் வருவான் பாரு, தந்தி பேப்பர படிச்சுட்டு கதை சொல்றானுவோய்யா அப்படிம்பான். பேஸ்புக்ல... சிம்பிளா, ஃபேக்கும்பான். கோட்பாடு, கொள்கை, முற்போக்கு இதெல்லாம் வேற சேர்க்கணும்."

"அந்த... இலக்கியம்.. அது விட்டுட்டீங்களே.."

"அட வுடுய்யா! நாம நாகூர்ல, தர்கா-ல போயி ராத்திரி படுத்துருவோம். விடிஞ்சதும் பாத்துக்கலாம்."

36

சாமியார் மடத்தின் இரண்டு வெவ்வேறு குளத்தின் கரைகளில் காத்திருந்த முத்தையனும் அன்பழகனும், தண்ணீர் திடீரென சலசலக்கும் சத்தம் கேட்டு திரும்பிப் பார்த்தார்கள். ஒரு குளத்தில் இருந்து, மிகப் பெரிய முதலை ஒன்று கரையிலிருந்த ஏதோ ஒன்றை அடித்து இழுத்துக்கொண்டு போனது. மற்றொரு குளத்தில், யாரோ நீந்திக் கரையேறுவது தெரிந்தது. முத்தையன், கைப்பிடி சுவரில் இருந்த நந்திக்கு பின்புறம் பதுங்கினான். அன்பழகன், தூரத்திலிருந்து இதைப் பார்த்துக்கொண்டிருந்தான். இருட்டில் அவனுக்கு எதுவும் சரியாக தெரியவில்லை. முத்தையன் தவழ்ந்து பதுங்கி, வைத்திருந்த அரிவாளை கையில் எடுத்தான். சாமியார் கரையேறி நின்று, சுற்றுமுற்றும் பார்க்கத் துவங்கினார். காலுக்கடியில் தவழ்ந்த முத்தையனை பார்க்கவில்லை. தூரத்திலிருந்த அன்பழகன், கண்ணுக்குத் தெரிந்தான். யாரையோ கூப்பிட கைகளைத் தட்டப் போன சாமியாரின் கெண்டைக்காலில், முதல் வெட்டு விழுந்தது. வாய்விட்டு அலறுவதற்கு முன், குரல்வளை முறிக்கப்பட்டது. தலையும் உடலும் வேறான பின்பு, தலையைத் தூக்கிக்கொண்டு முத்தையன் சாவகாசமாக நடந்து போய், காளிகோயில் பலிபீடத்தில் வைத்தான். அன்பழகன் வந்த வழியே திரும்பிச் சென்றான். முத்தையன் வண்டியைப் பூட்டி இருஞ்சியூருக்கு விரைந்த போது, இருஞ்சியூர் கீழவெளி பற்றி எரிந்துகொண்டிருந்தது. தூரத்தில்

இருந்தே அனுமானித்தவன், வண்டியை இழுத்து நிறுத்தி, சீனிவாசம் பிள்ளையின் வீட்டை நோக்கி வண்டியை திருப்பினான்.

இராமையா கதறிக் கொண்டிருந்தார். லூர்துசாமிக்கு எதுவும் புரியவில்லை. "பத்தடிக்கு எட்டடி குடிசைக்குள்ளே ஒரு ஆள் எட்டி உதைத்தால் திறந்து கொள்ளும் மூங்கில் கதவு குடிசையை சுற்றி, ஓடுவதற்கு வெட்டவெளி, பத்தடி தூரம் நடந்தால் பெரிய தாமரைக்குளம், இது எப்படி நடந்தது? நாலு பேர் நின்றாலே மூச்சு முட்டும் குடிசைக்குள்ளே முப்பதுக்கும் மேற்பட்டவர்கள் எப்படி வந்தார்கள்?" லூர்துசாமிக்கு குழப்பம். சைக்கிளை எடுத்துக்கொண்டு அன்பழகனை தேடினான்.

மடத்திலிருந்து உள்துறை மணியம் நாய்களைக் கட்டி விட்டு, கதவைத் திறந்தார். படுக்கையில் அவள் கழுத்தறுபட்டுக் கிடந்ததைப் பார்த்தவர், விபரீதம் புரிந்து அபாய மணியை அடித்தார். மடத்தின் ஆட்கள், இரவு காவல், எல்லாரும் காளி கோவிலில் கூடினார்கள். சாமியாரின் தலையைப் பார்த்து, வேதமணி, ஓ...! என்று பெருங்குரலெடுத்து அலறினான்.

கொஞ்சம் கொஞ்சமாக இருட்டத் துவங்கியது. மேய்ந்து கொண்டிருந்த கோழிகளைப் பிடித்துக் கூடையைப் போட்டு மூடினார்கள். அங்குமிங்கும் குதித்து ஓடி கொண்டிருந்த ஆட்டுக்குட்டிகள், மூங்கில் படல்களுக்குள் அடைக்கப்பட்டன. ஆடுகளை முளைக்குச்சியில் இழுத்துக் கட்டினார்கள். தெருவிலிருந்த கைபம்பில் தண்ணீர் அடித்து, படுக்கும் இடங்களில் ஊற்றினார்கள். ஒவ்வொரு வீட்டின் அடுப்பும் புகையத் துவங்கியது. இரண்டு வீடுகளில் மட்டும் யாரும் இல்லாததால், காட்டுப்பூனையும் மரநாயும் உலாவின. எதிரும் புதிருமாக சப்தமிட்டுக் கொண்டு, இரண்டு ஆந்தைகள் பறந்து திரிந்தன. கண்ணாலமுருங்கை மரத்தில், எல்லாக் காக்கைகளும் கூடடைந்தன. கருவாட்டுவாலி, தந்திமரத்தில் தலைகீழாக தொங்கி கிரீச்சிட்டது. குண்டு பல்பு எரியத் துவங்கியது. எங்கிருந்தோ தூரத்தில் இருந்து வந்த கல், பல்பை உடைத்தது. கருவாட்டுவாலிதான் பல்பை உடைத்து விட்டதாக கீழே நின்றிருந்த சனங்கள் கேலி பேசினார்கள்.

“லயன்மேன் நாளைக்குதான் வருவான். என் வூட்டுப் புள்ளைவோ எங்க போயி படிக்கும்? அங்காடியில மண்ணெண்ணெய் போட்டு ஆறு நாள் ஆச்சு. சிம்மிலி கூட ஏத்த முடியல.”, புலம்பியபடியே கைகளை உதறி எழுந்து போனாள், ராசம்.

சோறாக்கி, அலுமினியத் தட்டில் போட்டு குழந்தைகளுக்கு கொடுத்தார்கள். சாப்பிட்ட பிறகு வாசலில் தெளித்திருந்த நீரின் குளுமையில், அம்மாவின் புடவைக்குள் சுருண்டு படுத்த அடுத்த நிமிடம் தூங்கிப் போனார்கள். வயோதிகர்கள் வெற்றிலையையும் பாக்கையும் இடித்து வாயில் வைத்து மென்று கொண்டிருந்தபோதுதான், தூரத்தில் நெருப்பின் சுவாலை அவர்களைத் திசை திருப்பியது. பனை மர உயரத்திற்கு எரிந்த நெருப்பைக் கண்டு, “தேவூர் பக்கத்துல கருப்பங்கொல்ல எரியவுடுவானுவோ போல இருக்கு“, என்று அச்சத்தோடு பேசிக்கொண்டார்கள்.

ஒரு நாழிகைக்குப் பின், திடீரென ஒரு கூட்டம், வேல்கம்புகளும், வீச்சரிவாள்களுமாக ஊரைச் சூழ்ந்து கொள்ளும் என்று, அவர்கள் நினைக்கவில்லை. அத்தனை பேரும் ஓடி பதுங்கினார்கள். ஊர், போர்க்களமாகக் காட்சியளித்தது. ஊரில் இருந்த பலரும் நான்குபக்கமும் சிதறி ஓட, எப்படி அது நிகழ்ந்தது என்று யாருக்கும் தெரியவில்லை. வயலுக்குள் புகுந்து ஓடியவர்கள், பனைமர உயரம் எரிந்த நெருப்பை பார்த்து அலறி புடைத்து திரும்பவும் வந்தார்கள். அதற்குள் எல்லாம் முடிந்து போயிற்று. செல்வியின் சடலத்தை கையில் வைத்துக் கொண்டு கதறினார், ராமையா.

தர்மபுரத்தில் இருந்த சோமசுந்தரத்திற்கு செய்தி போனது. மெட்ராஸ் போலீசை தொடர்பு கொண்டார் சோமசுந்தரம். நாகப்பட்டினம் கப்பக்கார செட்டியார் வீட்டில் தங்கியிருந்த கோபாலகிருஷ்ண நாயுடுவுக்கும் சொல்லப்பட்டது. கிளப்பில் பார்ட்டி முடிந்து நள்ளிரவில் திரும்பியிருந்த IG அருளுக்கும், குஞ்சரத்தம்மாவுக்கும் ராமாநாயுடுவுக்கும் சொல்லப்பட்ட செய்தி, மறுநாள் காலை தினத்தந்தியில் கொட்டை எழுத்தில் மக்களுக்கும் தெரியவந்தது. தமிழ்நாடு அதிர்ச்சியில் உறைந்தது. ஏசு பிறந்தார்.

37

லெனின் உருவாக்கிய சோவியத் யூனியன் பிரிந்தது 1991, டிசம்பர் 25. ‘மிக்கேல் கோர்பசேவ்’ தன்னுடைய பதவியை ராஜினாமா செய்தார். சுப்ரீம் சோவியத் குழுவின் தீர்மானத்தின் வழியே, அதிகாரப்பூர்வமாக சோவியத் யூனியன் கலைக்கப்பட்டது. டிசம்பர்- 26, 1991 மாலை 7.32 மணிக்கு செங்கொடி இறக்கப்பட்டு, ருஷ்ய புரட்சிக்கு முன்பு இருந்த கொடி ஏற்றப்பட்டது. உலகின் முதல் தொழிலாளர் வர்க்க அரசு முடிவுக்கு வந்தது.

செய்தி தொலைக்காட்சி பழய கதையைச் சொல்லிக்கொண்டிருந்தது.

சுகுமாரன், சற்று தொலைவில் மினுக்கட்டான் பூச்சியைப் போல் மினுங்கிய வெளிச்சத்தைக் கூர்ந்து பார்த்தான்.

“நாகூருக்கு நடந்தா போறோம்?”, என்று கேட்டவனை முறைத்துவிட்டு,“நாம் பாப்பா கோயிலுக்கே போவோம். அதுதான் இங்கிருந்து ஒன்றரை மைல்-ல் இருக்கிறது”, என்று சொல்லிவிட்டு, இரண்டு பேரும் மினுக்கட்டாம்பூச்சியாய் வெளிச்சம் விழுந்து கொண்டிருந்த அடையாளத்தை உத்தேசித்து நடந்து, தர்காவை நெருங்கினார்கள். மாரியம்மாள் சைக்கிளில் எதிர்ப்படுவாள்

என்று சுகுமாரன் நினைத்தும் பார்த்ததில்லை. அவளும் சுகுமாரனை நினைத்துப் பார்த்ததில்லை. இரண்டு பிரேக்கையும் அழுத்திப் பிடித்தவள், கம்பீரமாக ஒரு காலை ஊன்றி நின்று கொண்டாள்.

"எங்க இந்த பக்கம்?"

கம்பீரமாக இருக்கும் சுகுமாரனின் வாய் குழைந்துபோய் வெட்கத்தோடு மெல்லிய புன்னகை வெளிப்பட்டது.

"அட! வெட்கமெல்லாம் கூட படுவீங்களா?", என்று கிண்டல் அடித்தாள்.

சுகுமாரன் அருகில் இருந்தவனைப் பார்த்தான்.

"இவங்க...", என்று சுகுமாரனிடம் கேட்டவள், அவனிடமே "நீங்க...", என்று கேட்டுவிட்டாள்.

"நான் ஓசை. வாத்தியார் கூட இருக்கேன்."

"வாத்தியாரா? அவர் போயி பல வருஷம் ஆச்சே...", என்று மேலே கையைக் காண்பித்து எம்ஜிஆரை நினைவு படுத்தினாள்.

புன்னகை மாறாமல் சிகரெட்டை பற்றவைத்தான் சுகுமாரன்.

தொடர்ந்து மாரியம்மாள், "நான் நடத்தற பத்திரிக்கையைப் படிக்கிறீங்களா?", என்று கேட்டாள்.

"ம்....", என்று தலையை மட்டும் ஆட்டினான் வெட்கத்துடன்.

ஓசை உடனடியாகப் புரிந்து கொண்டு, "நீங்க மாரியம்மாள்." என்று உற்சாகமாகக் குரல் கொடுத்தான்.

சிரித்துக் கொண்டவள், "பரவாயில்லையே... உங்க வாத்தியாரு என் கதையெல்லாம் சொல்லியிருக்காரு போலிருக்கே", என்று சொன்னவள், "இந்த ராத்திரியில ரெண்டு பேரும் இங்கே என்ன பண்றீங்க?", என்று கேட்டாள்.

"நாகூரில் போய் படுத்துக்கலாம்னு நெனச்சோம். பக்கத்துல பாப்பாகோயில் இருந்ததால இங்கே வந்துட்டோம்."

பேசிக் கொண்டே... அவர்களை அவள், பக்கத்தில் இருந்த பயணியர் விடுதிக்கு அழைத்துப் போய் தங்க வைத்தாள்.

காலையில் சந்திப்போம் என்று சொல்லிவிட்டு காணாமல் போனாள்.

ஓசை, சுகுமாரனிடம் "ஏன் வாத்தியாரே! இந்தக் கதையே சுவாரஸ்யமாக இருக்கும் போலிருக்கே. பேசாம நாம இந்த கதையையே எழுதிட்டா என்ன?!?!"

செல்லமாக ஓசையைத் தட்டிய சுகுமாரன், "படுங்க. காலையில் பேசிக்கலாம்", என்று உறங்கப் போனார்கள்.

பறவைகளின் சத்தம் அதிகரிக்க அதிகரிக்க, விடியும் வானத்தை, அதன் எழில் கொஞ்சும் காட்சியை, சுகுமாரனும் ஓசையும் கண்டு ரசித்தார்கள். கொதிக்க கொதிக்க காபி வந்தது. இரண்டு பேரும் குடித்து விட்டு குளித்து தயாராக இருந்தார்கள். டிபன் கேரியரோடு மாரியம்மாள் வந்துவிட்டாள்.

"என்ன காரியத்துக்கு இவ்வளவு தூரம் வந்துருக்கீங்க?"

"இல்ல... ஜானகிராமன், கரிச்சான்குஞ்சு என்று கும்பகோணம் எழுத்தாளர்களின் சிறுகதைகளைத் தொகுக்கலாம் என்று ஒரு எண்ணம். அப்புறம்... ஒரு கதை இருந்தா, நாவல் எழுதலாம்னு நினைச்சேன். இவனுக்கு சினிமாவுல பாட்டு எழுதணும்னு ஒரு எண்ணம். ஈராஸ் கம்பெனியில ஒரு கதை கேட்டுருக்காங்க. எல்லாமும் சேர்ந்து ஒரு வருஷமா சுத்திகிட்டு இருக்கோம்", என்று சொன்னவனுக்கு,

"நீங்க சாப்டப்புறம், பக்கத்துல ஒரு ஊருக்கு கூட்டிட்டுப் போறேன்", என்று சொன்னவளை, சுகுமாரன் சற்று அதிர்ச்சியோடு பார்த்துவிட்டு, வேண்டாம் என்பது போல் தலையை ஆட்டினான்.

கல கலவென சிரித்த மாரியம்மாள், "உங்களக் கட்டாயப்படுத்தி தாலி கட்டிக்க, எனக்கு என்ன பைத்தியமா? பயப்படாம வாங்க. அப்படியெல்லாம் எதுவும் செய்யமாட்டேன்", என்று சொன்னவள், கொண்டு வந்திருந்த டிபன் கேரியரில் இருந்து இருவருக்கும் பரிமாறினாள்.

சுகுமாரனுக்கு தட்டில் ஒரே ஒரு பூரியை மட்டும் வைத்துவிட்டு, ஓசைக்கு, பொங்கல், வடை, இட்லி, சாம்பார்,

சட்னி, மிளகாய்ப் பொடி, பூரிக் கிழங்கு, குலோப்ஜாமுன் என்று அடுக்கினாள். ஓசை, சாப்பிட்டு திருப்தியாக ஏப்பம் விட்டான். அவன் சாப்பிடும் வரை ஒற்றை பூரியை சாப்பிட்டவன், குலோப்ஜாமுன் ஒன்று கொடுப்பாள் என்று எதிர்பார்த்து அமர்ந்திருந்தான்.

சிரித்துக்கொண்டே, அவள், "உனக்கு இனிப்பு பிடிக்கும் என்று தெரியும். ஆனால் நான் எதுவும் உனக்காக கொண்டு வரவில்லை", என்று கேலி செய்துகொண்டே, கிண்ணத்தில் ஜீராவை ஊற்றி 4, 5 குலோப்ஜாமுன்களை போட்டு அவனுக்குக் கொடுத்தாள்.

உதட்டிலும் மீசையிலும் படாமல் அவற்றை அழகாக சாப்பிட்டு முடித்தான் சுகுமாரன். மூவரும் கிளம்பி தயாராய் இருந்த வாடகைக் காரில் ஏறி, பாப்பா கோவிலிலிருந்து நாகப்பட்டினம் போய், அங்கிருந்து கீழையூருக்குப் பயணப்பட்டு, கீழ்வெண்மணி அடைந்தார்கள். பிரம்மாண்டமாக உருவாகிக் கொண்டிருந்த கட்டிடத்தை மேற்பார்வையிட்டுக் கொண்டிருந்த தோழமைக் குழு வந்து, அனைவரையும் வரவேற்றார்கள்.

"வாங்க தோழர்! மெட்ராஸ்ல பார்த்தது உங்கள. ஒரு இருபது வருஷம் இருக்குமா? குங்குமத்துல நீங்க வேலை பார்த்த போது பாத்தது", என்று சொன்ன பொறுப்பாளர், அனைவரையும் அழைத்துக் கொண்டு வெண்மணி நினைவு இல்லத்திற்குப் போனார். அனைவரும் மௌனமாக அஞ்சலி செலுத்தி விட்டு, வெளியில் வந்து கேட்டை பூட்டும் பொழுதுதான், ஓசை அந்தக் கல்வெட்டை படித்தான். 'கீழ்வெண்மணி உயிர்நீத்த தியாகிகள்' என்று இருந்தது. முதல் பெயராக 'செல்வி' என்று எழுதப்பட்டிருந்தது. அதிர்ச்சியை வெளிக்காட்டாமல் அவர்களைப் பின்தொடர்ந்தான்.

தாமரைக் குளம் வறண்டு கிடந்தது. வயலும் வாய்க்காலும் பாளம் பாளமாய் வெடித்துக் கிடந்தன. கீவளூருக்கும் திருக்குவளைக்கும் இடையில் இருந்த தார்சாலை பளபளப்பாக மின்னியது.

“எத்தனை வருஷம் இருக்கும் விவசாயம் நடந்து? இப்படி கருவக்காடா இருக்கே... எங்கு திரும்பினாலும் பொட்டல்காடா... பாக்குறதுக்கு கஷ்டமாயிருக்கு.”

“பத்து பதினைந்து வருஷமா விவசாயம் கிடையாது. நிலமெல்லாம் அடமானம் வெச்சு வெச்சு, இப்ப யார்கிட்டயும் நிலமும் கிடையாது. சொசைட்டி கடன் இரண்டு தடவை தள்ளுபடி செஞ்சும் கட்ட முடியல. மாடு கன்னு எல்லாம் தண்ணி இல்லாம அடிமாட்டுக்கு வித்துட்டாங்க. பெரும்பாலும், இறால் குட்டை கொஞ்சம் இருக்கு. வேளாங்கண்ணிக்கு வர்ற டூரிஸ்ட நம்பி, கொஞ்சம் பேருக்கு பொழப்பு ஓடுது. வயசுப் பசங்க எல்லாரும், திருப்பூருக்கும் கேரளாவுக்கும் பொழைக்கப் போயிட்டாங்க. உள்ளூர்ல, பள்ளிக்கூடம் மதிய சாப்பாட்டுக்கு நடத்திக்கிட்டு இருக்கோம். பயணம் போறவங்களால நாகப்பட்டினம் கொஞ்சம் பொழச்சிக் கெடக்கு. முன்னாடி மாதிரி வேலைக்கு ஆள் கிடையாது. இருக்கிற ஆளுவோளும், அரசியல் கட்சி, ரியல் எஸ்டேட், கட்டப்பஞ்சாயத்து அப்படின்னு போயிடுறாங்க. கவர்மெண்ட் வேலையில கொஞ்சம் பேருக்கு பொழப்பு ஓடுது. பாக்கி பூரா ஃபினாமி காசுதான்.”

சுகுமாரன் அடக்கமுடியாமல் கேட்டுவிட்டான். “அப்போ... நிலவுடைமை, விவசாயக் கூலித் தொழிலாளிகளின் போராட்டம், அதெல்லாம் செய்யறதுக்கு ஆள் வேணும்னுல?”

“எல்லாம் இப்ப ஹவர் கணக்கு தான். எல்லாத்துக்கும் மிஷின். எப்போவாவது மழ பேஞ்சா, கொஞ்சம் தண்ணி கிடைக்குது. அரிச்சந்திரா நதி, பாமணி ஆறு, பெரிய மதகடி, இப்படி எல்லாம் தண்ணி பார்த்தே பல வருஷமாச்சு. பிளாட் போட்டு விக்கலாம்னா... பூமியில் தண்ணியே கிடையாது. சுனாமிக்கு அப்புறம், எல்லாம் தரிசா போச்சு. வெளியூரு ஆளுங்க தான் கொஞ்சம் பொழைக்குறாங்க”, என்றாள் மாரியம்மாள்.

வேறொன்றும் கேட்கத் தோன்றாத சுகுமாரன், மௌனமானான்.

ஓசை, மெதுவாக, “அப்போ... அந்த ராசாங்கம் என்ன ஆனார்?“, என கேட்டான்.

"ஓ! அந்தக் கதையா? அதையா எழுதப் போறீங்க? எழுதுறதுக்கு முன்னாடி யோசிச்சுக்கோங்க. அரசாங்கத்தைப் பொறுத்த வரைக்கும் இரகசிய இயக்கம் என்பது, 'தேசத் துரோகம்' தான். யார் அந்த ராசாங்கம்னு தெரிஞ்சா, நிச்சயம் தண்டனை தான். அதனால் அந்தக் கதையை அத்தோட விட்டுவிடுங்கள்", என்று எச்சரித்தாள்.

ஓசை, சிரித்துக்கொண்டே, "அப்படின்னா... உங்க காதல் கதையை எழுதலாமா?", என்று கேட்டவுடன், பட்டென்று முதுகில் செல்லமாக தட்டினான் சுகுமாரன்.

மூவரும் பேசிக்கொண்டே இருஞ்சியூர் பக்கத்தில் இருந்த பெத்தாரண்ண சாமி கோவிலுக்கு வந்தார்கள்.

தீர்ப்பு வந்ததுக்கு அப்புறம், ராமையா தாத்தா ரெங்கவிலாசத்துல சேர்த்து விட்டிருந்த மூன்று பேரும், சமயம் பார்த்துக் கொண்டே இருந்தார்கள். ஒருநாள், களத்து மேட்டில் இருந்து கோபாலகிருஷ்ண நாயுடு கிளம்பியபோது, ஒரு பை நிறைய சம்பளப் பணம் வைத்திருந்தார். அன்னைக்குன்னு பார்த்து, நாய் கூட வரல.

"எந்த நாயி?", என்று ஓசை கேட்டான்.

சிரித்துக்கொண்டே மாரியம்மாள், "அவர் வளர்த்த நாயிப்பா...", என்றாள் ராகம் போட்டு. தொடர்ந்து, அவரை கொலை செய்தது, அதற்காக சபதம் எடுத்தது, அதன்பிறகு தலைமறைவானது என்று இருஞ்சியூர் கோபாலகிருஷ்ண நாயுடு கொல்லப்பட்ட கதையை விவரித்தாள்.

வாயடைத்துப் போன ஓசை, "அப்போ... அந்த முத்தையனும் அல்லியும் என்ன ஆனாங்க?"

"கதையில எல்லா கேரக்டரையும் க்ளைமாக்ஸ் வரைக்கும் இழுக்கணும்னு ஏதாவது சட்டம் இருக்கா? வேணும்னா அன்பழகனைப் பத்தி சொல்றேன். அவன்தான் இன்னைக்கு அண்ணா.திமுக மாவட்ட செயலாளர். கோடிக்கணக்குல சொத்து. நம்ம இயக்கம் தான். ஏ.கே.சுப்பையாவோட பையன் திமுக-வுல எம்.பி, மாவட்டம், எல்லாம். இயக்கம், அதே பத்து பேரோட, புத்துணர்ச்சியோடு, இன்னமும்

நம்பிக்கையோட, மாபெரும் புரட்சிக்கு காத்துகிட்டு இருக்கு", என்றாள் தீர்க்கமாக.

ஓசை, "தோழர்! ஏன் நம்மால் ஆட்சியை பிடிக்க முடியல?" என்று கேட்டான்.

மாரியம்மாள் நிதானமாக சுகுமாரனைப் பார்த்தாள்.

"இரண்டு முதலமைச்சர்களும் நம்ம ஆளுங்க தான்."

குழப்பமாகப் பார்த்தான் ஓசை. நம்முடைய இயக்கம் இரகசியமாக இயங்குவது நாம் அறிந்ததே. அதேபோல் வலதுசாரி தீவிரவாதிகளும் இயங்குகிறார்கள் என்பதை நான் தெரிந்து, சொல்லவேண்டிய ஒன்று. அப்படி எம்ஜிஆர் - க்கு பிறகு அண்ணா. திமுக, வலதுசாரிகள் கையில் போய்விட்டது, நாம் எதிர்பார்க்காத ஒன்று. அதன் பொருட்டு நாம் காத்திருக்க வேண்டியிருக்கிறது."

சட்டென சுகுமாரனைப் பார்த்த ஓசை, "இந்த ப்ளாட் எழுதலாமா?", என்று கேட்டான்.

"காலம் எத்தனை வேகமாய் ஓடுகிறது. அண்ணா இறந்தபோது கூடிய கூட்டத்தில், மெட்ராஸ் அழுதது. அதைவிட, எம்ஜிஆரின் மறைவு, அப்பல்லோ மருத்துவமனையில் அம்மாவின் மறைவு. 60 வருடங்கள் ஓடிப்போனதே தெரியவில்லை. அவளும் தளர்ந்து போகவில்லை. இன்னமும் சைக்கிளில் சுற்றிக் கொண்டிருக்கிறாள். அல்லியும் முத்தையனும் இயக்கத்திலிருந்து பிரிந்து, புதிதாக ஓர் அரசியல் சார்பற்ற இயக்கம் தொடங்கி நடத்திக் கொண்டிருக்கிறார்கள்.

ராஜேந்திரனும் சந்துருவும் பெரிய பதவிகளிலிருந்து ஓய்வு பெற்று விட்டார்கள். எம்.ஏ கோல்டு மெடலிஸ்ட், பல படங்களுக்கு இயக்குநராய் இருந்து, இன்று வாய் ஓயாமல் மைக் கிடைத்த இடத்திலெல்லாம் தாளம் போட்டுக் கொண்டிருக்கிறான்.

எங்கு திரும்பினாலும் பணம் பிரதான இடத்திற்கு வந்துவிட்டது. எளிமையான வாழ்க்கைக்கு, அடுத்த மாநிலங்களில்தான் அர்த்தம் இருக்கிறது. மில் தொழிலாளர்கள் இன்றைக்கு இல்லை. எல்லாம் கார்ப்பரேட் ஆகிவிட்டது.

உலகப் பொருளாதாரம் வாரி சுருட்டி வாயில் போட்டுக் கொண்ட பிறகு வலதுசாரிகள் பிடியில், இன்றைக்கு தமிழ்நாடு மீண்டும் வேறொரு பாணியில், வேறொரு முறையில், புதிய புரட்சிக்குத் தயாராக வேண்டும்.

சினிமா ஆசையில் சுற்றித் திரியும் இளைஞர்களை வைத்து என்ன செய்வது?

குடி, மக்களை அடிமையாக்கியது என்றால் தொலைக்காட்சி நாடகங்கள் மக்களை விலங்கினும் கீழாக ஆக்கிவிட்டன. ஆங்கிலம், மெல்லமெல்ல அடித்தட்டு மக்களின் மொழியை, சிந்தனா முறையை வேரறுக்கிறது. இன்றைய நிலையில் ஒரே நம்பிக்கை, தான் மட்டுமே என்று நினைத்தவனின் கையில் புகைந்து கொண்டிருந்த சிகரெட் சுட்டது. கையை உதறியவன் ஜிப்பாவிற்குள் இருந்த தொலைபேசி அழைத்தது."

எந்த பதிலும் சொல்லாமல், அங்கே இருந்த குட்டிச் சுவரின் மேல் போய் அமர்ந்து கொண்டான் சுகுமாரன்.

'பிரதிவாதி பயங்கரன்' என்ற அடைமொழி கொண்ட MPT. ஆச்சாரியார், பாரதியாருடன் நெருங்கிய தொடர்பில் இருந்தவர். ருஷ்ய புரட்சிக்குப் பிறகு லெனினை சந்திக்கிறார். அங்கு MN.ராய், உடன் இருக்கிறார். தாஷ்கண்ட் நகரத்தில் 1920 இல் ஆரம்பிக்கப்பட்ட இயக்கம்தான் 'இந்திய கம்யூனிஸ்ட் கட்சி'.

தமிழ்நாட்டில் புரட்சியாளர்கள் என்று நாம் எடுத்துக் கொண்டால், நீலகண்ட பிரம்மச்சாரி, சுப்பிரமணிய சிவா, சிங்காரவேலர்,
திரு.வி.க போன்றவர்களை சொல்லலாம். ஒரே காலகட்டத்தில் இவர்கள் எல்லாருமே வெவ்வேறு கோணங்களில் புரட்சியை முன்னெடுத்தார்கள்.

சிங்காரவேலர் ஆரம்பித்த 'லேபர் கிசான் பார்ட்டி', ஆசியாவிலேயே முதன்முறையாக திரு.வி.க உருவாக்கிய 'தொழிலாளர் சங்கம்', இவ்வாறாக பொதுவுடைமை சித்தாந்தம் இங்கு வெவ்வேறு வடிவில் முன்னெடுக்கப்பட்டது.

சிங்காரவேலர்தான் அதே காலகட்டத்தில், சுயமரியாதை இயக்கத்தை துவங்கி நடத்திக்கொண்டிருந்த பெரியாரை,

ஐரோப்பிய பயணத்திற்கு அனுப்பி வைத்தார். இதன் அடிப்படையிலேயே நாகப்பட்டினம் தாலுகாவிலும் மணலூர் மணியம்மை, செங்கொடி சங்கத்தை உருவாக்கியிருக்கலாம்.

சுகுமாரன் மனதிற்குள் நினைத்துக் கொண்ட இந்த விஷயங்களெல்லாம் அருகிலிருந்த ஓசைக்குத் தெரிந்திருக்கவில்லை.

அவனுடைய எண்ணமெல்லாம் சினிமாவுக்கு பாட்டு எழுதுவது, வாய்ப்பு தேடுவது. அதன்பொருட்டு ஓசை, சுகுமாரனோடு சுற்றிக் கொண்டிருந்தான்.

ஓசை, சுகுமாரனைப் பார்த்து, "வாத்தியாரே! சோவியத் சினிமாவைப் பத்தி என்ன நினைக்கிறீங்க?" என்றொரு பிட்டை போட்டான்.

ஏதோ சிந்தனை கலைந்து, சுகுமாரன் அவன் தலையில் தட்டி, "லெனின், 1919 - இல் முதல்முறையாக சினிமாவை பார்க்கிறார். அப்பொழுதெல்லாம் ஐரோப்பியத் திரைப்படங்களே பார்க்க கிடைக்கும். அவர் படத்தை பார்த்த உடனேயே, "இது ஒரு மாபெரும் ஆயுதம். இதை நாம் பயன்படுத்த வேண்டும்" என்று பிரகடனம் செய்ததோடு இல்லாமல், சினிமாவை கல்வியில் இணைத்தார். இப்படித்தான் முதல் சினிமா பயிற்சி நிலையம் ருஷ்யாவில் உருவானது. அதன்பிறகு எந்த விதமான தொழில்நுட்ப வளர்ச்சியும் இல்லாத ருஷ்யர்கள், தொடர்ந்து ஆராய்ச்சி செய்து சினிமாவை வேறொரு இடத்திற்கு எடுத்துச் சென்றார்கள்.

'Dziga Vertov'-ன் 'Man with a movie camera' எனும் தியரி, 'Vsevolod Pudovkin' 1926 இல் இயக்கிய 'Mother' எனும் திரைப்படம், மேலும் 1930 இல் வெளியான 'Alexander Dovzhenko' - இன் 'Earth' எனும் திரைப்படம் மிகவும் முக்கியமானது. அதில்தான் முதன் முதலாக டிராக்டர், அறுவடை இயந்திரம் போன்றவை விவசாய கிராமத்திற்கு வருவதைப் படம் பிடித்துக் காட்டினார்கள். நிலப் பிரச்சினையைப் பேசிய படமும் இதுதான். இயக்கத்திற்குத் தெரியாமல் சிலர் நிலத்தைப் பிரித்துக் கொள்வதும் அதில் காட்டப்பட்டிருக்கும்.

'Lev Kuleshov' கண்டறிந்து கொடுத்த திரைப்பட Editing Theory தான், இன்றும் பலர் பின்பற்றுகிறார்கள். அதனை நாம் 'Kuleshov Effect' என்று குறிப்பிடுகிறோம். 'Sergei Eisenstein' - இன் 'Theory of Montage' குறிப்பிடத்தக்கது. இவர்கள்தான் சோவியத் திரைப்படங்களின் பிதாமகர்கள்", என்று சொல்லிவிட்டு, நாமும் சினிமாவைத்தான் பிரச்சாரமாக பார்க்கிறோம். பிரச்சாரப் படத்துக்கான கதையத்தான் நாம தேடிப் போறோம்.

ஓசை, மெதுவாக சிகரெட்டைப் பற்ற வைத்தான். அவனுக்குள் இருந்த கமர்ஷியல் கனவு கலைந்து போனது. நாலு காசு பாக்கலாம்னு நெனச்சா, இந்த ஆளு இப்படி செஞ்சுட்டானே என்று நினைத்தவன், "வாத்தியாரே! பக்கத்துல சாராயக்கடை எங்க இருக்குன்னு கேளுங்க, அந்த மாரியம்மாவ"

சிரித்துக்கொண்டே, சுகுமாரன், "இன்னைக்கு ஒண்ணும் சனிக்கிழமை இல்லையே", என்றவன், மெல்ல குட்டிச் சுவரிலிருந்து கீழிறங்கினான்.